ആ തവളയെ ചുംബിക്കുക!

നിങ്ങളുടെ ജീവിതത്തിലെയും ജോലിയിലെയും നിഷേധാത്മകതകളെ ഗുണപരതകളാക്കി മാറ്റുവാനുള്ള 12 മഹത്തായ മാർഗ്ഗങ്ങൾ

മികച്ച വില്പന നേടിയ *ഈറ്റ് ദാറ്റ് ഫ്രോഗിന്റെ* രചയിതാവ്

ബ്രയാൻ ട്രേസി & [illegible] സ്റ്റെയിൻ

വിവർത്തനം: അനീഷ പി

MANJUL

മഞ്ജുൾ പബ്ലിഷിങ് ഹൗസ്

First published in India by

MANJUL

Manjul Publishing House

Corporate and Editorial Office

• 2nd Floor, Usha Preet Complex, 42 Malviya Nagar, Bhopal 462 003 – India

Sales and Marketing Office

• C-16, Sector 3, Noida, Uttar Pradesh, 201301 – India

Website: www.manjulindia.com

Distribution Centres

Ahmedabad, Bengaluru, Bhopal, Kolkata, Chennai, Hyderabad, Mumbai, New Delhi, Pune

First published by Berrett-Koehler Publishers, Inc., San Francisco, CA, USA.

Malayalam translation of *Kiss That Frog: 12 Great Ways To Turn Negatives Into Positives In Your Life And Work* by Brian Tracy & Christina Tracy Stein

This edition first published in India in 2023

ISBN 978-93-5543-964-2

Translation by: Aneesha P

Printed and bound in India by Thomson Press (India) Ltd.

എന്റെ ജീവിതത്തിന്റെ വെളിച്ചമായ, എന്റെ ഭാര്യ,
ബാർബറ, അത്ഭുതങ്ങളായ എന്റെ കുട്ടികൾ – ക്രിസ്റ്റീന,
മൈക്കൽ, ഡേവിഡ്, കാതറിൻ – ഇവരെല്ലാം,
ജീവിതത്തിലുടനീളം നിരുപാധികമായ സ്നേഹത്തിന്റെ
അഖണ്ഡമായ ഒഴുക്കുമൂലം മാത്രം ലഭിക്കുന്ന, ഉയർന്ന
ആത്മാഭിമാനത്തിന്റെയും ആത്മവിശ്വാസത്തിന്റെയും
ജീവിക്കുന്ന തെളിവുകളാണ്.

– ബ്രയാൻ ട്രേസി

നിരുപാധികമായ സ്നേഹവും പിന്തുണയും നൽകി എന്നെ
പ്രോത്സാഹിപ്പിക്കുന്ന എന്റെ ഭർത്താവ്, ഡാമനും, എന്റെ മൂന്ന്
മക്കളും – ജൂലിയ, വിൽ, സ്കാർലറ്റ് – എല്ലാ ദിവസവും
പാഠങ്ങളും ചിരിയും സ്നേഹവും നിറഞ്ഞ ഒരു
സാഹസികതയുണ്ടാക്കുന്നു.

– ക്രിസ്റ്റീന ട്രേസി സ്റ്റെയിൻ

ഉള്ളടക്കം

ആമുഖം

തവളയും രാജകുമാരിയും

നിങ്ങൾ ഈ ഭൂമിയിൽ ആയിരിക്കുന്നത് നിങ്ങളുടെ ജീവിതം കൊണ്ട് മനോഹരമായതെന്തെങ്കിലും ചെയ്യാനാണ്, സന്തോഷവും ആനന്ദവും, ഭംഗിയുള്ള ബന്ധങ്ങളും, മികച്ച ആരോഗ്യവും, സമ്പൂർണ്ണ സമൃദ്ധിയും, മുഴുവനായ സംതൃപ്തിയും അനുഭവിക്കാനാണ്. അപ്പോൾ എന്തുകൊണ്ടാണ് ഇതിനോടകം നിങ്ങൾ ആ സ്വപ്നജീവിതം നയിച്ചു തുടങ്ങാത്തത്?

നിങ്ങളുടെ സന്തോഷത്തിന്റെയോ അസന്തുഷ്ടിയുടെയോ, വിജയ പരാജയങ്ങളുടെയോ, നേട്ടങ്ങളുടെയോ നഷ്ടങ്ങളുടെയോ കാരണങ്ങളറിയാൻ ഏറ്റവുമടുത്തുള്ള കണ്ണാടിയിൽ നോക്കുക. കണ്ണാടിയിൽ കാണുന്നയാളിനെക്കുറിച്ച് നിങ്ങൾ ചിന്തിയ്ക്കുന്ന കാര്യങ്ങളുടെ നിലവാരം നിങ്ങളുടെ ജീവിതത്തിന്റെ നിലവാരത്തെ വലിയ രീതിയിൽ നിർണ്ണയിയ്ക്കുന്നു. അവനവനെക്കുറിച്ചുള്ള നിങ്ങളുടെ ധാരണയ്ക്ക് മാറ്റം വരുത്തുന്ന പക്ഷം, ഏറെക്കുറെ പെട്ടെന്ന് തന്നെ നിങ്ങൾ നിങ്ങളുടെ ജീവിതത്തിന് മാറ്റം വരുത്തും.

നല്ലതും ചീത്തയും നിലനിൽക്കുന്നില്ല. ചിന്തയാണ് നല്ലതും ചീത്തയുമെന്ന് വേർതിരിയ്ക്കുന്നത്.

വില്യം ഷേക്സ്പിയർ

ഒരു നാടോടിക്കഥ

പണ്ടുപണ്ട്, സുന്ദരനായ ഒരു രാജകുമാരൻ, ദുഷ്ടയായ മന്ത്രവാദിനിയാൽ വിരൂപനായ ഒരു തവളയായി മാറിയ കാര്യം ഒരു

നാടോടിക്കഥയിൽ പറയുന്നുണ്ട്. ഒരിക്കലും സംഭവിയ്ക്കില്ലെന്ന് ഉറപ്പുള്ളതിനാൽ തന്നെ ഒരു രാജകുമാരിയാൽ ചുംബിയ്ക്കപ്പെട്ടാൽ രാജകുമാരന് ശാപമോചനം ലഭിയ്ക്കും എന്നായിരുന്നു മന്ത്രവാദിനിയുടെ വാക്ക്.

അതേസമയംതന്നെ മനോഹരിയായ ഒരു രാജകുമാരി തനിക്ക് വിവാഹം കഴിയ്ക്കാനായി സുന്ദരനായ ഒരു രാജകുമാരനെ ആഗ്രഹിച്ചിരുന്നെങ്കിലും അങ്ങനെയൊരാൾ അവളുടെ ജീവിതത്തിൽ പ്രത്യക്ഷപ്പെട്ടിരുന്നില്ല. ഒരു ദിവസം, ചെറിയൊരു തടാകതീരത്തെ കാട്ടിലൂടെ നടക്കുമ്പോൾ, കുറ്റിക്കാട്ടിൽ ജീവിയ്ക്കുകയായിരുന്ന വിരൂപനായ ഒരു തവളയെ രാജകുമാരി കണ്ടു. രാജകുമാരി വെള്ളത്തിനരികിൽ നിശ്ശബ്ദയായി ഇരുന്നു കൊണ്ട്, തന്റെ അവസ്ഥയെക്കുറിച്ച് ചിന്തിയ്ക്കുകയും, സുന്ദരനായ ഒരു രാജകുമാരൻ വരുന്നതിനെക്കുറിച്ച് ആഗ്രഹിയ്ക്കുകയും ചെയ്തപ്പോൾ, തവള രാജകുമാരിയുടെ അടുത്തേയ്ക്ക് ചാടിയിരുന്ന് സംസാരിക്കാൻ തുടങ്ങി.

താൻ മുൻപ് സുന്ദരനായ ഒരു രാജകുമാരൻ ആയിരുന്നുവെന്നും രാജകുമാരി തന്നെ ചുംബിയ്ക്കുകയാണെങ്കിൽ താൻ പഴയ ആ രാജകുമാരനായി മാറുമെന്നും കുമാരിയെ വിവാഹം ചെയ്ത് എന്നെന്നേക്കും സ്നേഹിയ്ക്കുമെന്നും തവള പറഞ്ഞു.

ആ ആശയം അസംബന്ധമായി തോന്നിയെങ്കിലും കടുത്ത വിമുഖതയോടെ സകല ധൈര്യവും സംഭരിച്ച്, രാജകുമാരി തവളയുടെ ചുണ്ടിൽ തന്നെ ചുംബിച്ചു.

വാഗ്ദാനം ചെയ്തതുപോലെ, ഉടനെതന്നെ തവള സുന്ദരനായ ഒരു രാജകുമാരനായി രൂപാന്തരപ്പെട്ടു. രാജകുമാരൻ വാക്കു പാലിക്കുകയും രാജകുമാരിയെ വിവാഹം കഴിച്ച് സന്തോഷമായി ജീവിക്കുകയും ചെയ്തു.

കഥയുടെ ഗുണപാഠം

ഓരോ പുതിയ ദിവസത്തിനുംനേർക്ക് ആവേശത്തോടെയും പ്രതീക്ഷയോടെയും നോക്കുന്ന, യഥാർത്ഥ സന്തോഷവും ആരോഗ്യവും ഉല്ലാസവും അനുഭവിയ്ക്കുന്ന ഒരു വ്യക്തി ആയി മാറുന്നതിൽ നിന്ന് തടഞ്ഞു നിർത്തുന്ന ഒന്നോ അതിൽ അധികമോ പ്രതിബന്ധങ്ങൾ എറെക്കുറെ എല്ലാവർക്കും തന്നെ ഉണ്ടായിരിക്കും.

സാധ്യമായതെല്ലാം നേടുന്നതിന് മുൻപ്, നിങ്ങൾ

'ചുംബിയ്ക്കേണ്ടതായിട്ടുള്ള' നിങ്ങളുടെ ജീവിതത്തിലെ ആ 'തവള' ഏതാണ്? നിങ്ങൾക്ക് ആശ്ലേഷിയ്ക്കേണ്ടിവരുന്ന, ഇടപെടേണ്ടി വരുന്ന, ആകാൻ കഴിയുന്ന അത്ഭുതപ്പെടുത്തുന്ന വ്യക്തിയായി സ്വയം മാറാൻ ഉപയോഗപ്പെടുത്താവുന്ന ജീവിതത്തിലെ അശുഭകരമായ അനുഭവങ്ങൾ എന്തൊക്കെയാണ്?

എന്താണ് നമുക്കെല്ലാവർക്കും വേണ്ടത്

മനുഷ്യ ജീവിതത്തിന്റെ മഹത്തായ ലക്ഷ്യം സന്തോഷവും മനസ്സമാധാനവും ആസ്വദിയ്ക്കുക എന്നതാണ്. ഓരോ സാധാരണ വ്യക്തിയും സ്നേഹം, ആനന്ദം, സംതൃപ്തി, നിറവേറ്റലുകൾ എന്നിവയുടെ സത്വികാരങ്ങൾ ആസ്വദിക്കാനും അനുഭവിക്കാനും ആഗ്രഹിയ്ക്കുന്നവരാണ്.

ഒരു പക്ഷേ, മനഃശ്ശാസ്ത്രത്തിലെയും വ്യക്തിപരമായ പൂർത്തീകരണത്തിലെയും ഏറ്റവും വലിയ കണ്ടുപിടുത്തം, നിങ്ങൾക്കും അസാധാരണമായ ഒരു ജീവിതത്തിനും ഇടയിലുള്ള ഏറ്റവും വലിയ തടസ്സങ്ങൾ സാധാരണയായി നിങ്ങളോടും മറ്റുള്ളവരോടുമുള്ള നിഷേധാത്മക മനോഭാവമാണ് എന്നതാണ്. 'ആ തവളയെ ചുംബിയ്ക്കാൻ' പഠിയ്ക്കുമ്പോൾ മാത്രമാണ്, ഓരോ വ്യക്തിയിലും അനുഭവത്തിലും ശുഭകരവും ഉപയോഗപ്രദവുമായ എന്തെങ്കിലും തിരയുന്നത് സ്ഥിരമായ ഒരു ശീലമാക്കുമ്പോളാണ്, വിജയത്തിനായുള്ള മുഴുവൻ സാധ്യതകളുടെയും പൂട്ട് നിങ്ങൾ തുറന്നുവിടുന്നത്.

അൻപതെട്ടോളം രാജ്യങ്ങളിൽ നിന്നുള്ള അഞ്ചു ദശലക്ഷം മനുഷ്യരുമായുള്ള അയ്യായിരത്തോളം സംഭാഷണങ്ങളുടെയും സെമിനാറുകളുടെയും, (ബ്രയാൻ) കൗൺസലിങ്ങിലും മനഃശാസ്ത്രത്തിലുമുള്ള അനേകായിരം മണിക്കൂറുകളുടെ പ്രയത്നത്തിന്റെയും (ക്രിസ്റ്റീന) അടിസ്ഥാനത്തിൽ, ഈ പുസ്തകത്തിൽ നിന്ന്, അശുഭ ചിന്തയിൽ നിന്ന് ശുഭ ചിന്തയിലേക്ക് പെട്ടെന്ന് മാറുവാനും, നിങ്ങളുടെ ജീവിതത്തിലെ ഏതൊരു പ്രശ്നത്തെയും ഏതെങ്കിലും തരത്തിലുള്ള ഗുണമാക്കി മാറ്റുവാനും ഉപയോഗിയ്ക്കാവുന്ന, ലളിതവും ശക്തവുമായ രീതികളുടെയും സാങ്കേതികതകളുടെയും ഒരു ശ്രേണി തന്നെ നിങ്ങൾ സ്വായത്തമാക്കുന്നതാണ്. തികച്ചും ആത്മവിശ്വാസമുള്ള ഒരു വ്യക്തിയാകുന്നത് എങ്ങനെയെന്ന് നിങ്ങൾ പഠിക്കുകയും ഒരു അസാധാരണ ജീവിതം നയിക്കുന്നതിനുള്ള നിങ്ങളുടെ മുഴുവൻ സാധ്യതകളും പുറത്താക്കപ്പെടുകയും ചെയ്യും.

ഈ ഉപാധികളും തന്ത്രങ്ങളും ലോകത്താകമാനമുള്ള ദശലക്ഷക്കണക്കിന് ആളുകൾക്ക് പ്രയോജനപ്രദമായിട്ടുണ്ട്. നിങ്ങൾക്കും അങ്ങനെതന്നെ ആയിരിക്കും.

നമുക്ക് ആരംഭിക്കാം.

1

നിങ്ങളെക്കുറിച്ചുള്ള ഏഴ് സത്യങ്ങൾ

നിങ്ങളുടെ സ്വാഭാവികമായ അവസ്ഥ സന്തോഷവും, സമാധാനവും, ആഹ്ളാദവും, ജീവിച്ചിരിക്കുന്നതിൽ പൂർണ്ണമായ ആവേശവും നിറഞ്ഞതാണ്. ഈ സ്വാഭാവിക അവസ്ഥയിൽ എല്ലാ പ്രഭാതങ്ങളിലും നിങ്ങൾ എഴുന്നേൽക്കുന്നത്, ആ ദിവസം ആരംഭിക്കാനുള്ള വ്യഗ്രതയോടെയാണ്. നിങ്ങൾക്ക് സ്വയവും ജീവിതത്തിലെ മറ്റ് ആളുകളുമായുള്ള നിങ്ങളുടെ ബന്ധങ്ങളെക്കുറിച്ചും വിസ്മയം തോന്നുന്നു. നിങ്ങൾ നിങ്ങളുടെ ജോലി ആസ്വദിക്കുകയും മാറ്റമുണ്ടാക്കുന്ന ഒരു സംഭാവന നൽകുന്നതിൽ വലിയ സംതൃപ്തി നേടുകയും ചെയ്യുന്നു. മിക്ക സമയത്തും നിങ്ങൾക്ക് തോന്നുന്ന വിധത്തിൽ ജീവിതം ക്രമീകരിക്കുക എന്നതായിരിക്കണം നിങ്ങളുടെ പ്രാഥമിക ലക്ഷ്യം.

പൂർണ്ണമായി പ്രവർത്തിക്കുന്ന, പൂർണ്ണ പക്വതയുള്ള ഒരു മുതിർന്ന ആളെന്ന നിലയിൽ, നിങ്ങളുടെ സാധ്യതകളുടെ പൂർത്തീകരണത്തിലേക്ക് നയിക്കുന്ന കാര്യങ്ങളായിരിക്കണം എല്ലാ ദിവസവും നിങ്ങൾ ചെയ്തുകൊണ്ടിരിക്കേണ്ടത്. സകല മേഖലകളിലും ലഭിച്ചിട്ടുള്ള എല്ലാ അനുഗ്രഹങ്ങൾക്കും നിങ്ങൾ നന്ദിയുള്ളയാളായിരിക്കണം. ജീവിതത്തിന്റെ ഏതെങ്കിലും മേഖലയിൽ നിങ്ങൾ അസന്തുഷ്ടിയോ അസംതൃപ്തിയോ അനുഭവി

> മിക്കവാറും ആളുകൾ അവരുടെ മനസ്സിനെ സജ്ജീകരിച്ചുവെക്കുന്നതിനനുസരിച്ചാണ് സന്തോഷമായിട്ടിരിക്കുന്നത്.
>
> **അബ്രഹാം ലിങ്കൺ**

യ്ക്കുകയാണെങ്കിൽ, ചിന്തകളിലോ തോന്നലുകളിലോ പ്രവൃത്തികളിലോ തിരുത്തപ്പെടേണ്ട എന്തോ ശരികേട് നിലനിൽക്കുന്നുണ്ട്.

മുഴുവൻ സാധ്യതകളെയും തുറന്നു വിടുന്നതിനുള്ള പ്രാഥമികമായ കാര്യം, *ഇതിനകം തന്നെ* നിങ്ങളൊരു രാജകുമാരനോ രാജകുമാരിയോ ആണെന്ന് സ്വയം ആഴത്തിൽ തിരിച്ചറിയുക എന്നതാണ്.

നിങ്ങൾ ഇന്ന് എവിടെ ആയിരുന്നാലും, മുൻകാലങ്ങളിൽ നിങ്ങൾ എന്ത് ചെയ്തിട്ടുണ്ടെങ്കിലും ഒരു വ്യക്തിയെന്ന നിലയിൽ നിങ്ങളെക്കുറിച്ചുള്ള ഏഴ് സത്യങ്ങൾ നിങ്ങൾ അംഗീകരിയ്ക്കേണ്ടതുണ്ട്.

1. നിങ്ങൾ തികച്ചും *നല്ലവനും മികച്ചവനുമായ ഒരു വ്യക്തിയാണ്*; അളക്കാൻ കഴിയുന്നതിനുമപ്പുറം വിലയും മൂല്യവുമുള്ള ഒരാൾ. നിങ്ങളെക്കാൾ കഴിവുള്ളവരോ മികച്ചവരോ ആയി ആരും തന്നെയില്ല.

    നിങ്ങൾക്കുള്ള ആവശ്യമായ നന്മയെയും മൂല്യത്തെയും *സംശയിക്കുമ്പോൾ* മാത്രമേ സ്വയം ചോദ്യം ചെയ്യാൻ നിങ്ങൾ തുടങ്ങുകയുള്ളൂ. ഒരു നല്ല വ്യക്തിയാണെന്ന് അംഗീകരിയ്ക്കാനുള്ള കഴിവില്ലായ്മയാണ് നിങ്ങളുടെ അതൃപ്തിയുടെ മൂലകാരണം.

2. പല രീതിയിലും *നിങ്ങൾ വളരെ പ്രധാനപ്പെട്ടയാളാണ്*. ആദ്യമായി, നിങ്ങൾ നിങ്ങൾക്ക് സ്വയം പ്രധാനപ്പെട്ടയാളാണ്. നിങ്ങളുടെ സ്വകാര്യപ്രപഞ്ചം ഒരു വ്യക്തി എന്ന നിലയിൽ നിങ്ങളെ ചുറ്റിപ്പറ്റിയുള്ളതാണ്. കാണുകയും കേൾക്കുകയും ചെയ്യുന്ന എല്ലാത്തിനും നിങ്ങളാണ് അർത്ഥം നൽകുന്നത്.

    നിങ്ങളുടെ ലോകത്ത്, *നിങ്ങൾ* കല്പിച്ചു കൊടുക്കുന്ന പ്രാധാന്യം അല്ലാതെ മറ്റൊരു പ്രാധാന്യവും ഒന്നിനുമില്ല.

    നിങ്ങളുടെ മാതാപിതാക്കൾക്കും നിങ്ങൾ പ്രധാനപ്പെട്ടവരാണ്. നിങ്ങളുടെ ജനനം അവരുടെ ജീവിതത്തിലെ സുപ്രധാന നിമിഷം ആയിരിക്കുകയും വളരുന്തോറും നിങ്ങൾ ചെയ്തവയിൽ ഏറെക്കുറെ എല്ലാം തന്നെ അവർക്ക് അർത്ഥപൂർണ്ണമായിരിക്കുകയും ചെയ്യും.

    സ്വന്തം കുടുംബത്തിനും, പങ്കാളിയ്ക്ക് അല്ലെങ്കിൽ ഇണയ്ക്കും, നിങ്ങളുടെ കുട്ടികൾക്കും ചുറ്റുപാടിലെ മറ്റ് ആളുകൾക്കും നിങ്ങൾ പ്രധാനമാണ്. നിങ്ങൾ ചെയ്യുന്നതോ പറയുന്നതോ ആയ ചില കാര്യങ്ങൾ അവരിൽ വലിയ സ്വാധീനം ചെലുത്തുന്നുണ്ട്.

നിങ്ങളുടെ കമ്പനിയ്ക്കും ഉപഭോക്താക്കൾക്കും സഹപ്രവർത്ത കർക്കും സമൂഹത്തിനും നിങ്ങൾ പ്രധാനമാണ്. നിങ്ങൾ ചെയ്യുന്നതോ ചെയ്യാത്തതോ ആയ കാര്യങ്ങൾ മറ്റുള്ളവരുടെ ജീവിതത്തിലും ജോലിയിലും വലിയ ഫലങ്ങൾ ഉണ്ടാക്കുന്നുണ്ട്.

നിങ്ങൾക്ക് എത്രത്തോളം പ്രാധാന്യം അനുഭവപ്പെടുന്നു എന്നത് നിങ്ങളുടെ ജീവിത നിലവാരത്തെ വലിയ തോതിൽ നിർണ്ണയിയ്ക്കുന്നു. സന്തുഷ്ടരും വിജയികളുമായ മനുഷ്യർക്കാണ് പ്രാധാന്യവും വിലയും അനുഭവപ്പെടുന്നത്. അവർ അങ്ങനെ പ്രവർത്തിയ്ക്കുകയും അനുഭവിയ്ക്കുകയും ചെയ്യുന്നതിനാൽ, അത് സത്യമായി ഭവിയ്ക്കുന്നു.

അസന്തുഷ്ടരും നിരാശരുമായ മനുഷ്യർക്ക് അപ്രാധാന്യവും വിലയില്ലായ്മയും അനുഭവപ്പെടും. അവർക്ക് ഇച്ഛാഭംഗവും അയോഗ്യതയും അനുഭവപ്പെടുന്നു. "ഞാൻ മതിയായവ നല്ലെന്ന്" അവർക്ക് തോന്നുകയും തത്ഫലമായി ഈ ലോകത്തിനു നേർക്ക് ആഞ്ഞടിയ്ക്കുകയും തങ്ങളെയും മറ്റുള്ള വരെയും വേദനിപ്പിയ്ക്കുന്ന പെരുമാറ്റങ്ങളിൽ ഏർപ്പെടുകയും ചെയ്യുന്നു.

ഉള്ളിൽ തങ്ങൾ ഒരു രാജകുമാരിയോ രാജകുമാരനോ ആയിരിക്കുമെന്ന് അവർ മനസ്സിലാക്കുന്നതേയില്ല.

3. ആഗ്രഹിയ്ക്കുന്നത് പോലെയുള്ള ജീവിതവും നിങ്ങളുടേതായ ലോകവും ഉണ്ടാക്കിയെടുക്കുന്നതിനുള്ള, *കഴിവും അനന്തമായ സാധ്യതകളും നിങ്ങൾക്കുണ്ട്*. നൂറു വർഷം ജീവിച്ചിരുന്നാൽ പോലും നിങ്ങളുടെ മുഴുവൻ കഴിവുകളും ഉപയോഗിയ്ക്കാൻ സധിയ്ക്കുകയില്ല.

നിങ്ങൾ ഇതുവരെ എന്തൊക്കെ നേടിയിരുന്നാലും ശരി, അതെല്ലാം നിങ്ങളുടെ യഥാർത്ഥ സാധ്യതകളിലേക്കുള്ള കേവല സൂചനകൾ മാത്രമാണ്. നിലവിൽ നിങ്ങൾക്കുള്ള സ്വാഭാവികമായ കഴിവുകളും വൈദഗ്ധ്യങ്ങളും എത്രത്തോളം വികസിപ്പിയ്ക്കുന്നുവോ, ഭാവിയിൽ അത്രത്തോളം തന്നെ നിങ്ങളുടെ സാധ്യതകൾ വർദ്ധിപ്പിയ്ക്കാൻ കഴിയുന്നതാണ്.

ഏറെക്കുറെ അതിരില്ലാത്ത നിങ്ങളുടെ സാധ്യതകളിലുള്ള വിശ്വാസമാണ്, നിങ്ങൾക്ക് യഥാർത്ഥത്തിൽ ആയിത്തീരു വാൻ കഴിയുന്നതെല്ലാം ആയി മാറുന്നതിനുള്ള താക്കോൽ.

4. ചിന്തിക്കുന്ന രീതികൊണ്ടും, ബോധ്യങ്ങളുടെ ആഴങ്ങൾ കൊണ്ടും, എല്ലാ അർത്ഥത്തിലും *നിങ്ങൾ നിങ്ങളുടേതായ ലോകം നിർമ്മിച്ചെടുക്കുന്നു.* നിങ്ങളുടെ വിശ്വാസങ്ങളാണ് സത്യത്തിൽ നിങ്ങളുടെ യാഥാർത്ഥ്യങ്ങളെ സൃഷ്ടിച്ചെടുക്കുന്നത്. നിങ്ങളെക്കുറിച്ചുള്ള എല്ലാ വിശ്വാസങ്ങളും ശൈശവത്തിൽ നിന്നു തുടങ്ങി നിങ്ങൾ *പഠിച്ചെടുത്തവയാണ്.* നിങ്ങളുടെ സന്തോഷത്തിലും വിജയത്തിലും കൈകടത്തുന്ന നിഷേധാത്മകമോ സ്വയം പരിമിതപ്പെടുത്തുന്നതോ ആയ വിശ്വാസങ്ങളോ സംശയങ്ങളോ, വസ്തുതകളെയോ യാഥാർത്ഥ്യങ്ങളെയോ അടിസ്ഥാനപ്പെടുത്തിയവ ആയിരിക്കുകയില്ല എന്നതാണ് അതിശയകരമായ കാര്യം.

സ്വയം പരിമിതപ്പെടുത്തുന്ന വിശ്വാസങ്ങളെ ചോദ്യം ചെയ്യുവാനും യഥാർത്ഥത്തിലുള്ള നിങ്ങളെന്ന അവിശ്വസനീയമായ വ്യക്തിയുമായി പൊരുത്തപ്പെട്ടു പോകുന്ന വിശ്വാസങ്ങൾ വികസിപ്പിച്ചെടുക്കുകയും ചെയ്യുന്നതോടെ, നിങ്ങളുടെ ജീവിതം ഏറെക്കുറെ വേഗത്തിൽ മാറിമറിയുന്നതാണ്.

5. ചിന്തകളുടെ ഉള്ളടക്കവും ജീവിതത്തിന്റെ ദിശയും *തിരഞ്ഞെടുക്കാൻ ഉള്ള സ്വാതന്ത്ര്യം നിങ്ങൾക്ക് എല്ലായ്പ്പോഴുമുണ്ട്.* നിങ്ങൾക്ക് പൂർണ്ണ നിയന്ത്രണമുള്ള ഒരു കാര്യം നിങ്ങളുടെ ആന്തരിക ജീവിതവും ചിന്താരീതിയുമാണ്. നല്ല പ്രവൃത്തികളിലേയ്ക്കും ഗുണഫലങ്ങളിലേയ്ക്കും നയിക്കുന്ന സന്തോഷമുള്ള, തൃപ്തിപ്പെടുത്തുന്ന, അഭിവൃദ്ധിപ്പെടുത്തുന്ന ചിന്തകൾക്കായി നിങ്ങൾക്ക് തീരുമാനം എടുക്കാവുന്നതാണ്. അല്ലെങ്കിൽ സ്ഥിരസ്ഥിതിയായി, അശുഭകരവും സ്വയം പരിമിതപ്പെടുത്തുന്നതുമായ, നിങ്ങളെ മുകളിലേയ്ക്ക് വലിച്ചെറിയുകയും തടഞ്ഞു നിർത്തുകയും ചെയ്യുന്ന ചിന്തകളെ തിരഞ്ഞെടുക്കാവുന്നതാണ്.

നിങ്ങളുടെ മനസ്സ് ഒരു ഉദ്യാനം പോലെയാണ് : മനഃപ്പൂർവ്വമായി പൂക്കൾ കൃഷി ചെയ്തിട്ടില്ല എങ്കിൽ, നിങ്ങളുടെ ഭാഗത്തു നിന്ന് യാതൊരു ശ്രമവുമില്ലാതെ തന്നെ കളകൾ സ്വയമേവ വളരും. നിങ്ങൾ ആലോചനാപൂർവ്വം ശുഭചിന്തകൾ നട്ടുവളർത്തിയില്ലെങ്കിൽ, അവിടെ നല്ലതല്ലാത്ത ചിന്തകൾ വളർന്നു തുടങ്ങും.

എന്തു കൊണ്ടാണ് കുറേയധികം ആളുകൾ അസന്തുഷ്ടരും അതിന്റെ കാരണമറിയാത്തവരുമായിരിയ്ക്കുന്നതെന്ന്

ഉദ്യാനത്തെക്കുറിച്ചുള്ള ഈ ലളിതമായ രൂപകം വിവരിച്ചു തരുന്നു.

6. നിങ്ങൾ ഈ ഭൂമിയിൽ ഉള്ളത് *വലിയൊരു വിധിയാൽ ആണ്*. ജീവിതത്തിൽ എന്തെങ്കിലും അത്ഭുതകരമായത് ചെയ്യാൻ ആണ് നിങ്ങളിൽ ഉദ്ദേശിക്കപ്പെട്ടിട്ടുള്ളത്. ഇതുവരെ ജീവിച്ചിരുന്നവരിൽ നിന്നും വ്യത്യസ്തനാക്കുന്ന കഴിവുകളുടെയും വൈദഗ്ധ്യങ്ങളുടെയും ആശയങ്ങളുടെയും ഉൾക്കാഴ്ചകളുടെയും അതുല്യമായ സംയോജനം നിങ്ങൾക്കുണ്ട്. നിങ്ങളെ വിജയത്തിനായി രൂപകല്പന നടത്തിയിരിക്കുകയും മഹത്വത്തിനായി നിർമ്മിക്കുകയും ചെയ്തിരിക്കുന്നു.

ഈ കാര്യത്തെ പ്രതിയുള്ള നിങ്ങളുടെ സ്വീകാര്യതയോ അസ്വീകാര്യതയോ, നിങ്ങൾ ഉന്നം വെയ്ക്കുന്ന ലക്ഷ്യത്തിന്റെ വലിപ്പത്തെയും, പ്രതികൂല സാഹചര്യങ്ങളെ നേരിടാനുള്ള ശക്തിയെയും നേട്ടങ്ങളുടെ ഉയരത്തെയും ജീവിതത്തിന്റെ മുഴുവൻ ദിശയെയും വലിയ രീതിയിൽ നിർണ്ണയിക്കുന്നുണ്ട്.

7. നിങ്ങൾക്ക് ചെയ്യാൻ കഴിയുന്നതിനോ, ആയിരിക്കാൻ കഴിയുന്നതിനോ, സ്വന്തമാക്കാൻ കഴിയുന്നതിനോ സ്വന്തം ചിന്തകളിലോ ഭാവനയിലോ കല്പിക്കുന്ന *പരിധിക്കപ്പുറമുള്ള പരിമിതികളില്ല*. എക്കാലത്തും നിങ്ങൾ നേരിടാൻ പോകുന്ന ഏറ്റവും വലിയ ശത്രുക്കൾ സംശയങ്ങളും ഭയങ്ങളുമാണ്. ചോദ്യം ചെയ്യാത്തിടത്തോളം, വർഷങ്ങളായി നിങ്ങൾ സ്വീകരിച്ചു പോന്നിട്ടുള്ള, വസ്തുതകളെ അടിസ്ഥാനപ്പെടുത്തി ആയിരിക്കണമെന്നില്ലാത്ത അശുഭകരമായ വിശ്വാസങ്ങളാണ് സാധാരണയായി അവ.

ദി ടെമ്പെസ്റ്റ്-ൽ ഷേക്സ്പിയർ എഴുതിയതു പോലെ "കഴിഞ്ഞു പോയവ ആമുഖമാണ്" ഭൂതകാലത്തിൽ നിങ്ങൾക്ക് സംഭവിച്ചവയെല്ലാം തന്നെ ഭാവിയിൽ മുന്നിൽ കിടക്കുന്ന അത്ഭുതകരമായ ജീവിതത്തിലേക്കുള്ള തയ്യാറെടുപ്പുകളാണ്.

ഈ നിയമം ഓർക്കുക : *നിങ്ങൾ എവിടെ നിന്ന് വരുന്നു എന്നത് പ്രശ്നമേയല്ല; നിങ്ങൾ എവിടേക്കാണ് പോകുന്നത് എന്നതാണ് പ്രധാനം.*

മൈക്കലാഞ്ചലോയുടെ *ഡേവിഡ്*

ഇറ്റലിയിലെ ഫ്ലോറൻസിൽ, അക്കാദമിയിലെ ഗാലറിയിൽ കാണുന്ന മൈക്കലാഞ്ചലോയുടെ *ഡേവിഡ്*, ലോകത്തിലെ തന്നെ ഏറ്റവും മനോഹരമായ ശില്പമായാണ് പലരും പരിഗണിയ്ക്കുന്നത്.

അത്രയും മനോഹരമായ ശില്പങ്ങൾ കൊത്തിയുണ്ടാക്കാൻ എങ്ങനെ കഴിയുന്നുവെന്ന് മൈക്കലാഞ്ചലോയോട് ജീവിതത്തിൽ പിന്നീട് ചോദിച്ചതായി പറയപ്പെടുന്നു. ഒരു സുപ്രഭാതത്തിൽ തന്റെ സ്റ്റുഡിയോയിലേക്ക് നടക്കുമ്പോൾ, കുറച്ച് വർഷങ്ങൾക്ക് മുമ്പ് മലയിൽ നിന്ന് ഇറക്കിക്കൊണ്ടുവന്ന മാർബിൾ കട്ടയും പുല്ലും കുറ്റിക്കാടുകളും കൊണ്ട് പടർന്നു കിടക്കുന്ന ഒരു വശത്തെ തെരുവിലേയ്ക്ക് കണ്ണോടിച്ചു നോക്കി എന്നദ്ദേഹം വിശദീകരിയ്ക്കുകയുണ്ടായി.

ആ വഴിയിലൂടെ ഒരുപാട് തവണ നടന്നു പോയിട്ടുണ്ടെങ്കിലും അത്തവണ അയാൾ അവിടെ നിന്ന്, അതിനു ചുറ്റും പല തവണ നടന്നുകൊണ്ട് മാർബിളിന്റെ കൂറ്റൻ കട്ടകൾ പരിശോധിച്ചു. താൻ കൊത്തിയുണ്ടാക്കിയ പ്രതിമ നിർമ്മിച്ചെടുക്കാനായി അന്വേഷിച്ചു കൊണ്ടിരുന്നത് കൃത്യമായും ഇതിനുവേണ്ടി തന്നെയായിരുന്നു എന്ന് അദ്ദേഹം പെട്ടെന്നു തന്നെ തിരിച്ചറിഞ്ഞു. ആ കൂറ്റൻ കട്ടകൾ തന്റെ സ്റ്റുഡിയോയിലേക്ക് കൊണ്ടു വന്ന്, *ഡേവിഡ്* സൃഷ്ടിയ്ക്കാൻ ഏകദേശം നാലു വർഷത്തോളം അദ്ദേഹം അതിൽ പ്രവർത്തിയ്ക്കുകയുണ്ടായി.

ചരിത്രമനുസരിച്ച്, പിന്നീട് അദ്ദേഹം ഇങ്ങനെ പറഞ്ഞു, "വളരെ തുടക്കത്തിൽ തന്നെ മാർബിളിന്റെ കട്ടകളിൽ ഞാൻ *ഡേവിഡ്*-നെ കണ്ടിരുന്നു. പൂർണ്ണത മാത്രം അവശേഷിയ്ക്കും വരെ *ഡേവിഡ് അല്ലാത്തതെല്ലാം* നീക്കം ചെയ്തെടുക്കുക എന്നതായിരുന്നു എന്റെ ഏക ജോലി."

ഇത് നിങ്ങളുടെ കഥയാണ്

അതേ അർത്ഥത്തിൽ, നിങ്ങൾ മാർബിളിൽ തടവിലാക്കപ്പെട്ട *ഡേവിഡിനെ* പോലെ ആയിരിക്കാം. ആയിരിക്കാൻ കഴിയുന്ന ഏറ്റവും മികച്ച വ്യക്തി ആയി മാറുന്നത് വരെ, നിങ്ങളെ തടഞ്ഞു നിർത്തുന്ന എല്ലാ ഭയങ്ങളെയും, സംശയങ്ങളെയും, അരക്ഷിതാവസ്ഥകളെയും, അശുഭ വികാരങ്ങളെയും തെറ്റായ വിശ്വാസങ്ങളെയും നീക്കം ചെയ്യുക എന്നതാണ് നിങ്ങളുടെ ജീവിതത്തിലെ ഏറ്റവും വലിയ ലക്ഷ്യം.

നിങ്ങളുടെ ജോലി "ആ തവളയെ ചുംബിയ്ക്കുക" എന്നതും എല്ലാ സാഹചര്യങ്ങളിലെയും ശുഭകരമായ ഘടകങ്ങൾ കണ്ടെത്തുകയും നല്ലതല്ലാത്ത എല്ലാറ്റിനെയും മനഃപൂർവ്വം മികച്ചതാക്കി മാറ്റുകയും നിങ്ങളുടെ ജീവിതത്തിലെ സുന്ദരനായ രാജകുമാരനെ അഴിച്ചു വിടുകയും ചെയ്യുക എന്നതുമാണ്.

വിജയത്തിനും സന്തോഷത്തിനുമായി ഉള്ള നിങ്ങളുടെ മുഴുവൻ സാധ്യതകളുടെയും പൂട്ടു തുറക്കുമെന്നും ഉള്ളിൽ ആഴത്തിൽ ഒളിഞ്ഞിരിക്കുന്ന അസാധാരണനായ നിങ്ങളിലെ വ്യക്തി ആയി മാറുമെന്നും ഇപ്പോൾത്തന്നെ തീരുമാനമെടുക്കുക. ഈ ലോകത്ത് നിങ്ങൾ നേടിയെടുക്കണമെന്ന് കരുതിയ എല്ലാ അത്ഭുതകരമായ കാര്യങ്ങളും നിങ്ങളിതാ നിറവേറ്റാൻ പോകുന്നു. മുന്നോട്ടുള്ള പേജുകളിൽ അതെങ്ങനെയെന്ന് നിങ്ങൾ മനസ്സിലാക്കും.

ഇപ്പോൾ ഇത് ചെയ്യുക

നിങ്ങളുടെ വ്യക്തിപരമായ കഴിവുകളെക്കുറിച്ചുള്ള അശുഭകരമോ സ്വയം പരിമിതപ്പെടുത്തുന്നതോ ആയ വിശ്വാസങ്ങളെയോ നിങ്ങളെ പിന്തിരിപ്പിച്ചേക്കാവുന്ന സാഹചര്യങ്ങളെയോ തിരിച്ചറിയുക. അതിനു ശേഷം സ്വയം ചോദിയ്ക്കുക, "അവ സത്യമായിരുന്നില്ലെങ്കിൽ?"

ജീവിതത്തിൽ മിക്കവാറും എന്തും നേടാനുള്ള കഴിവും വൈദഗ്ധ്യവും നിങ്ങൾക്കുണ്ടെങ്കിൽ? നിങ്ങൾക്ക് യാതൊരു വിധ പരിമിതികളുമില്ലെങ്കിൽ? വിജയം ഉറപ്പു ലഭിച്ചിട്ടുണ്ടെങ്കിൽ എന്തു ലക്ഷ്യമായിരിക്കും നിങ്ങൾക്കു വേണ്ടി ക്രമീകരിയ്ക്കുക? ഇന്നു മുതൽ വ്യത്യസ്തമായി നിങ്ങൾ എന്തു ചെയ്യും?

2

നിങ്ങളുടെ സുന്ദരനായ രാജകുമാരനെ സങ്കല്പിയ്ക്കുക

കണ്ടുമുട്ടുന്നവരിൽ ആരെയും വിവാഹം ചെയ്യുന്നത് രാജകുമാരി സ്വപ്നം കാണാൻ തുടങ്ങിയിരുന്നതേ ഇല്ല. എല്ലാ അർത്ഥത്തിലും തനിയ്ക്ക് അനുയോജ്യനായ ഒരു സുന്ദരനായ രാജകുമാരനെ കണ്ടുമുട്ടുക എന്ന വ്യക്തമായ ആശയത്തോടെയാണ് അവൾ തുടങ്ങിയത്. ജോലിസ്ഥലത്തോ വ്യക്തിജീവിതത്തിലോ ഉള്ള നിങ്ങളുടെ 'സുന്ദരനായ രാജകുമാരൻ' അല്ലെങ്കിൽ 'രാജകുമാരി' എന്താണ്?

യഥാർത്ഥ സന്തോഷവും നിറവുമുള്ള ഒരു ആളാവാൻ, നിങ്ങൾ ആയിരിക്കാൻ ആഗ്രഹിക്കുന്ന മാതൃകയിലുള്ള വ്യക്തിത്വത്തിന്റെയും ജീവിയ്ക്കാൻ ആഗ്രഹിക്കുന്ന തികഞ്ഞ ജീവിതത്തിന്റെയും വ്യക്തമായ നിർവ്വചനത്താൽ ആരംഭിയ്ക്കേണ്ടതാണ്. നിങ്ങൾ ഏറ്റവും മികച്ച വ്യക്തിയാണെങ്കിൽ നിങ്ങൾക്ക് എന്തെല്ലാം ഗുണങ്ങളും സവിശേഷതകളും ഉണ്ടായിരിക്കും?

പൂർണ്ണമായി പ്രവർത്തിയ്ക്കുന്ന, സ്വയം യാഥാർത്ഥ്യമാകുന്ന ആളുകളെ മനഃശാസ്ത്രജ്ഞർ വിവരിയ്ക്കുന്നത്, *യഥാർത്ഥമായ സന്തോഷമുള്ള, സ്വയമായും ഈ ലോകവുമായും സമാധാനത്തിൽ വർത്തിയ്ക്കുന്ന,*

ചെറിയ സ്വപ്നങ്ങൾ കാണാതിരിയ്ക്കുക. കാരണം അവയ്ക്ക് മനുഷ്യരുടെ ഹൃദയങ്ങളെ ചലിപ്പിയ്ക്കാനുള്ള ശക്തിയില്ല.

വോൾഫ്ഗ്യാങ് വോൻ ഗോത്

ആത്മവിശ്വാസമുള്ള, ശുഭ ചിന്തകരായ, വ്യക്തിത്വമുള്ള, സ്വസ്ഥതയുള്ള, അവനവന്റെ മുഴുവൻ സാധ്യതകളെയും സഫലീ കരിയ്ക്കുന്നു എന്ന് കരുതുന്ന, നന്ദിയുള്ള, ഊർജ്ജസ്വലരായ, പൊതുവിൽ ജീവിതത്തെക്കുറിച്ച് അതിഗംഭീരം എന്ന് തോന്നലുള്ള ആളുകൾ എന്നാണ്. പ്രസ്തുത വിവരണം, വരും മാസങ്ങളിലേയ്ക്ക് നിങ്ങൾക്ക് ഒരു നല്ല ലക്ഷ്യമാണെങ്കിൽ, എങ്ങനെ അത്തരം ഒരു വ്യക്തി ആകാമെന്ന് ഈ പുസ്തകം നിങ്ങളെ കാണിയ്ക്കും.

മാന്ത്രിക വടി ഉപയോഗിച്ചുള്ള വ്യായാമം

മാന്ത്രിക വടി ഉപയോഗിച്ചു കൊണ്ടുള്ള വ്യായാമം പരിശീലിയ്ക്കുക. ഭാവിയിലേക്ക് ചിന്തിയ്ക്കുന്നത് പോലെ, ഒരു മാന്ത്രിക വടി വീശി സന്തോഷത്തിന്റെയോ അസന്തുഷ്ടിയുടെയോ ഭൂരിഭാഗവും നിർണ്ണയിക്കുന്ന ഈ നാലു മേഖലകളിൽ നിങ്ങളുടെ ജീവിതം മാതൃകാപരമാക്കാൻ കഴിയുന്നു എന്ന് സങ്കല്പിയ്ക്കുക : (1) വരുമാനവും തൊഴിലും, (2) കുടുംബവും ബന്ധങ്ങളും, (3) ആരോഗ്യവും നല്ല ശാരീരിക സ്ഥിതിയും, (4) സാമ്പത്തിക സ്വാതന്ത്ര്യം.

വിജയിച്ച ആളുകളുടെ ഏറ്റവും പ്രധാനപ്പെട്ട സ്വഭാവങ്ങ ളിലൊന്ന് 'ആദർശവൽക്കരണം' ആണ്. ആദർശവൽക്കരണത്തിൽ നിങ്ങൾ ജീവിതത്തിലെ എല്ലാ മേഖലകളിലും, തന്റെ പൂർണ്ണതയുള്ള ഭാവിയ്ക്കായി ഒരു ദർശനം സൃഷ്ടിയ്ക്കുന്നു. നിങ്ങൾ "പരിധിയില്ല" എന്ന ചിന്ത പരിശീലിയ്ക്കുന്നു.

നിങ്ങൾക്ക് *എന്തും ആകാനോ, എന്തും സ്വന്തമാക്കാനോ എന്തും ചെയ്യുവാനോ* ആവശ്യമുള്ള മുഴുവൻ സമയവും പണവും സുഹൃത്തുക്കളും ബന്ധങ്ങളും പൂർണ്ണമായ വിദ്യാഭ്യാസവും അനുഭവവും എല്ലാ തരത്തിലുമുള്ള കഴിവുകളും പ്രാഗൽഭ്യങ്ങളും ഉണ്ടെന്ന് സങ്കല്പിയ്ക്കുക. ഇങ്ങനെ ഒരു സാഹചര്യമായിരുന്നു എങ്കിൽ നിങ്ങൾ ജീവിതം കൊണ്ട് എന്ത് ചെയ്യാൻ ആഗ്രഹിയ്ക്കും?

ആദർശവൽക്കരണവും മാന്ത്രിക വടി ഉപയോഗിച്ചുള്ള പരിശീലനവും സംയോജിപ്പിക്കുമ്പോൾ ദൈനംദിന ജോലിയുടെയും ബില്ലടയ്ക്കലിന്റെയും നിയന്ത്രണങ്ങളിൽ നിന്ന് നിങ്ങൾ നിങ്ങളുടെ മനസ്സിനെ മോചിപ്പിക്കും. എല്ലാ മേഖലകളിലെയും ഉന്നതരുടെയും മുന്തിയ പ്രകടനം കാഴ്ച വെയ്ക്കുന്നവരുടെയും മുഖമുദ്രയായ 'ആകാശവും കടന്ന ചിന്ത'യാണ് നിങ്ങൾ പരിശീലിയ്ക്കുന്നത്.

മികച്ച ഭാവി രൂപകൽപന ചെയ്യുക

"ഭാവിയിൽ-നിന്ന്-തിരികെ" ചിന്തിയ്ക്കുന്ന രീതി പരിശീലിയ്ക്കുക. അഞ്ചു വർഷത്തിന്റെ ഒരു പദ്ധതി മുന്നോട്ടു വെയ്ക്കുകയും ഇന്ന് നിങ്ങൾ ഉള്ളയിടത്തേക്ക് തിരിഞ്ഞു നോക്കുകയും ചെയ്യുക. താഴെ പറയുന്ന ചോദ്യങ്ങൾക്കുള്ള ഉത്തരങ്ങൾ എഴുതുക :

1. നിങ്ങളുടെ ജോലിയോ ഔദ്യോഗിക ജീവിതമോ ബിസിനസ്സോ അഞ്ചു വർഷങ്ങൾക്കുള്ളിൽ കുറ്റമറ്റതാവുക യാണെങ്കിൽ അതെങ്ങനെയായിരിക്കും? എത്രയായിരിക്കും നിങ്ങൾ സമ്പാദിയ്ക്കുന്നത്? ഇന്നത്തേതിൽ നിന്നും നിങ്ങളുടെ സാഹചര്യം എങ്ങനെയായിരിക്കും വ്യത്യാസപ്പെട്ടിരിക്കുന്നത്?

   എന്തുകൊണ്ടാണ് നിങ്ങൾ ഇത്തരമൊരു ജീവിതം ഇതുവരെയും ജീവിയ്ക്കുകയും മാതൃകാപരമായ ഔദ്യോഗിക ഇടവും വരുമാനവും ആസ്വദിക്കുകയും ചെയ്യാതിരുന്നത്?

2. നിങ്ങളുടെ കുടുംബവും ബന്ധങ്ങളും വീടും ജീവിതരീതിയും അഞ്ചു വർഷങ്ങൾക്കകം കുറ്റമറ്റവയാകുകയാണെങ്കിൽ, അവ എങ്ങനെയായിരിക്കും? ഇന്നുള്ളതിൽ നിന്ന് അവ എങ്ങനെ ആയിരിക്കും വ്യത്യാസപ്പെട്ടിരിക്കുന്നത്?

   മാതൃകാപരമായ ഒരു ഗൃഹജീവിതം നിർമ്മിച്ചെടുക്കാനായി നിങ്ങൾക്ക് സ്വീകരിക്കാൻ കഴിയുന്ന ആദ്യത്തെ പടി എന്താണ്?

3. നിങ്ങളുടെ ആരോഗ്യത്തിന്റെയും ശാരീരികസ്ഥിതിയുടെയും നില അഞ്ചു വർഷങ്ങൾക്കുള്ളിൽ പരിപൂർണ്ണമാവുക യാണെങ്കിൽ നിങ്ങളെ കാണാൻ എങ്ങനെ ഇരിക്കും? നിങ്ങൾക്ക് എന്തായിരിക്കും തോന്നുക? എത്രയായിരിക്കും നിങ്ങളുടെ ഭാരം? ദിവസത്തിൽ അല്ലെങ്കിൽ ആഴ്ചയിൽ നിങ്ങൾ എത്രത്തോളം വ്യായാമം ചെയ്യും? ഏതൊക്കെ തരം ഭക്ഷണങ്ങൾ ആയിരിക്കും നിങ്ങൾ ആഹരിക്കുക? നിങ്ങൾ ഇന്നത്തെ വ്യക്തിയിൽ നിന്ന് ശാരീരികമായി എങ്ങനെ വ്യത്യസ്തനാകും?

   പൂർണ്ണമായ ആരോഗ്യവും ശാരീരിക സ്ഥിതിയും ആസ്വദിയ്ക്കാൻ നിങ്ങൾക്ക് ചെയ്തു തുടങ്ങാൻ അല്ലെങ്കിൽ നിർത്തി വെയ്ക്കാൻ സാധിയ്ക്കുന്ന പ്രാഥമികമായ കാര്യം എന്താണ്?

4. അവസാനമായി, നിങ്ങളുടെ സാമ്പത്തിക സാഹചര്യം അഞ്ചു വർഷങ്ങൾക്കുള്ളിൽ തികഞ്ഞതാകുകയാണെങ്കിൽ, നിങ്ങളുടെ മൂല്യം എത്രയായിരിക്കും? നിങ്ങൾക്ക് ബാങ്കിൽ എത്ര പണമുണ്ടാകും? ഓരോ മാസവും വർഷവും നിങ്ങളുടെ നിക്ഷേപങ്ങളിൽ നിന്ന് എത്രയായിരിക്കും നിങ്ങൾ സമ്പാദിക്കുന്നുണ്ടാകുക?

നിങ്ങൾക്ക് എടുക്കാൻ സാധിക്കുന്ന ആദ്യ ചുവട് എന്താണ്?

എല്ലാം തികഞ്ഞൊരു ദിവസം ആസൂത്രണം ചെയ്യുക

ഭർത്താവുമായി ചിലവഴിക്കുന്ന ദിവസം ക്രിസ്റ്റീന പലപ്പോഴും അയാളോട് ചോദിക്കുമായിരുന്നു, "ഇതായിരുന്നു നിങ്ങളുടെ എല്ലാം തികഞ്ഞ ദിവസമെങ്കിൽ, നിങ്ങൾ എന്തായിരിക്കും ചെയ്യുക?" ഇതേ ചോദ്യം അവൾ സ്വയവും ചോദിക്കും. അതിനുശേഷം അവർ അവരുടെ പൂർണ്ണമായ രണ്ടു ദിവസങ്ങൾ സംയോജിപ്പിക്കാനുള്ള വഴി കണ്ടെത്തും.

തുടക്കത്തിലേ വിട്ടുവീഴ്ച ചെയ്യേണ്ടി വരുമെന്ന വസ്തുത അവർ അംഗീകരിച്ചിരുന്നു എങ്കിൽ തങ്ങളുടെ തികഞ്ഞ ദിവസങ്ങൾ നിർവ്വചിക്കുന്നതിൽ അവർക്ക് പരിമിതികൾ ഉണ്ടാകും. പക്ഷേ പൂർണ്ണത എന്താണെന്ന് ഓരോരുത്തരും നിർവ്വചിക്കുമ്പോൾ, അവരുടെ ചിത്രങ്ങളും പൂർണ്ണമായും വ്യത്യസ്തമാവുകയാണ്.

ജീവിതത്തിൽ നാം പലപ്പോഴും ആരംഭിക്കുന്നത് കണക്കിലെടുക്കേണ്ട എല്ലാ നിയന്ത്രണങ്ങളെയും പരിമിതികളെയും കുറിച്ച് ചിന്തിച്ചുകൊണ്ടാണ്. എന്നാൽ ഒരു പരിധികളുമില്ലെന്ന് സങ്കല്പിച്ചുകൊണ്ട് ആരംഭിച്ചാൽ, നിങ്ങൾക്ക് കൊണ്ടുവരാൻ കഴിയുന്ന കാര്യങ്ങൾക്കു നേർക്ക് നിങ്ങൾ അത്ഭുതപ്പെട്ടു പോകും. നിയമം ഇതാണ്: സാധ്യമായത് എന്താണെന്ന് നിർണ്ണയിക്കുന്നതിനു മുൻപ് അനുയോജ്യമായത് എന്താണെന്ന് തീരുമാനിക്കുക.

ഏറ്റവും കൂടുതൽ നിങ്ങൾ ചെയ്യേണ്ടത്, അർഹിക്കുന്ന, അനുയോജ്യമായ ഒരു ഭാവിയ്ക്ക് വേണ്ടി ഇന്നു മുതൽ തയ്യാറെടുക്കാൻ തുടങ്ങുക എന്നതാണ്.

3

നിങ്ങളുടെ തവളയുടെ മുഖത്തേക്കു തന്നെ നോക്കുക

സുന്ദരിയായ രാജകുമാരിയോട് ആ നനഞ്ഞും മെലിഞ്ഞും തണുത്തുമിരിയ്ക്കുന്ന വൃത്തികെട്ട തവളയെ ചുംബിയ്ക്കാൻ ആവശ്യപ്പെട്ടപ്പോൾ അവൾക്ക് ഒരു തിരഞ്ഞെടുപ്പ് നടത്തേണ്ടിയിരുന്നു. അവൾക്ക് തന്റെ ഇപ്പോളത്തെ അവസ്ഥയിൽ ഏകാകിയും അസന്തുഷ്ടയുമായി തുടരുകയോ അല്ലെങ്കിൽ ധൈര്യം മുഴുവൻ സംഭരിച്ച്, യാതൊരു ഉറപ്പുമില്ലെങ്കിലും തവളയ്ക്ക് ഒരു അവസരം നൽകുകയോ ചെയ്യാമായിരുന്നു.

നമുക്കെല്ലാവർക്കും തന്നെ ചുംബിയ്ക്കേണ്ടതായ ഒരു തവളയോ ചിലപ്പോൾ പല തവളകളോ ഉണ്ടായിരിക്കും. നിങ്ങളുടെ ജീവിതത്തിലെ തവളകൾ അശുഭ ചിന്തകരായ ആളുകളും, സാഹചര്യങ്ങളും ഭൂതകാല അനുഭവങ്ങളും നിലവിലെ പ്രശ്നങ്ങളും സംശയങ്ങളും സ്വയം പരിമിതപ്പെടുത്തുന്ന വിശ്വാസങ്ങളുമാണ്. ചില തവളകൾ അപകടസാധ്യതകളുള്ളതും തടസ്സപ്പെടാതെ മുന്നോട്ടു പോകണമെങ്കിൽ എടുക്കേണ്ട പ്രതിബദ്ധതകളുമാണ്.

> ഡിനേയൽ (നിഷേധം) ഈജിപ്റ്റിലെ ഒരു നദി മാത്രമല്ല.
>
> **മാർക്ക് ട്വയിൻ**

വസ്തുതകളെ അഭിമുഖീകരിക്കുക

ചിലപ്പോളൊക്കെ, തവളയെ *ചുംബിയ്ക്കാനായി* യഥാർത്ഥത്തിൽ

നിങ്ങൾ അതിനെ പുണരുവാനും തവളകൾ മെലിഞ്ഞതും തണുത്തതും വൃത്തികെട്ടതും ആയിരിക്കാം എന്ന് അംഗീകരിക്കാനും തീരുമാനിക്കുകയാണ്.

മനഃശാസ്ത്രലോകം രണ്ടു തരം വ്യക്തിത്വങ്ങളെ തിരിച്ചറിഞ്ഞിട്ടുണ്ട് : ഏറ്റു മുട്ടുന്നവരും ഒഴിഞ്ഞു മാറുന്നവരും. അത്ഭുതപ്പെടാനില്ലാത്ത വിധം, സ്വന്തം ഭയങ്ങളെ അഭിമുഖീകരിയ്ക്കുകയും യാഥാർത്ഥ്യങ്ങളെ എതിരിടുകയും തങ്ങളുടെ ജീവിതത്തിലെ പ്രശ്നങ്ങളോടും ആളുകളോടും സത്യസന്ധതയോടെയും നേർവഴിയ്ക്കും ഇടപെടുന്നവരുമായ, ഏറ്റു മുട്ടലിന്റെ ആളുകൾ കൂടുതൽ സന്തോഷമുള്ളവരും ഗുണഫലങ്ങൾ ഉണ്ടാക്കുന്നവരും ഒഴിഞ്ഞു മാറുന്നവരേക്കാൾ കൂടുതൽ ആത്മവിശ്വാസം ഉള്ളവരുമായിരിക്കും.

'ഏറ്റു മുട്ടുന്നവർ' ഏറ്റുമുട്ടലിൽ ഉൾച്ചേർന്നിരിയ്ക്കുന്ന ഭയത്തെ അംഗീകരിയ്ക്കുകയും അഭിമുഖീകരിച്ചുകൊണ്ടിരിക്കുകയും ചെയ്യുന്നു. അവർ അവരുടെ വികാരങ്ങളുടെ നിയന്ത്രണം ഏറ്റെടുക്കുന്നു. ഒഴിഞ്ഞു മാറുന്നവർ അപരിചിതമായവയെ ഭയക്കുകയും മുന്നോട്ടു പോകുന്നതിനുള്ള ആത്മവിശ്വാസം നഷ്ടപ്പെടുത്തുകയും ചെയ്യുന്നു.

ഭാഗ്യവശാൽ, "തവളയെ ചുംബിയ്ക്കുന്നതിന് മുൻപ്, അതിന്റെ മുഖത്തേയ്ക്ക് നോക്കാൻ" തീരുമാനിയ്ക്കുന്നതിലൂടെ – ഒരു പ്രശ്നമുണ്ടെന്ന് ആദ്യം നിഷേധിയ്ക്കുകയോ ഒഴിഞ്ഞു മാറുകയോ ചെയ്യുന്നതിനേക്കാൾ, സാഹചര്യത്തെ സത്യസന്ധമായി അഭിമുഖീകരിയ്ക്കുന്നത് ശീലമാക്കുന്നതിലൂടെ – നിങ്ങൾക്ക് കൂടുതൽ ശക്തനും പോസിറ്റീവുമായ വ്യക്തിയാകാൻ കഴിയും.

യാഥാർത്ഥ്യബോധമുള്ളവരായിരിക്കുക

തന്റെ കൗൺസിലിംഗ് പരിശീലനത്തിന്റെ ഭാഗമായി, നിരാശാജനകമായ പ്രതീക്ഷകളാൽ നിരന്തരം ഹതാശരായ ആളുകളുമായി ക്രിസ്റ്റീന പലപ്പോഴും ഇടപെടുന്നുണ്ട്. മുപ്പതു വയസ്സുള്ള ഒരു യുവതി തന്റെ മാതാപിതാക്കളെ സന്ദർശിച്ച ശേഷം അവളുടെ സെഷനുകൾ നടത്തുകയും താൻ സന്ദർശിയ്ക്കാൻ ശ്രമിയ്ക്കുമ്പോൾ തന്നോടൊപ്പം സമയം ചിലവഴിയ്ക്കാൻ അവർ പരിമിതമായ ശ്രമങ്ങൾ മാത്രം നടത്തുന്നതിൽ അവൾ എത്രമാത്രം അസ്വസ്ഥയായിരുന്നു എന്ന് സംസാരിക്കുകയും ചെയ്യും.

താൻ സന്ദർശിയ്ക്കാൻ ചെന്നപ്പോൾ, മാതാപിതാക്കൾ എന്തൊക്കെ ചെയ്യണമെന്നാണ് പ്രതീക്ഷിച്ചതെന്ന് അവൾ

ക്രിസ്റ്റീനയുമായി ചർച്ച ചെയ്യുകയും അവളുടെ പ്രതീക്ഷകളിൽ മാറ്റം വരുത്താനായി പ്രവർത്തിക്കുകയും ചെയ്തു. തന്റെ പ്രതീക്ഷകൾ കുറയ്ക്കുമെന്ന് തീരുമാനിച്ചപ്പോൾ നിരാശപ്പെട്ടിരിക്കുന്നത് അവൾ നിർത്തിവെയ്ക്കുകയും മാതാപിതാക്കളോടുള്ള വികാരം മെച്ചപ്പെടുകയും ചെയ്തു. അവൾ അവളുടെ തവളയെ വ്യത്യസ്തമായി അനുഭവിച്ചു. പ്രതീക്ഷകൾക്ക് മനഃപൂർവ്വം മാറ്റം വരുത്തിക്കൊണ്ട് വികാരങ്ങളെ വ്യത്യാസപ്പെടുത്തുകയും തന്റെ തോന്നലുകളുടെ നിയന്ത്രണം ഏറ്റെടുക്കയും ചെയ്തു.

ഒടുവിൽ എല്ലാവരും മനസ്സിലാക്കുന്ന സത്യങ്ങളിലൊന്ന് "ആളുകൾ മാറില്ല" എന്നതാണ്. അവരുടെ അടിസ്ഥാനപരമായ വ്യക്തിത്വങ്ങളും സമീപനങ്ങളും ഏകദേശം പതിനേഴോ പതിനെട്ടോ വയസ്സിൽ ദൃഢമാവുകയും ജീവിതകാലം മുഴുവൻ അതേപടി നിലനിൽക്കുകയും ചെയ്യുന്നു. അതുകൊണ്ടു തന്നെ, എപ്പോഴും നിരാശപ്പെടുന്ന നേരത്ത് മറ്റുള്ളവരെ മാറ്റിയെടുക്കാൻ ശ്രമിയ്ക്കുക എന്നതാണ് രീതി.

ആളുകൾക്ക് പുതിയ കഴിവുകളും വൈദഗ്ധ്യങ്ങളും വികസിപ്പിച്ചെടുത്ത്, അവർക്ക് യഥാർത്ഥത്തിൽ ആകാൻ കഴിയുന്നതിൽ കൂടുതൽ ആയിത്തീരാൻ സാധ്യമല്ല എന്ന് ഇത് അർത്ഥമാക്കുന്നില്ല. മറിച്ച് മാറുവാനുള്ള യഥാർത്ഥ ആഗ്രഹത്തോടൊപ്പമുള്ള കഠിനാദ്ധ്വാനത്തിന്റെ അഭാവത്തിൽ വളരെ ചെറിയ മാറ്റമേ സംഭവിയ്ക്കുകയുള്ളൂ.

ഏറ്റവും പ്രധാനപ്പെട്ട വസ്തുത, ഒരാൾ, അവനോ അവളോ എപ്പോഴും ഉണ്ടായിരുന്ന രീതിയിൽ നിന്നു മാറി, നിങ്ങൾക്ക് കൂടുതൽ അനുയോജ്യനായ ഒരാളായി മാറുമെന്ന് ആഗ്രഹിച്ചു കൊണ്ട് സ്വന്തം സന്തോഷമോ മാനസികമായ സ്വസ്ഥതയോ ഒരിക്കലും ത്യജിയ്ക്കരുത്. അത് ഒരു പക്ഷേ ഒരിക്കലും സംഭവിയ്ക്കുകയില്ല.

യാഥാർത്ഥ്യവുമായി ഇടപെടുക

മനഃക്ലേശത്തിന്റെയും ഉത്കണ്ഠയുടെയും നല്ലതല്ലാത്ത വികാരങ്ങളുടെയും ശാരീരികമോ മാനസികമോ ആയ അസുഖങ്ങളുടെ പോലും പ്രധാന ഉറവിടം നിങ്ങളുടെ സാഹചര്യങ്ങളുടെയോ അല്ലെങ്കിൽ മറ്റൊരു വ്യക്തിയുടെയോ വാസ്തവികതയോ യാഥാർത്ഥ്യമോ നേരിടുന്നതിനുള്ള വിസമ്മതമോ നിഷേധമോ ആണ്. നിഷേധത്തിന്റെ വിപരീതമായിരിയ്ക്കുന്നത് *സ്വീകാര്യത*യാണ്. നിങ്ങളുടെ വീട്ടിലെയോ ജോലിസ്ഥലത്തെയോ, ഒരു വ്യക്തിയെയോ സന്ദർഭ

ത്തെയോ, അതെങ്ങനെയാണോ അങ്ങനെ തന്നെ ആയിരിക്കുമെന്നും മാറ്റം വരാൻ പോകുന്നില്ല എന്നത് സ്വീകരിയ്ക്കുകയും, അതനുസരിച്ച് പ്രവർത്തിയ്ക്കുകയും ചെയ്യുന്ന പക്ഷം ആ സാഹചര്യം ഉണ്ടാക്കിയെടുത്ത മാനസിക പ്രശ്നങ്ങളിൽ മിക്കതും മാഞ്ഞു പോകാൻ തുടങ്ങുന്നു.

പ്രശ്നങ്ങളിൽ നിന്ന് വസ്തുതകളെ വേർതിരിയ്ക്കുക

അപ്രതീക്ഷിതമായ തിരിച്ചടികളോടോ ബുദ്ധിമുട്ടുകളോടോ ഉള്ള അനുചിതമായ *അമിതപ്രതികരണത്താൽ* പ്രേരിതമായി ഉണ്ടാകുന്നവയാണ് നല്ലതല്ലാത്ത വികാരങ്ങളിൽ മിക്കതും. ഒരു പ്രശ്നം ഉണ്ടാകുമ്പോൾ, അതിനെ പൂർണ്ണമായി മനസ്സിലാക്കുവാനും, പ്രസ്തുത വിഷയത്തെ നേരിടാനോ പരിഹരിയ്ക്കാനോ എന്ത് ചെയ്യാൻ കഴിയുമെന്നും ഉറപ്പ് വരുത്താനായി ആ പ്രശ്നത്തെ സൂക്ഷ്മമായി വിശകലനം ചെയ്യേണ്ടത് പ്രധാനമാണ്. അതെങ്ങനെയാണ് തുടങ്ങേണ്ടതെന്ന് ഇവിടെ കാണിക്കുന്നു.

ആദ്യമായി, വസ്തുതയും പ്രശ്നവും തമ്മിൽ വേർതിരിച്ചെടുക്കുക. വ്യത്യാസം വളരെ ലളിതമാണ്. വസ്തുതയെന്നാൽ *മാറ്റം വരുത്താൻ കഴിയാത്ത* ഒന്നാണ്. നിങ്ങളുടെ വയസ്സ് ഒരു വസ്തുതയാണ്. കാലാവസ്ഥ വസ്തുതയിൽ പെടും. ചില കാര്യങ്ങൾ അങ്ങനെയാണ്. അവ മാറ്റാൻ കഴിയുകയേ ഇല്ല. വസ്തുതകളാണവ.

വസ്തുതകളെ സംബന്ധിച്ച് ഒരിക്കലും അസ്വസ്ഥരാവുകയോ ദേഷ്യപ്പെടുകയോ ചെയ്യാതിരിയ്ക്കുക എന്നതാണ് സന്തോഷത്തിലേക്കുള്ള അനേകമായ താക്കോലുകളിൽ ഒന്ന്. ഫർണീച്ചർ പോലെയുള്ള ഏതെങ്കിലും ഭൗതിക വസ്തുക്കളിൽ ഇടിച്ചു പോയാൽ അവയോട് കുപിതരാകാത്തതു പോലെ വസ്തുതകളോട് നിങ്ങൾ ദേഷ്യപ്പെടുകയോ അസ്വസ്ഥരാകുകയോ ചെയ്യരുത്. നിങ്ങൾ അവയെ സ്വീകരിക്കുകയും അവയ്ക്കു ചുറ്റുമുള്ള നിങ്ങളുടെ ജീവിതവും പ്രവർത്തനങ്ങളും ക്രമീകരിക്കുകയും ചെയ്യുക.

അങ്ങനെയെങ്കിൽ ഒരു 'പ്രശ്നം' എന്നാൽ എന്താണ്? നിങ്ങൾക്ക് എന്തെങ്കിലും ചെയ്യാൻ കഴിയുന്ന ഒന്നാണ് പ്രശ്നം. നേടിയെടുക്കാത്ത ഒരു ലക്ഷ്യമെന്നാൽ പരിഹരിയ്ക്കപ്പെടാത്ത ഒരു പ്രശ്നമാണ്. നിങ്ങളുടെ വഴിയിലെ ഒരു തടസ്സം പരിഹരിയ്ക്കപ്പെടാത്ത പ്രശ്നമാണ്. പ്രശ്നങ്ങൾ പരിഹരിയ്ക്കുന്നതിലും ലക്ഷ്യങ്ങൾ കൈവരിയ്ക്കുന്നതിലും ബുദ്ധിയും കഴിവും കേന്ദ്രീകരിയ്ക്കാൻ നിങ്ങൾക്കു കഴിയും.

ജീവിതത്തിലൂടെ കടന്നു പോകുമ്പോൾ നിങ്ങൾ നേരിടുന്ന വെല്ലുവിളികൾ മാത്രമാണ് പ്രശ്നങ്ങൾ.

ഭൂതവും ഭാവിയും

നിങ്ങളുടെ ജീവിതത്തിൽ രണ്ട് കാലഘട്ടങ്ങൾ ഉണ്ട് : ഭൂതവും ഭാവിയും. ഇവയ്ക്ക് രണ്ടിനുമിടയിൽ കടന്നുപോകുന്ന ഒരൊറ്റ നിമിഷം ആണ് വർത്തമാനം. സമയത്തിന്റെ ഏതു വിഭാഗത്തിലാണ് നമ്മൾ വസ്തുതകളെ ഉൾപ്പെടുത്തുന്നത്? ഏതു വിഭാഗത്തിലാണ് പ്രശ്നങ്ങൾ പെടുന്നത്?

നിങ്ങളെ സങ്കടപ്പെടുത്തുന്ന മിക്ക വസ്തുതകളും ഭൂതകാലത്തിൽ ഉൾപ്പെടുന്നു എന്നതാണ് സത്യം. മുൻപ് നടന്ന കാര്യങ്ങൾ വസ്തുതകളാണ്. അത് മാറ്റാൻ കഴിയാത്തതാണ്. മുൻപ് ചില കാര്യങ്ങൾ അവർ പ്രതീക്ഷിച്ച രീതിയിൽ നടന്നില്ല എന്നതു കൊണ്ട് പലരും വർത്തമാനത്തിൽ അസന്തുഷ്ടരും അസംതൃപ്തരുമാണ്. അതിനാൽ ഈ കാര്യം മനസ്സിലാക്കേണ്ടത് പ്രധാനമാണ്. മുൻകാലങ്ങളിൽ സംഭവിച്ചു പോയതോ അല്ലെങ്കിൽ സംഭവിക്കാതെ പോയതോ ആയതിനാൽ അത് ഇപ്പോൾ മാറ്റാനാവാത്ത വസ്തുതയാണ്. ഒരു വസ്തുതയെക്കുറിച്ച് അസ്വസ്ഥരാകുന്നതിൽ പ്രയോജനമില്ല.

ഒരു പ്രശ്നം ഭാവിയിലാണ് നിലനിൽക്കുന്നത്. നിങ്ങൾക്ക് എന്തെങ്കിലും ചെയ്യാൻ കഴിയുന്ന ഒരു വൈഷമ്യമാണ് പ്രശ്നം. വ്യത്യസ്തമായ ഒരു ഫലം ഉണ്ടാക്കിയെടുക്കാനായി നിങ്ങളുടെ ബുദ്ധിയും കഴിവും കേന്ദ്രീകരിക്കാൻ കഴിയുന്ന ഒരു മേഖലയാണിത്. വരാൻ പോകുന്ന ഒന്ന്, ഒരു പ്രശ്നം, നിങ്ങളുടെ നിയന്ത്രണത്തിലും, അതിന്റെ ഗുണഫലം നിങ്ങളിപ്പോൾ ചെയ്യുന്ന പ്രവൃത്തികളാൽ നിർണ്ണയിക്കപ്പെടുന്നതുമാണ്.

മഴ പെയ്തുകൊണ്ടിരുന്ന ഒരു ഉല്ലാസ യാത്ര

"നിങ്ങൾക്ക് സുഖമല്ലേ?" ഒരു പൊതു പരിപാടിയിൽ വെച്ച് നിങ്ങൾ ഒരാളുടെ അടുത്തേക്ക് ഓടിച്ചെന്ന് ചോദിയ്ക്കുന്നുവെന്ന് കരുതുക. രൂക്ഷമായ ഒരു നോട്ടം നോക്കി അയാൾ മറുപടി പറയുന്നു, "എനിക്ക് സുഖം തന്നെ. എന്നാൽ അന്ന് സംഭവിച്ചതിൽ എനിക്കിന്നും ദേഷ്യമുണ്ട്."

ഒട്ടൊരു ആശ്ചര്യത്തോടെ നിങ്ങൾ ചോദിയ്ക്കുന്നു, "എന്തു പറ്റി?"

"അഞ്ചു വർഷങ്ങൾക്ക് മുൻപ്, ഒരു ശനിയാഴ്ച രാത്രി, ഞായറാഴ്ച

മനോഹരമായ ഒരു വിനോദയാത്ര പോകാമെന്ന കരുതി, ഞാനും എന്റെ കുടുംബവും യാത്രയ്ക്കുള്ള പെട്ടി തയ്യാറാക്കിയതായിരുന്നു. പക്ഷേ ഞായറാഴ്ചത്തെ പ്രഭാതം മേഘാവൃതമാവുകയും ആ ദിവസം മുഴുവൻ മഴ പെയ്യുകയും ഞങ്ങൾക്ക് യാത്ര റദ്ദാക്കേണ്ടിയും വന്നു. എനിക്കിപ്പോഴും അതോർക്കുമ്പോൾ ഭ്രാന്തു പിടിയ്ക്കും." അയാൾ പറയുന്നു.

"ഈ മനുഷ്യന് *കഴുത്തിന് മുകളിലേക്ക്* കാര്യമായ *പരിശോധന വേണ്ടി വരും.* അയാൾ യുക്തിസഹമായിട്ടല്ല ചിന്തിക്കുന്നത്. അഞ്ചു വർഷം മുൻപ് മഴ പെയ്തതിൽ അയാൾക്ക് ഇപ്പോഴും എങ്ങനെ ദേഷ്യം വരും?" നിങ്ങളപ്പോൾ ഇങ്ങനെ ആയിരിക്കും ചിന്തിച്ചു പോകുന്നത്.

തുണിച്ചാക്ക് പേറുന്നവൻ

മാറ്റം വരുത്തുവാൻ സാധിയ്ക്കാത്ത ഒരു ഭൂതകാല സംഭവത്തെ പ്രതി ഇപ്പോഴും ക്രുദ്ധരും അസ്വസ്ഥരും തങ്ങളുടെ ബന്ധങ്ങളിലും ജോലിയിലും പ്രവർത്തനക്ഷമർ പോലുമല്ലാത്തവരാണ് പല മനുഷ്യരുമെന്നത് അവിശ്വസനീയമായി തോന്നാം. വർഷങ്ങൾക്കു മുൻപ് ശിഥിലമായി പോയ ഒരു ബന്ധത്തിന്റെ പേരിലോ, പണം നഷ്ടപ്പെട്ട നിക്ഷേപത്തിന്റെ പേരിലോ ഒരു കാരണവശാലും നടക്കാതെ പോയ ജോലിയുടെ പേരിലോ അവർ ഇപ്പോഴും ഭ്രാന്തരോ ദുഖിതരോ ആണ്.

ആ സാഹചര്യത്തെ സ്വീകരിയ്ക്കുന്നതിനു പകരം അവർ "തുണിച്ചാക്കിലാക്കി" നടക്കുന്നത് പരിശീലിച്ച്, അതെല്ലാം തന്നെ കൂടെ കൊണ്ടുനടക്കുകയും താല്പര്യം കാണിയ്ക്കുന്നവരുടെ മുന്നിലേയ്ക്ക് വലിച്ചിട്ടു കാണിയ്ക്കുകയും ചെയ്യുന്നു. (ഇത്തരക്കാരെ പൊതുപരിപാടികളിലോ വിമാനത്തിൽ അടുത്ത ഇരിപ്പിടത്തിലോ നിങ്ങൾക്ക് കണ്ടുമുട്ടാവുന്നതാണ്.)

മുൻകാലാനുഭവത്തെയോ തിരിച്ചടികളെയോ ഉപേക്ഷിയ്ക്കാൻ പാടുപെടുന്ന തന്റെ കേൾവിക്കാരുമായി ഇടപെടുമ്പോൾ, അവർ അടുത്തു പോയ 'വളർത്തു തവളകളെ' വിട്ടയക്കാനും കടന്നു മുന്നോട്ടു പോകാനും പ്രേരിപ്പിക്കുന്നതിനു പകരം ക്രിസ്റ്റീന ചോദിയ്ക്കും, "ഈ പ്രശ്നം/ഒഴികഴിവ്/തോന്നൽ മുറുകെ പിടിയ്ക്കുന്നത് നിങ്ങളെ എങ്ങനെ സഹായിക്കും?" ഇതൊരു ഉഗ്രമായ ചോദ്യമാണ്. ഒരു ബന്ധത്തിലോ പുതിയ ബിസിനസ്സ് സംബന്ധിയായ പ്രവർത്തനങ്ങളിലോ ഉത്തരവാദിത്തം ഏറ്റെടുക്കുന്നതു പോലെ, പുതിയ

എന്തെങ്കിലും കാര്യങ്ങൾ പരീക്ഷിക്കുന്നതിൽ നിന്ന് സംരക്ഷിച്ചു നിർത്തുന്നതിനാൽ നമ്മൾ പലപ്പോഴും അശുഭകരമായ ഒന്നിനെ മുറുകെ പിടിയ്ക്കുന്നു.

സന്തോഷവാന്മാരും സന്തുലിതാവസ്ഥ സൂക്ഷിയ്ക്കുന്നവരുമായ ആളുകളുടെ മുഖമുദ്രകളിൽ ഒന്ന് അവർ തങ്ങളുടെ കഴിഞ്ഞകാല പ്രശ്നങ്ങളുടെ, ആ വൃത്തികെട്ട തവളകളുടെ കണ്ണിൽ തന്നെ നോക്കുകയും, അവയെ മാറ്റാൻ കഴിയാത്ത ഭൂതകാല സംഭവങ്ങളായി സ്വീകരിയ്ക്കുകയും, അവയിൽ നിന്ന് സാധിയ്ക്കുന്നവ പഠിച്ചെടുക്കുകയും സ്വന്തം കാര്യങ്ങൾ ചിന്തിയ്ക്കാൻ സമയമില്ലാത്ത വിധം ജീവിതത്തിലും ജോലിയിലും തിരക്കുള്ളവരാകുകയും ചെയ്യുന്നു എന്നതാണ്.

സാഹചര്യത്തെ വിശകലനം ചെയ്യുക

അശുഭകരമായ സാഹചര്യത്തെ നിയന്ത്രിയ്ക്കുന്നതിനുള്ള ഒരു വഴി അതിനെ സൂക്ഷ്മമായി വിശകലനം ചെയ്യുക എന്നതാണ്. *ചോദ്യങ്ങൾ ചോദിച്ചുകൊണ്ടാണ്* നിങ്ങൾ ഇത് ചെയ്യേണ്ടത്. ചോദ്യങ്ങൾ ചോദിയ്ക്കുമ്പോഴും സംഭവിച്ചുപോയ മാറ്റത്തെയോ സാഹചര്യത്തെയോ മനസ്സിലാക്കാനായി അന്വേഷണം നടത്തുമ്പോഴും നിങ്ങൾക്ക് അസ്വസ്ഥരായി തുടരാനോ ദേഷ്യപ്പെടാനോ നിയന്ത്രണം വിട്ടവരാകാനോ സാധ്യമല്ല.

ഏത് സാഹചര്യത്തെയും നിയന്ത്രിക്കാൻ നിങ്ങൾക്ക് ചോദിക്കാവുന്ന നാല് ചോദ്യങ്ങൾ ഇവയാണ് :

1. *"യഥാർത്ഥത്തിൽ എന്താണ് സംഭവിച്ചത്?"* ഈ ഘട്ടത്തിൽ ക്ഷമയുള്ളവരായിരിക്കുക. കൃത്യതക്കായി പരിശ്രമിയ്ക്കുക. സംഭവിച്ചു പോയതിന്റെ പേരിൽ ആരെയെങ്കിലും അല്ലെങ്കിൽ എന്തിനെയെങ്കിലും കുറ്റപ്പെടുത്തുകയോ ആക്രമിക്കുകയോ ചെയ്യാതിരിക്കുക. പകരം വ്യക്തതയിലും ധാരണയിലും ശ്രദ്ധ കേന്ദ്രീകരിക്കുക. ശാന്തമായും വികാരരഹിതമായും തുടരാൻ തീരുമാനിക്കുക.

2. *"എങ്ങനെയാണത് സംഭവിച്ചത്?"* നിങ്ങൾ മൂന്നാമതൊരാൾക്ക് വേണ്ടി തെളിവുകൾ ശേഖരിക്കുകയാണെന്ന് സങ്കല്പിക്കുക; കുറ്റപ്പെടുത്തുന്നതിനേക്കാൾ നിങ്ങൾ കൃത്യതയിൽ ശ്രദ്ധാലുക്കളായിരിക്കും. വിശദാംശങ്ങൾ നന്നായി മനസ്സിലാക്കാനായി തുടർ ചോദ്യങ്ങൾ ചോദിക്കുക.

3. *“എന്താണ് ചെയ്യാൻ കഴിയുന്നത്?”* മാറ്റം വരുത്താൻ കഴിയാത്ത, കഴിഞ്ഞ കാര്യങ്ങളിലേക്ക് അല്ലാതെ എന്തു ചെയ്യാൻ കഴിയുമെന്നതിലേയ്ക്ക് ശ്രദ്ധ കേന്ദ്രീകരിച്ചുകൊണ്ട് നിങ്ങളുടെ ചിന്തകളുടെ നിയന്ത്രണം ഏറ്റെടുക്കുക.

4. *“എന്ത് നടപടികളാണ് നമ്മൾ ഇപ്പോൾ സ്വീകരിക്കുക?”* ആശങ്കപ്പെടുകയോ സഹതാപത്തിലോ പശ്ചാത്താപത്തിലോ കിടന്നുഴറുകയും ചെയ്യുന്നതിനു പകരം സാഹചര്യം പരിഹരിച്ച് മുന്നോട്ടു പോകുന്നതിന് നിങ്ങൾക്ക് കഴിയുന്ന എല്ലാ പ്രവർത്തനങ്ങളും ചെയ്യുന്ന തിരക്കിലായിരിക്കുക.

മനസ്സിലാക്കുവാൻ ശ്രമിക്കുക

ദി സെവൻ ഹാബിറ്റ്സ് ഓഫ് ഹൈലി ഇഫക്ടിവ് പീപ്പിൾ എന്ന തന്റെ പുസ്തകത്തിൽ സ്റ്റീഫൻ കോവെ പറയുന്നത് ഇങ്ങനെയാണ് : “ആദ്യം മനസ്സിലാക്കാൻ ശ്രമിക്കുക, പിന്നെ മനസ്സിലാക്കപ്പെടാനും.” എന്തെങ്കിലും ഒരു കാര്യം വിധിക്കുന്നതിനോ നിഗമനങ്ങളിൽ എത്തുന്നതിനോ മുൻപ് സാഹചര്യം വ്യക്തമായി മനസ്സിലാക്കുന്നതിൽ ശ്രദ്ധ കേന്ദ്രീകരിക്കുക.

പ്രയാസകരമായ ഒരു സന്ദർഭത്തിൽ ഏറ്റവും മോശമായത് ചിന്തിക്കുകയോ അനുമാനിക്കുകയോ ചെയ്യുന്ന “ദുരന്തവൽക്കരണത്തിനുള്ള” പ്രവണത ഒഴിവാക്കുക. വളരെ കുറച്ചു കാര്യങ്ങൾ മാത്രമാണ് ആദ്യം പ്രത്യക്ഷപ്പെടുന്നതുപോലെ മോശമായിരിക്കുന്നത്.

രണ്ട് കാര്യങ്ങൾ ഒരേ സമയം സംഭവിയ്ക്കുകയാണെങ്കിൽ, സംഭവങ്ങളിൽ ഒന്ന് മറ്റൊന്നിന് കാരണമായി എന്ന് അനുമാനിയ്ക്കുന്ന, *പരസ്പര ബന്ധവും കാര്യകാരണവും* തമ്മിൽ കൂട്ടിക്കുഴയ്ക്കുന്ന അബദ്ധം ഒഴിവാക്കുക. ചിന്തയിലുള്ള ഈ പിശക് നിഗമനങ്ങളിലേയ്ക്ക് നിങ്ങൾ എടുത്തു ചാടുന്നതിലേയ്ക്കും അതേക്കുറിച്ചുള്ള തെറ്റായ അനുമാനങ്ങളിലേയ്ക്കും നയിച്ചേക്കാം. മിക്ക കേസുകളിലും, രണ്ടു സംഭവങ്ങൾ ഒരുമിച്ച് നടക്കുന്നത് കേവലം യാദൃശ്ചികമാണ്. രണ്ടു സംഭവങ്ങൾക്കും മറ്റൊന്നുമായി യാതൊരു ബന്ധവുമില്ല.

ഒരു സാഹചര്യത്തെ വിശകലനം ചെയ്യുന്നതിനുള്ള ഉപാധി നിരന്തരമായി ചോദ്യങ്ങൾ ചോദിക്കുകയും വിവരങ്ങൾ സമാഹരിക്കുകയുമാണ്. ചിലപ്പോഴൊക്കെ വലിയ തിരിച്ചടികളോ പ്രശ്നങ്ങളോ ആയി അനുഭവപ്പെടുന്നവ വിചാരിച്ചത്ര ഗൗരവമുള്ളതല്ലാതായി മാറുന്നു. പലപ്പോഴും തുടക്കത്തിൽ ഒരു പ്രശ്നമായി തോന്നുന്നവ,

മായി മാറ്റി സ്ഥാപിയ്ക്കുന്ന പക്ഷം, ആ സന്ദർഭത്തിന്റെ മാനസികവും വൈകാരികവുമായ നിയന്ത്രണം പൂർണ്ണമായി നിങ്ങൾ ഏറ്റെടുക്കുന്നു.

ഘട്ടം 4 : മോശമായതിനെ *മെച്ചപ്പെടുത്താൻ* ഉടൻ തന്നെ ആരംഭിയ്ക്കുക. കേടുപാടുകൾ ലഘൂകരിക്കാനും ചെലവുകൾ നിയന്ത്രിക്കാനും നഷ്ടങ്ങൾ കുറയ്ക്കുവാനും നിങ്ങൾക്ക് സാധ്യമായ തെല്ലാം ചെയ്യുക. സങ്കടപ്പെട്ടിരിയ്ക്കാൻ സമയമേ അവശേഷിയ്ക്കാത്ത വിധം നിങ്ങളുടെ ബുദ്ധിമുട്ടുകൾ പരിഹരിയ്ക്കാനുള്ള പ്രവൃത്തികൾ ചെയ്യുന്നതിൽ വ്യാപൃതരാവുക.

ഇപ്പോൾ ഇത് ചെയ്യുക

നിങ്ങൾ ഈ അടുത്ത് കടന്നു പോയ ഒരു തിരിച്ചടിയെക്കുറിച്ച് ചിന്തിയ്ക്കുകയും സ്വയം ഈ നാല് ചോദ്യങ്ങൾ ചോദിയ്ക്കുകയും ചെയ്യുക. നിങ്ങൾ എങ്ങനെ ആണ് അവയ്ക്ക് ഉത്തരം നൽകുന്നതെന്ന് നിരീക്ഷിക്കുകയും ആ സന്ദർഭത്തെക്കുറിച്ചുള്ള നിങ്ങളുടെ അനുഭവ ത്തിന് ഈ പ്രക്രിയ എന്തെങ്കിലും മാറ്റം വരുത്തുന്നുണ്ടോ എന്നും നോക്കുക :

എന്താണ് യഥാർത്ഥത്തിൽ സംഭവിച്ചത്?

എങ്ങനെയാണത് സംഭവിച്ചത്?

എന്താണ് ചെയ്യാൻ കഴിയുക?

എന്ത് നടപടികളാണ് നമ്മൾ ഇപ്പോൾ എടുക്കുക?

4

വിരൂപികളായ തവളകളുടെ കുളം വൃത്തിയാക്കുക

നിങ്ങളുടെ ജീവിത ലക്ഷ്യം സന്തോഷമായിട്ടിരിയ്ക്കുക എന്നതാണ്. സന്തോഷവും മനഃസ്സമാധാനവുമാണ് ഏറെക്കുറെ എല്ലാ വ്യക്തികളുടെയും ആത്യന്തികമായ ലക്ഷ്യം. സ്വന്തം സന്തോഷം കണ്ടെത്തുവാനുള്ള നിങ്ങളുടെ കഴിവാണ് ഒരു മനുഷ്യൻ എന്ന നിലയിൽ എത്രമാത്രം വിജയിച്ചിരിക്കുന്നു എന്നതിന്റെ യഥാർത്ഥ അളവുകോൽ.

നല്ല വാർത്ത എന്താണെന്നാൽ ജീവിതത്തിന്റെ എല്ലാ മേഖലകളിലും സന്തോഷവും സംതൃപ്തിയും സ്വന്തമാക്കുക എന്ന അവസ്ഥ ഒരിക്കലും ഇന്നുള്ളതിനേക്കാൾ കൂടുതൽ ഒരിയ്ക്കലും സാധ്യമായിരുന്നിട്ടില്ല. സന്തോഷങ്ങളുടെയും അസന്തുഷ്ടികളുടെയും കാരണങ്ങളെക്കുറിച്ച് മുൻപ് അറിഞ്ഞതിനെക്കാളും ഏറെ ഇന്ന് നമുക്കറിയാം. ആനന്ദത്തിനും മറ്റെല്ലാ പ്രവർത്തനങ്ങൾക്കും ആപേക്ഷികമായി മനുഷ്യ മസ്തിഷ്കത്തിന്റെ നിർവ്വഹണ രീതിയെക്കുറിച്ച് മുൻപത്തേക്കാൾ കഴിഞ്ഞ കുറച്ചു വർഷങ്ങളിലായി നാം പഠിച്ചിട്ടുണ്ട്.

സത്യം എന്താണെന്നാൽ എപ്പോഴൊക്കെ നമ്മുടെ സഹജമായ സാധ്യതകൾ അതിന്റെ ഏറ്റവും വലിയ വ്യാപ്തിയോടെ ഉപയോഗിയ്ക്കുന്നുവോ, അപ്പോൾ നമ്മൾ എല്ലാവരും മഹത്തായ വിജയങ്ങളും കഴിയാവുന്നത്ര സന്തോഷവും നേടിയെടുക്കുന്നു.

സ്മൈലി ബ്ലാന്റൺ

തീവ്രമായ ആഗ്രഹങ്ങളും സന്തോഷവും സംതൃപ്തിയും നിറഞ്ഞ ജീവിതത്തോട് വ്യഗ്രതയുമുള്ള ബ്രയാൻ തന്റെ ഇരുപതുകളിൽ ആയിരുന്നപ്പോൾ ആനന്ദം എന്ന വിഷയത്തെക്കുറിച്ച് പഠിയ്ക്കാൻ ആരംഭിച്ചു. മനഃശാസ്ത്രത്തെക്കുറിച്ചും തത്വശാസ്ത്ര സംബന്ധിയായും മതങ്ങളെയും വിജയത്തെയും കുറിച്ചുമുള്ള മേഖലകളിലെ ആയിരക്കണക്കിന് മണിക്കൂറുകളുടെ വായനയ്ക്കും ഗവേഷണത്തിനും ശേഷം, മുഴുവൻ വിഷയത്തെക്കുറിച്ചും അസാധാരണമായ ഉൾക്കാഴ്ച അദ്ദേഹത്തിനു ലഭിച്ചു.

പ്രധാന പ്രതിബന്ധം

നിങ്ങൾ യഥാർത്ഥത്തിൽ അർഹിയ്ക്കുന്ന സന്തോഷം ആസ്വദിയ്ക്കുന്നതിനുള്ള പ്രാഥമികമായ തടസ്സങ്ങൾ, മനസ്സാകുന്ന കുളത്തിനു പിറകിൽ പതുങ്ങിയിരിക്കുന്ന വിരൂപികളായ തവളകളെപോലെയുള്ള *നെഗറ്റീവ് വികാരങ്ങളാണെന്ന്* അദ്ദേഹം കണ്ടെത്തി. ജീവിതത്തിലെയും ജോലിയിലെയും ഏറെക്കുറെ എല്ലാ അസന്തുഷ്ടികളുടെയും ദുരിതങ്ങളുടെയും നിരാശകളുടെയും മൂലകാരണങ്ങൾ ഏത് ഉറവിടത്തിൽ നിന്നുമുള്ള നെഗറ്റീവ് ആയ വികാരങ്ങളാണ്. നെഗറ്റീവ് ആയ വികാരങ്ങളെ ഇല്ലാതാക്കാൻ കഴിഞ്ഞാൽ, മുഴുവൻ ജീവിതത്തിനു തന്നെ മാറ്റം വരുത്താൻ നിങ്ങൾക്കു കഴിയും.

മനസ്സ് ഒരു *ശൂന്യസ്ഥലം* പോലെയാണെന്നും അദ്ദേഹം മനസ്സിലാക്കി. അത് അധിക നാൾ ഒന്നുമില്ലാതെ നിലനിൽക്കില്ല. നെഗറ്റീവ് ആയ വികാരങ്ങളെ നിങ്ങൾ എടുത്തു മാറ്റുമ്പോൾ സന്തോഷത്തിന്റെയും ആനന്ദത്തിന്റെയും ആവേശത്തിന്റെയും സ്നേഹത്തിന്റെയും സമാധാനത്തിന്റെയും നല്ല വികാരങ്ങളാൽ നിങ്ങളുടെ മനസ്സ് സ്വാഭാവികമായി നിറയും. കളകൾ നീക്കം ചെയ്യുമ്പോൾ പൂക്കൾ താനേ വളരും.

ചിലപ്പോഴൊക്കെ, ഒരു കഴിഞ്ഞ കാല സംഭവത്തെ വ്യത്യസ്തമായ രീതിയിൽ വ്യാഖ്യാനിക്കുന്നതിലേയ്ക്ക് നയിക്കുന്ന പുതിയ ഒരു ആശയത്തിനോ ഉൾക്കാഴ്ചയ്ക്കോ, ആ മേഖലയിൽ തീർത്തും പഴയ ആളാകാത്ത വിധം പൂർണ്ണമായി നിങ്ങളെ മോചിപ്പിയ്ക്കാൻ സാധിയ്ക്കും. എന്നെന്നേക്കുമായി നിങ്ങൾ വ്യത്യസ്തനായ ഒരാളായി മാറിയിരിക്കും.

നെഗറ്റീവുകൾ ചിലപ്പോൾ പോസിറ്റിവായി മാറും

ഉദാഹരണത്തിന്, ഒരു ജോലിയിൽ നിന്ന് നിങ്ങൾ പിരിച്ചു വിടപ്പെടുകയും എല്ലാ അനീതിയ്ക്കും തൊഴിലുടമയോട് നിങ്ങൾക്ക്

ദേഷ്യപ്പെടുകയും ചെയ്യാം. പിന്നീട് നിങ്ങൾ പുതിയതും മെച്ചപ്പെട്ടതും നിങ്ങളുടെ പ്രത്യേക കഴിവുകൾക്കും വൈദഗ്ധ്യങ്ങൾക്കും കൂടുതൽ യോജിച്ചതുമായ ജോലി കണ്ടുപിടിയ്ക്കുന്നു. യഥാർത്ഥത്തിൽ ആസ്വദിയ്ക്കാൻ കഴിയുന്ന ആളുകളുമായി നിങ്ങൾ പ്രവർത്തിയ്ക്കുകയും മുൻപത്തെ ജോലിയിൽ നിങ്ങൾക്ക് സമ്പാദിയ്ക്കാൻ കഴിയുമായിരുന്നതിനേക്കാൾ വളരെയധികം പ്രതിഫലം ഈ ജോലി നൽകുകയും ചെയ്യുന്നു. പുനരവലോകനത്തിൽ, മുൻ തൊഴിലുടമ നിങ്ങളെ പിരിച്ചുവിടുന്നതു വഴി വലിയൊരു ഉപകാരമാണ് ചെയ്തതെന്ന് നിങ്ങൾ തിരിച്ചറിയുകയും ക്രുദ്ധനാകുന്നതിനു പകരം നിങ്ങൾ നന്ദിയോടെ പിറകോട്ടു ചിന്തിയ്ക്കുകയും ചെയ്യുന്നു.

സംഭവിയ്ക്കുന്നതിലെല്ലാം, പ്രത്യേകിച്ച് നല്ലതല്ലാത്ത അനുഭവങ്ങളിൽ വിലപ്പെട്ട പാഠങ്ങൾ തിരയുന്നത്, നിങ്ങൾക്ക് വികസിപ്പിയ്ക്കുവാൻ കഴിയുന്ന, ഏറ്റവും സഹായകരമായ ശീലങ്ങളിൽ ഒന്നാണ്. നിങ്ങൾക്ക് അപ്രതീക്ഷിതമായ തിരിച്ചടിയോ താൽക്കാലിക പരാജയങ്ങളോ ഉണ്ടാകുമ്പോൾ, (ഒരു തണുത്ത, മെലിഞ്ഞ തവള) ചിന്തകൾക്കു മേൽ പൂർണ്ണ ആധിപത്യം ഉള്ളതിനാൽ, ആ സാഹചര്യത്തിൽ നിന്നും നേടിയെടുക്കാൻ കഴിയുന്ന ഗുണം അല്ലെങ്കിൽ പാഠം കണ്ടു പിടിയ്ക്കുമെന്ന് തീരുമാനിയ്ക്കുക. പലപ്പോഴായും നിങ്ങൾക്ക് ഉൾക്കാഴ്ചകളും ആശയങ്ങളും ആത്മവിശ്വാസവും പുതിയ അവസരങ്ങളും നേടാൻ കഴിയും. നിങ്ങളുടെ ഇപ്പോഴത്തെ ഏറ്റവും വലിയ ബുദ്ധിമുട്ടിലോ പ്രശ്നത്തിലോ അടങ്ങിയിരിക്കുന്ന ഏറെ വിലപ്പെട്ട പാഠം എന്താണ്?

മനസ്സിന്റെ നിയന്ത്രണം ഏറ്റെടുക്കുക

നിങ്ങൾക്ക് സാധിക്കുന്നതിൽ വെച്ച് ഏറ്റവും നല്ല വ്യക്തിയായി മാറാൻ, നിങ്ങൾ തുടക്കത്തിൽ തന്നെ ആരംഭിക്കേണ്ടതുണ്ട്. നിയന്ത്രണങ്ങളുടെ നിയമം പറയുന്നത് സ്വന്തം ജീവിതത്തിന്റെ *നിയന്ത്രണം നിങ്ങളുടെ കയ്യിലാകുന്ന* അളവു വരെ നിങ്ങൾക്ക് അവനവനെക്കുറിച്ച് സന്തോഷം തോന്നുകയും, നിങ്ങൾ *നിയന്ത്രണത്തിൽ അല്ലെന്ന്* തോന്നുകയോ ബാഹ്യമായ സാഹചര്യങ്ങളാലോ ആളുകളാലോ നിയന്ത്രിയ്ക്കപ്പെടുകയോ ചെയ്യുന്ന അളവു വരെ നിങ്ങൾ അസന്തുഷ്ടി അനുഭവിയ്ക്കുകയും ചെയ്യും എന്നാണ്.

ഒന്നുകിൽ സ്വന്തം ജീവിതത്തിന്റെ ചുമതല അനുഭവപ്പെടുന്ന ഒരു ആന്തരിക നിയന്ത്രണം നിങ്ങൾക്കുണ്ട്. അല്ലെങ്കിൽ സാഹചര്യങ്ങളോ ആളുകളോ—ഒന്നും ചെയ്യാൻ കഴിവില്ലാത്ത

നിങ്ങളുടെ മേലധികാരി, നിങ്ങളുടെ ബില്ലുകൾ, നിങ്ങളുടെ ആരോഗ്യം തുടങ്ങിയ—നിങ്ങളെ നിയന്ത്രിയ്ക്കുന്ന ഒരു ബാഹ്യ നിയന്ത്രണമുണ്ട്. സമ്മർദ്ദത്തിലോ അതിന്റെ അഭാവത്തിലോ സന്തോഷത്തിലോ അസന്തുഷ്ടിയിലോ മാനസികവും വികാരപരവുമായ മനുഷ്യരുടെ മിക്കവാറും എല്ലാ രോഗങ്ങളിലുമോ ഉള്ള നിർണ്ണായക ഘടകം നിയന്ത്രണ ബോധത്തിന്റെ സാന്നിധ്യമോ അഭാവമോ ആണെന്ന് മനഃശാസ്ത്രജ്ഞർ ഇന്ന് അംഗീകരിയ്ക്കുന്നുണ്ട്.

നിങ്ങൾക്ക് പൂർണ്ണ നിയന്ത്രണം സാധ്യമായിരിക്കുന്നത് നിങ്ങളുടെ മനസ്സിന്റെ മേൽ മാത്രമാണെന്നതാണ് വസ്തുത. ചിന്തിയ്ക്കുന്ന കാര്യങ്ങളെ നിങ്ങൾക്ക് നിയന്ത്രിയ്ക്കാം. ഓഷ്വിറ്റ്സ് കോൺസെൻട്രേഷൻ ക്യാമ്പിൽ അതിജീവിച്ച വിക്ടർ ഫ്രാങ്ക്ൾ പറഞ്ഞതു പോലെ "മനുഷ്യരുടെ സ്വാതന്ത്ര്യങ്ങളിൽ അവസാനത്തേത് ഏതു സാഹചര്യത്തിലും ഒരാളുടെ മനോഭാവം തിരഞ്ഞെടുക്കുക എന്നതാണ്, സ്വന്തം വഴി തിരഞ്ഞെടുക്കൽ."

എല്ലാത്തരം നിഷേധാത്മക വികാരങ്ങളും ഇല്ലാതാക്കുക എന്നതായിരിക്കണം നിങ്ങളുടെ ഏകശ്രദ്ധ. ഭാഗ്യവശാൽ, തെളിയിക്കപ്പെട്ട രീതികളും സാങ്കേതികതകളും ഉപയോഗിച്ച് നെഗറ്റീവ് വികാരങ്ങൾ ഇല്ലാതാക്കാനും നീക്കം ചെയ്യാനും കഴിയും, അവയിൽ പലതും നിമിഷങ്ങൾക്കുള്ളിൽ തന്നെ കഴിയും. അവ നിങ്ങൾ മുന്നോട്ടുള്ള പേജുകളിൽ പഠിയ്ക്കും.

ഇപ്പോൾ ഇത് ചെയ്യുക

ഇന്നു മുതൽ, സാഹചര്യങ്ങൾ നിങ്ങളെ അസ്വസ്ഥപ്പെടുത്തുകയോ നിരാശപ്പെടുത്തുകയോ നെഗറ്റീവ് വികാരങ്ങൾ ഉണർത്തുകയോ ചെയ്യുമ്പോൾ, ചിന്തകളിൽ ശ്രദ്ധ ചെലുത്താൻ തുടങ്ങുക. ഒരു ദീർഘ നിശ്വാസം എടുക്കുകയും ചിന്തകളെ പരിപോഷിപ്പിക്കേണ്ടതില്ലെന്ന് തീരുമാനിയ്ക്കുകയും ചെയ്യുക.

ഇമോഷണൽ ഇന്റലിജൻസ് എന്ന പുസ്തകത്തിൽ ഡാനിയൽ ഗോൾമാൻ, ചില ആളുകൾ പ്രതിപാദിക്കുന്ന 'ഇമോഷണൽ സ്നോബോളിംഗ്' എന്നൊരു പ്രക്രിയയെക്കുറിച്ച് പറയുന്നുണ്ട്. നെഗറ്റീവ് ആയ വികാരങ്ങൾ ചെറുതായി ആണ് തുടങ്ങുന്നത്. എന്നാൽ നിങ്ങൾ കൂടുതൽ ഊർജ്ജവും ശ്രദ്ധയും കൊടുക്കുന്തോറും അത് വലുതായി തുടങ്ങുന്നു. പോസിറ്റീവ് ആയ ചിന്തകളിലും തോന്നലുകളിലും വസിയ്ക്കുന്നത് തിരഞ്ഞെടുക്കുകയും നിഷേധാത്മക

ചിന്തകളെ പട്ടിണിയ്ക്കിടുകയും ചെയ്യുക. ചിന്തകളുടെ നിയന്ത്രണത്തിലാണ് നിങ്ങൾ എന്നത് ഓർമ്മിയ്ക്കുക.

ശുഭാപ്തിവിശ്വാസമുള്ളവരായിരിക്കാൻ സ്വയം ക്രമപ്പെടുത്തുക

നിങ്ങളുടെ മനോവികാരങ്ങൾ എവിടെ നിന്നാണ് വരുന്നത്? ചിന്തയാണോ തോന്നലാണോ ആദ്യം വരുന്നത്? *വികാരങ്ങൾക്ക് മുൻപ് ചിന്തയും* തീരുമാനങ്ങൾക്കും നടപടികൾക്കും മുൻപ് വികാരങ്ങളും വരുന്നു എന്നതാണ് വസ്തുത. ആദ്യം നിങ്ങൾ എന്തെങ്കിലും ഒരു കാര്യം ചിന്തിയ്ക്കുകയോ ഒരു പുതിയ അറിവ് സ്വീകരിയ്ക്കുകയോ ചെയ്യുന്നു. പിന്നീട് നിങ്ങൾ ആ ചിന്തയെ പോസിറ്റീവ് അല്ലെങ്കിൽ നെഗറ്റീവ് ആയി വ്യാഖ്യാനിയ്ക്കുന്നു. നിങ്ങളുടെ വ്യാഖ്യാനം പിന്നീട് ഉചിതമായ വികാരങ്ങളെ സൃഷ്ടിച്ചെടുക്കുന്നു. ഈ വികാരം നിങ്ങളുടെ ഭാഗത്തു നിന്ന് ഒരു പ്രവർത്തനമോ പ്രതികരണമോ ഉണ്ടാക്കുന്നു.

മറ്റൊരു രീതിയിൽ, ഒരു സംഗതിയെക്കുറിച്ചോ അനുഭവത്തെക്കുറിച്ചോ ഏതു രീതിയിൽ ചിന്തിയ്ക്കണമെന്ന് *തിരഞ്ഞെടുക്കുന്നതു* വഴി നിങ്ങൾക്ക് സംഭവിച്ചു പോകുന്നതിൽ മിക്കവയും, വികാരപരമായ നിങ്ങളുടെ ജീവിതവും നിങ്ങൾ തന്നെ തീരുമാനിയ്ക്കുന്നു. ജീവിതത്തിന്റെ ഓരോ ഭാഗത്തിനും നിങ്ങളാണ് *അർത്ഥം* കൊടുക്കുന്നത്—മറ്റാരുമല്ല

മിക്കവാറും ആളുകൾ ചിന്തിയ്ക്കുന്നത് പെരുമാറ്റ മനഃശാസ്ത്രത്തിലെ ഉത്തേജക പ്രതികരണ മാതൃകയിലാണ്. ഒരു പ്രത്യേക ഉത്തേജനത്തിനോ സംഭവത്തിനോ ഏറെക്കുറെ പെട്ടെന്നു തന്നെ പ്രത്യേകമായ പ്രതികരണമോ പ്രത്യാഘാതമോ ഉണർത്തി വിടാൻ കഴിയും. നിങ്ങളുടെ കൂടുതൽ ചിന്തകളും തോന്നലുകളും യാന്ത്രികവും പ്രചോദനാത്മകവും ആയിരിക്കും. അവിടെ നിങ്ങൾ മുൻപ് ഒരുപാടു തവണ ചെയ്തതു പോലെ തന്നെ പ്രതികരിച്ചുകൊണ്ടിരിക്കും.

പക്ഷേ, സന്തോഷവാന്മാരും ഏറ്റവുമധികം വിജയിച്ച ആളുകളുമായ മികച്ച ചിന്തകർ ശരാശരി ആളുകളിൽ നിന്ന് *വ്യത്യസ്തമായി* ആലോചിയ്ക്കുകയും പ്രതികരിയ്ക്കുകയും ചെയ്യുന്നു. ഒരു ഉദ്ദീപനത്തോട് അതിവേഗത്തിൽ പ്രതികരിയ്ക്കുന്നതിനു പകരം ഏറ്റവും ഫലപ്രദരായ ആളുകൾ, എന്തു സംഭവിയ്ക്കുന്നു എന്നതിനെക്കുറിച്ചും പ്രതികരണത്തിനുള്ള ഏറ്റവും മികച്ച രീതിയെക്കുറിച്ചും

ചിന്തിയ്ക്കുവാൻ സമയമെടുക്കുന്നു. പ്രേരണയും പ്രതികരണവും തമ്മിലുള്ള ചിന്തയുടെ ആ നിമിഷങ്ങളിൽ, വ്യക്തിഗത ജീവിതത്തിന്റെ ഗുണനിലവാരം നിർണ്ണയിക്കപ്പെടുന്നു.

ചിന്താശേഷിയുടെ കരുത്ത്

പ്രതികരിയ്ക്കുന്നതിനു മുൻപ്, നിങ്ങളുടെ ജീവിതത്തിലെ സംഭവങ്ങളെക്കുറിച്ച് ഗുണപരവും ക്രിയാത്മകവുമായ രീതിയിൽ ചിന്തിയ്ക്കുന്ന ശീലം വികസിപ്പിച്ചെടുക്കുമ്പോൾ, അനന്തര ഫലങ്ങളെക്കുറിച്ച് അല്പം മാത്രം ചിന്തിച്ച് വെറുതെ പ്രതികരിയ്ക്കുന്നവരേക്കാൾ മെച്ചപ്പെട്ട തിരഞ്ഞെടുപ്പുകളും തീരുമാനങ്ങളും നിങ്ങൾ എടുക്കുകയും കൂടുതൽ ക്രിയാത്മകമായ പ്രവർത്തനങ്ങൾ നടത്തുകയും ചെയ്യുന്നു.

നിങ്ങളുടെ ജീവിതത്തിലേയ്ക്ക് തിരിഞ്ഞു നോക്കുമ്പോൾ, അസന്തുഷ്ടിയും ദുഃഖവും ഉണ്ടാക്കിയ പല തെറ്റുകളും പ്രവർത്തിയ്ക്കുന്നതിനു മുൻപ് പ്രസ്തുത വിഷയത്തെക്കുറിച്ച് ചിന്തിക്കാതിരുന്നതിന്റെ ഫലമാണെന്ന് കാണാം.

പകരം വെയ്ക്കലിന്റെ നിയമം

പകരം വെയ്ക്കലിന്റെ നിയമം പറയുന്നത്, ഗുണപരമോ നിഷേധാത്മകമോ ആകട്ടെ, ഒരേ സമയം *ഒരു ചിന്ത* മാത്രമേ നിങ്ങൾക്ക് മനസ്സിൽ കൊണ്ടു നടക്കാൻ സാധിയ്ക്കുകയുള്ളൂ എന്നാണ്. നിഷേധാത്മക ചിന്തകൾക്ക് *പകരം* പോസിറ്റീവായ ചിന്തകൾ നൽകാമെന്നും ഇത് പറയുന്നു. നിങ്ങളെ അസന്തുഷ്ടനാക്കുന്ന ഏതൊരു ചിന്തയുടെയും സ്ഥാനത്ത് ഗുണപരവും സന്തോഷപ്രദവുമായ ഒരു ചിന്ത തിരഞ്ഞെടുക്കാൻ നിങ്ങൾക്ക് കഴിയും.

പെൻസിൽവാനിയ സർവ്വകലാശാലയിലെ ഡോ. മാർട്ടിൻ സെലിഗ്മാൻ ശുഭാപ്തി വിശ്വാസം എന്ന വിഷയത്തിൽ ഇരുപത്തിരണ്ട് വർഷക്കാലത്തെ ഗവേഷണം നടത്തുകയുണ്ടായി. ആളുകൾ ശുഭാപ്തി വിശ്വാസികളോ അശുഭാപ്തി വിശ്വാസികളോ ആയിരിക്കുന്നത് അവരുടെ 'വിശദീകരണ ശൈലിയെ' ആശ്രയിച്ച് ഇരിക്കുന്നു എന്നതാണ് അദ്ദേഹത്തിന്റെ പ്രധാനപ്പെട്ട അനുമാനങ്ങളിൽ ഒന്ന്.

സംഭവങ്ങളെ നിങ്ങൾ സ്വയം എങ്ങനെ *വ്യാഖ്യാനിക്കുന്നു* എന്നതാണ് നിങ്ങളുടെ വിശദീകരണ ശൈലി. ഒരു സംഭവത്തെയോ സാഹചര്യത്തെയോ സംബന്ധിച്ച്, ഓരോ വ്യക്തികൾക്കും അവരുടേതായ ധാരണ അല്ലെങ്കിൽ വ്യാഖ്യാനം ഉണ്ടായിരിക്കുകയും

ധാരണ എന്തു തന്നെ ആയിരുന്നാലും, വ്യാഖ്യാനത്തിന്റെ ഫലമായി, വികാരങ്ങൾ യാന്ത്രികമായി സംഭവിക്കുകയാണ് ചെയ്യുന്നത്. ധാരണ *യാഥാർത്ഥ്യമാണ്.* അതുകൊണ്ടാണ് ഒരു കഥയ്ക്ക് എല്ലായ്പ്പോഴും മൂന്ന് വശങ്ങൾ ഉണ്ടെന്ന് പറയുന്നത്, ആദ്യ വ്യക്തിയുടെ പതിപ്പ്, രണ്ടാമത്തെ ആളുടേത്, മൂന്നാമതായി യഥാർത്ഥത്തിൽ സംഭവിച്ചത്.

സാഹചര്യത്തെ പുനർവ്യാഖ്യാനം ചെയ്യാൻ നിങ്ങൾക്ക് കഴിയും

സമാനമായ രീതിയിൽ ന്യൂറോലിംഗ്വിസ്റ്റിക് പ്രോഗ്രാമിങ് മേഖല "ഫ്രെയിമിങ്" "റീഫ്രെയിമിങ്" എന്നിവയെ സൂചിപ്പിക്കുന്നു. സാഹചര്യം മാത്രമായി നിങ്ങൾക്ക് സന്തോഷമോ അസന്തുഷ്ടിയോ ഉണ്ടാക്കുന്നില്ല. സാഹചര്യത്തിന്റെ പോസിറ്റീവോ നെഗറ്റീവോ ആയ വ്യാഖ്യാനമാണ് അനുബന്ധമായ വികാരത്തെ ഉണർത്തുന്നത്. ഒരു മുൻകാല അനുഭവം പുനർനിർമ്മിക്കുന്നതിലൂടെ നിങ്ങളുടെ വൈകാരിക പ്രതികരണം പൂർണ്ണമായും മാറുകയും പഴയ നിഷേധാത്മകമായ തോന്നലിൽ നിന്ന് നിങ്ങളെ മോചിപ്പിക്കുകയും ചെയ്യുമെന്ന് നിങ്ങൾ കണ്ടെത്തും.

ഉദാഹരണത്തിന്, നിങ്ങൾ ആദ്യമായി ഒരു തണുത്തു മെലിഞ്ഞ തവളയെ നോക്കുകയും (അല്ലെങ്കിൽ ബുദ്ധിമുട്ടുള്ള ഒരു വ്യക്തിയെയോ സാഹചര്യത്തെയോ) അതിനെ സ്പർശിക്കുകയോ അരികിൽ നിൽക്കുകയോ ചെയ്യുന്നതായി സങ്കല്പിക്കുകയും ചെയ്യുമ്പോൾ, നിങ്ങൾക്ക് വെറുപ്പ് തോന്നിയേക്കാം. എന്നിരുന്നാലും നിങ്ങൾ അത് പുനർവ്യാഖ്യാനം ചെയ്യുകയും തവളകൾ കൊതുകുകളെ ഭക്ഷിക്കുന്നു എന്നും കൊതുക് കടിക്കുന്നത് ഭയാനകമാം വിധം അസ്വസ്ഥവുമാണ് എന്നും ചിന്തിച്ചാൽ പുതിയ അഭിനന്ദന മനോഭാവത്തോടെ നിങ്ങൾ തവളയെ കണ്ടേക്കാം.

സൈക്കോതെറാപ്പിയിലെ ഒരു പ്രധാന ഉപകരണമാണ് റിഫ്രെയിമിംഗ്. പലപ്പോഴും ആളുകൾക്ക് അവരുടെ സാഹചര്യത്തെ സംബന്ധിച്ച് മറ്റൊരു വീക്ഷണം വികസിപ്പിക്കാൻ കഴിഞ്ഞാൽ അതിനോടുള്ള അവരുടെ വികാരങ്ങൾ പൂർണ്ണമായും മാറുന്നു. ബുദ്ധിമുട്ട് നിറഞ്ഞ ഒരു ബാല്യകാലം ഉണ്ടായിരുന്നതിനാൽ നിങ്ങൾ അസന്തുഷ്ടനാണെങ്കിൽ, ബാല്യകാല അനുഭവങ്ങൾ ഒരു വ്യക്തി എന്ന നിലയിൽ നിങ്ങളെ എങ്ങനെ മെച്ചപ്പെട്ട ഒരാളാക്കുന്നുവെന്ന് ചിന്തിച്ചാൽ നിങ്ങൾക്ക് ആ കാഴ്ചപ്പാടുകൾ മാറ്റാൻ

സാധിക്കും. നിങ്ങൾ വളർന്നു വന്ന സമയത്തെ ബുദ്ധിമുട്ടുകൾക്ക് സത്യത്തിൽ നന്ദിയുള്ളവരായിരിക്കാം. കാരണം അവയാണ് നിങ്ങളെ ഇന്നത്തെ മികച്ച വ്യക്തിയാക്കി മാറ്റിയത്.

ഈ മേഖലയിൽ ഭാഷ വളരെ പ്രധാനമാണ്. ഒരു സംഭവത്തെ വ്യാഖ്യാനിക്കാൻ നിങ്ങൾ ഉപയോഗിയ്ക്കുന്ന വാക്കുകൾക്ക് ചിന്തകളെയും തോന്നലുകളെയും വികാരങ്ങളെയും പോസിറ്റീവോ നെഗറ്റീവോ ആയ പ്രതികരണങ്ങളെയും ഉണർത്താൻ കഴിയും. വാക്കുകൾ വളരെ ശ്രദ്ധയോടെ തിരഞ്ഞെടുക്കുക.

ബ്രയാന്റെ കഥ

ഒട്ടും പണമില്ലാത്തതും വളരെ കുറച്ച് അവസരങ്ങൾ മാത്രമുള്ളതുമായ ഒരു പാവപ്പെട്ട വീട്ടിൽ നിന്നാണ് ബ്രയാൻ വന്നത്. അദ്ദേഹം ഹൈസ്കൂളിൽ നിന്ന് ബിരുദം നേടിയിട്ടില്ല. പാത്രങ്ങൾ കഴുകുകയും കിടങ്ങുകളും കിണറുകളും കുഴിയ്ക്കുകയും ചെയ്തു. ഇരുപതുകളുടെ മധ്യത്തിൽ അദ്ദേഹം വില്പനയിൽ പ്രവേശിച്ചു, ഒടുവിൽ അവിടെ വിജയിച്ചു. തുടർന്ന് സെയിൽസ് മാനേജ്മെന്റിൽ കൂടുതൽ വിജയിക്കുകയുണ്ടായി. മുപ്പതു വയസ്സ തികഞ്ഞപ്പോൾ അദ്ദേഹത്തിന്റെ ജീവിതത്തിൽ വഴിത്തിരിവ് ഉണ്ടാവുകയും കരിയറിലെ ഉയർച്ചയുടെ പാതയിൽ എത്തുകയും ചെയ്തു.

സൗഭാഗ്യങ്ങൾ വർദ്ധിച്ചപ്പോൾ, ഒരു ദിവസം ദീർഘ നിശ്വാസമെടുത്ത് അദ്ദേഹം താൻ സ്വപ്നം കണ്ടിരുന്ന വെള്ളയും ചാരവും കലർന്ന നിറത്തിലുള്ള, നീല തുകൽ തുണിയിൽ മുകൾ ഭാഗമുള്ള, 450 സ്പെഷ്യൽ എഡിഷൻ ലിമിറ്റഡ് ആയ രണ്ടു വർഷം പ്രായമുള്ള മേഴ്സിഡസ് ബെൻസ് വാങ്ങിയ്ക്കുകയുണ്ടായി. തന്റെ പഴയ കാർ വിറ്റ് അദ്ദേഹത്തിന് ആരംഭത്തിൽ അടയ്ക്കേണ്ട തുക നൽകേണ്ടിയും, പ്രതിമാസ അടവ് അഞ്ചു വർഷത്തേയ്ക്ക് നീട്ടേണ്ടിയും വന്നു. പക്ഷേ അവസാനം താൻ എപ്പോഴും ആഗ്രഹിച്ചിരുന്ന കാർ സ്വന്തമാക്കുവാൻ അദ്ദേഹത്തിന് കഴിഞ്ഞു.

അദ്ദേഹം അത് ഹൈവേയിലേയ്ക്ക് എടുത്ത്, ആക്സിലറേറ്ററിൽ ചവിട്ടുകയും, അമിത വേഗത്തിനുള്ള പിഴയിൽനിന്നും രക്ഷപെടുവാൻ ഗതിവേഗം കുറയ്ക്കേണ്ടി വരുന്നതു വരെ ഒരു വലിയ ബോട്ട് പോലെ അതിദ്രുതം ഓടിക്കുകയും ചെയ്യും. ഒരു വർഷത്തോളം ഈ വലിയ കരുത്തുറ്റ കാർ ഓടിച്ച ശേഷം മേഴ്സിഡസ് ബെൻസ് അറ്റകുറ്റപ്പണികളിൽ വൈദഗ്ധ്യം നേടിയ ഒരു മെക്കാനിക്കിനെക്കൊണ്ട് അദ്ദേഹം അത് സർവീസ് ചെയ്യാൻ ഏൽപ്പിച്ചു.

ഒരു ചെറിയ ഭാഗം

അദ്ദേഹം കാർ തിരിച്ചെടുക്കാൻ ചെന്നപ്പോൾ, കാർബറേറ്ററിൽ ഒരു തകരാർ കണ്ടെത്തിയെന്ന് മെക്കാനിക് മാരിയോ പറഞ്ഞു. മുൻ മെക്കാനിക് ഒരു പ്രധാന ഭാഗം പിന്നിലേയ്ക്ക് തിരുകുകയും അതുവഴി എഞ്ചിനിലേയ്ക്ക് പോകുന്ന ഇന്ധനത്തിന്റെ അളവ് കുറയുകയും ചെയ്തിരുന്നു. മാരിയോ ഈ ഭാഗം മാറ്റി പുതിയൊരു ഭാഗം ഉപയോഗിച്ച് ശരിയായി സ്ഥാപിച്ചിരുന്നു. അയാൾ പറഞ്ഞു, "ആക്സിലറേറ്ററിൽ ശ്രദ്ധാപൂർവ്വം ചവിട്ടുക, നിങ്ങൾക്ക് വ്യത്യാസം മനസ്സിലാകും."

ബ്രയാൻ ഇതിനകം തന്റെ കാറിൽ സംതൃപ്തനായിരുന്നു. അത് നന്നായി ഓടുന്നതായും ഹൈവേയിൽ അദ്ദേഹം ധൈര്യപ്പെട്ടതു പോലെ വേഗത്തിൽ പോകുന്നതായും കാണപ്പെട്ടു. എന്നാൽ ഇത്തവണ ആക്സിലറേറ്ററിൽ കാലു വെച്ചപ്പോൾ റോക്കറ്റ് ചലിയ്ക്കുന്നതു പോലെ കാർ മുന്നോട്ട് പൊട്ടിത്തെറിച്ചു. തെരുവിലെ ഗതാഗതക്കുരുക്കിലേക്ക് ഇടിച്ചുകയറാതിരിക്കാൻ അയാൾക്ക് ബ്രെയ്ക്ക് ചവിട്ടേണ്ടി വന്നു.

അന്നു മുതൽ മേഴ്സിഡസ് ഓടിയ്ക്കുമ്പോഴെല്ലാം ബ്രയാൻ വളരെ സൗമ്യമായി ആക്സിലറേറ്ററിൽ ചവിട്ടി. ഒരു ചെറിയ സ്പർശനം ആ കാർ അഞ്ചു സെക്കന്റിൽ പൂജ്യം മുതൽ അറുപതു മൈൽ വരെ, അത്രയും വേഗതയിൽ, തടഞ്ഞു നിർത്താൻ ദ്രുതഗതിയിൽ ബ്രെയ്ക്ക് ചെയ്യേണ്ടി വരുന്ന രീതിയിൽ മുന്നോട്ടു കുതിയ്ക്കാൻ കാരണമാകും. ഇതെല്ലാം കാർബറേറ്ററിൽ ഒരു ചെറിയ ഭാഗം മാറ്റുന്നതിന്റെ ഭാഗമായിട്ടാണ് ഉണ്ടായത്.

നിങ്ങൾക്ക് അസാധാരണമായ കഴിവുകളുണ്ട്

നിങ്ങളുടെ മനസ്സും സാധ്യതകളും മനോഹരമായി പണിഞ്ഞെടുത്ത ഒരു മേഴ്സിഡസ് പോലെയാണ്. നിങ്ങളുടെ ജീവിതം സംതൃപ്തമായ നിലയിലോ, സാമാന്യം വിജയിച്ച രീതിയിലോ നീങ്ങിക്കൊണ്ടിരിയ്ക്കുകയാണെങ്കിൽ പോലും മനസ്സിന്റെ അഗാധതയിൽ, ജീവിതംകൊണ്ട് അസാധാരണമായ കാര്യങ്ങൾ നേടിയെടുക്കുന്നതിൽ നിന്ന് നിങ്ങളെ പിന്തിരിപ്പിയ്ക്കുന്ന നല്ലതല്ലാത്ത ഓർമ്മകളോ തടസ്സങ്ങളോ, വിരൂപനായ ഒരു തവളയെപ്പോലെ ഉണ്ടാകാം. ഈ തടസ്സത്തെ നിങ്ങൾ തിരിച്ചറിയുകയും നീക്കിക്കളയുകയും ചെയ്യുന്ന പക്ഷം, അനേക വർഷങ്ങളായി സാധിച്ചതിനേക്കാൾ കൂടുതൽ

പുരോഗതി കുറഞ്ഞ ആഴ്ചകളിലോ മാസങ്ങളിലോ നിങ്ങൾ ഉണ്ടാക്കി തുടങ്ങും.

അടുത്ത അധ്യായത്തിൽ, നിങ്ങളെ പിറകോട്ട് വലിയ്ക്കുന്ന, മറഞ്ഞിരിയ്ക്കുന്ന ആ തടസ്സങ്ങളെ എങ്ങനെ തിരിച്ചറിയണമെന്ന് നിങ്ങൾ പഠിയ്ക്കും. ഊർജ്ജത്തിന്റെയും ഉത്സാഹത്തിന്റെയും ആഗ്രഹത്തിന്റെയും വലിയ ശേഖരത്തെ തിരഞ്ഞെടുക്കുന്ന ദിശയിൽ എങ്ങനെ പുറത്തു വിടാമെന്ന് നിങ്ങൾ പഠിക്കും. ജീവിതത്തെ മാറ്റിമറിയ്ക്കാൻ കഴിയുന്ന, തെളിയിക്കപ്പെട്ട ആശയങ്ങളും ഉൾക്കാഴ്ചകളും നിങ്ങൾ സ്വായത്തമാക്കും.

ഇപ്പോൾ ഇത് ചെയ്യുക

നിങ്ങളുടെ ഭൂതകാലത്തിൽ നിന്നുള്ള ഒരു വ്യക്തിയോട്, ഇപ്പോഴും ദേഷ്യം കൊണ്ടു നടക്കുന്നതോ അല്ലെങ്കിൽ ജോലിയിലോ വ്യക്തിജീവിതത്തിലോ ഹൃദയം മുഴുവനായി ഉൾപ്പെടുത്തുന്നതിൽ നിന്ന് നിങ്ങളെ തടഞ്ഞേക്കാവുന്ന ഒരു നിഷേധാത്മക അനുഭവത്തെ കുറിച്ച് ചിന്തിയ്ക്കുന്നതോ ആയ ഒരു മേഖലയെ തിരിച്ചറിയുക.

നിഷേധാത്മകമായ അനുഭവത്തെ പോസിറ്റീവ് ആയ രീതിയിൽ പുനർവ്യാഖ്യാനം ചെയ്യാനും അതിൽ നിന്നു പഠിയ്ക്കാനും, മോചിപ്പിയ്ക്കുവാനും തീരുമാനിയ്ക്കുകയും കഴിഞ്ഞ കാലത്തെക്കുറിച്ച് ചിന്തിയ്ക്കുന്നത് തുടരുന്നതിനു പകരം നിങ്ങളുടെ മുഴുവൻ ശ്രദ്ധയും ലക്ഷ്യങ്ങളിലും ഭാവിയിലും കേന്ദ്രീകരിയ്ക്കുകയും ചെയ്യുക.

5

ചെളി ഒഴുക്കിക്കളയുക

എല്ലാവരും സന്തോഷത്തോടെയും ആത്മാർത്ഥതയോടെയുമാണ് ജീവിയ്ക്കാൻ ആഗ്രഹിയ്ക്കുന്നത്. ആനന്ദവും സംതൃപ്തിയും സന്തോഷകരമായ ബന്ധങ്ങളും മനസ്സമാധാനവും അനുഭവിയ്ക്കാൻ എല്ലാവരും ആഗ്രഹിയ്ക്കുന്നു. എന്നിട്ടും എന്തിനാണ് ഇത്രയധികം ആളുകൾ സ്വന്തം അനുമതിയോടെ 'നിശ്ശബ്ദമായ നിരാശയുടെ' ജീവിതം നയിക്കുന്നത്?

മിക്കവാറും എല്ലാ കേസുകളിലും, നമ്മൾ ചർച്ച ചെയ്തതു പോലെ സന്തോഷത്തിന്റെയും വ്യക്തിപരമായ പൂർത്തീകരണത്തിന്റെയും അഭാവം, നല്ലതല്ലാത്ത വികാരങ്ങളിലും അവ ജീവിത വഴികളിൽ എറിഞ്ഞിട്ടു പോകുന്ന വിഘ്നാതങ്ങളിലും കണ്ടെത്താം. മനസ്സിന്റെ ചതുപ്പിൽ ആഴത്തിലുള്ള ആ വൃത്തികെട്ട തവളകൾ നമ്മളെ മുകളിലേയ്ക്ക് വലിച്ചിഴയ്ക്കുകയും തടഞ്ഞു നിർത്തുകയും ചെയ്യുന്നു.

വിനാശകരമായ വിമർശനങ്ങളും കുട്ടിക്കാലത്തെ മതിയായ സ്നേഹത്തിന്റെ അഭാവവും കാരണം ചെറിയ

> ആളുകൾ എപ്പോഴും അവർ എന്താണെന്നുള്ളതിന് സാഹചര്യങ്ങളെ കുറ്റപ്പെടുത്തുന്നു. ഞാൻ സാഹചര്യങ്ങളിൽ വിശ്വസിയ്ക്കുന്നില്ല. ഈ ലോകത്ത് മുകളിലേയ്ക്ക് കയറിപ്പോകുന്ന ആളുകൾ എഴുന്നേറ്റു നിന്ന് അവർ ആഗ്രഹിയ്ക്കുന്ന സാഹചര്യങ്ങളെ അന്വേഷിയ്ക്കുന്നവരാണ്. കണ്ടെത്താൻ കഴിയുന്നില്ലെങ്കിൽ അവർ ആ സാഹചര്യങ്ങൾ സൃഷ്ടിയ്ക്കുന്നു.
>
> **വിവി വാറെൻ, *മിസ്സിസ് വാറെൻസ് പ്രൊഫെഷൻ,* ജോർജ്ജ് ബർണാർഡ് ഷാ**

പ്രായത്തിൽ തന്നെ കുട്ടികളിൽ നല്ലതല്ലാത്ത വികാരങ്ങൾ വളർന്നു തുടങ്ങുന്നു. അവർ മുതിർന്നവരാകുമ്പോൾ വികാരങ്ങൾ കൂടുതൽ കൂടുതൽ തീവ്രമാവുകയും വിവിധ തരത്തിലുള്ള അധിക വികാരങ്ങൾ ഉടലെടുക്കുകയും ചെയ്യുന്നു.

ആളുകൾ അനുഭവിക്കുന്ന പ്രധാനപ്പെട്ട നെഗറ്റീവ് വികാരങ്ങൾ, ഭയം, സംശയം, ഉത്കണ്ഠ, അസൂയ, സ്പർദ്ധ, വെറുപ്പ്, നീരസം, അധഃസ്ഥിതാവസ്ഥ, മറ്റുള്ളവരുമായി താരതമ്യപ്പെടുത്തുമ്പോൾ പ്രത്യേകമായി അനുഭവപ്പെടുന്ന അപര്യാപ്തതയുടെ തോന്നൽ എന്നിവയാണ്.

ഒരു കുട്ടി നിരന്തരം വിമർശിക്കപ്പെടുമ്പോൾ ഭയവും സംശയവും ഉത്കണ്ഠയും ഉണ്ടാകുന്നു. മൂല്യവത്തായ എന്തെങ്കിലും നേടിയാൽ പോലും അതൊരിക്കലും അവന്റെ മാതാപിതാക്കളെ തൃപ്തിപ്പെടുത്താൻ പര്യാപ്തമാകുന്നില്ല. പല വീടുകളിലും മാതാപിതാക്കൾ വളരെ വിരളമായേ സ്നേഹമോ അംഗീകാരമോ പ്രകടിപ്പിക്കാറുള്ളൂ. അല്ലെങ്കിൽ കുട്ടി ഏതെങ്കിലും വിധത്തിൽ അവരെ പ്രസാദിപ്പിക്കുന്നതിൽ പരാജയപ്പെടുന്നുവെന്ന് തോന്നിയാൽ അവർ ഉടൻ തന്നെ സ്നേഹവും അംഗീകാരവും പിൻവലിക്കുന്നു.

വികാരങ്ങൾ വിലയിരുത്തലുകളെ വളച്ചൊടിക്കുന്നു

എല്ലാ വികാരങ്ങളും, പ്രത്യേകിച്ച് നെഗറ്റീവ് വികാരങ്ങൾ, മൂല്യനിർണ്ണയങ്ങളെ വളച്ചൊടിക്കും. നിഷേധാത്മക വികാരത്തിന്റെ പിടിയിലമർന്ന ഒരു വ്യക്തിക്ക് വ്യക്തമായും യുക്തിസഹമായും ചിന്തിക്കാനുള്ള കഴിവ് ഉണ്ടാകാറില്ല. നിഷേധാത്മക വികാരം കൂടുതൽ തീവ്രമാകുമ്പോൾ, അതിൽ അകപ്പെട്ടയാൾ യാഥാർത്ഥ്യത്തിൽ നിന്ന് അകന്നു പോവുകയും വ്യക്തമായി ന്യായവാദം ചെയ്യാൻ കഴിവില്ലാത്തവനായിത്തീരുകയും ചെയ്യുന്നു. ആ വ്യക്തി പിന്നീട് പലപ്പോഴും വിശദീകരിക്കാനാവാത്തതോ വിനാശകരമോ ആയ രീതിയിൽ സംസാരിക്കുകയും പ്രവർത്തിക്കുകയും ചെയ്യുന്നു.

കുറച്ചു വർഷങ്ങൾക്കു മുൻപ്, പ്രത്യേകിച്ച് കയ്പേറിയ വിവാഹമോചനത്തിലൂടെ കടന്നു പോയ ന്യൂയോർക്കിലെ എഴുത്തുകാരനായ 'അബിഗെയിൽ ട്രാഫോർഡ്'' *ക്രേസി ടൈം* എഴുതുകയുണ്ടായി. വിവാഹമോചനത്തിന്റെ വൈകാരികമായി കുഴപ്പം പിടിച്ച രണ്ടു വർഷങ്ങൾ, വിവാഹമോചനം എപ്പോൾ നടന്നുവെന്നോ സാധാരണ നിലയിലേക്ക് എപ്പോൾ വന്നുവെന്നോ തീരെ തിരിച്ചറിയാൻ കഴിയാത്ത വിധത്തിൽ എങ്ങനെയാണ്

പെരുമാറാൻ തന്നെ കാരണമാക്കിയതെന്ന് അവർ ആ പുസ്തകത്തിൽ വിശദീകരിച്ചിട്ടുണ്ട്.

തനിയ്ക്ക് തോന്നിയിരുന്ന നിഷേധാത്മകതയുടെ തീവ്രത കാരണം താൻ ഒരു ഭ്രാന്തി ആയിരുന്നുവെന്ന് മുഴുവൻ സമയവും അവൾക്ക് തോന്നി. വൈകാരികമായ സമ്മർദ്ദം നിറഞ്ഞ സാഹചര്യത്തിലൂടെ കടന്നു പോകുമ്പോൾ പലർക്കും സമാനമായ അനുഭവങ്ങൾ ഉണ്ടാകാറുണ്ട്. വികാരങ്ങൾ വിലയിരുത്തലിനെ വളച്ചൊടിയ്ക്കുന്നു.

നെഗറ്റീവ് വികാരങ്ങളുടെ വേരുകൾ

അഞ്ച് പ്രധാനപ്പെട്ട വസ്തുതകളാണ് ആളുകൾക്ക് നെഗറ്റീവ് വികാരങ്ങൾ സൃഷ്ടിച്ചെടുക്കാനും അവയിൽ മുറുകെ പിടിയ്ക്കാനും കാരണമാകുന്നത്. വികാരങ്ങളുടെ ചതുപ്പിലെ കറുത്ത വെള്ളത്തിൽ ആഴത്തിൽ നീന്തുന്ന ഇവ ഏറ്റവും മോശമായ തവളകളാണ്. അവ *ന്യായീകരണം, തിരിച്ചറിയൽ, അതിമൃദുപ്രകൃതം, ന്യായവിധി, യുക്തിവാദം* എന്നിവയാണ്.

നിഷേധാത്മക വികാരങ്ങളിൽ നിന്ന് സ്വയം മോചിതരാകാൻ അവ എവിടെ നിന്നാണ് വരുന്നതെന്ന് നിങ്ങൾ തിരിച്ചറിയണം. അതു വഴി നിങ്ങൾക്ക് അവയിൽ നിന്ന് മുക്തി നേടാനോ അല്ലെങ്കിൽ അവ വികസിയ്ക്കുന്നത് തടയാനോ കഴിയും.

ന്യായീകരണം

ന്യായീകരണ വിദ്യ ഉപയോഗിച്ച് നിഷേധാത്മകതയെയും ക്രുദ്ധരാകുവാനുള്ള അവകാശത്തെയും നിങ്ങൾ സംരക്ഷിച്ചു പോകുന്നു. നിഷേധാത്മക വികാരങ്ങൾ, ഒരിയ്ക്കലും അവ സ്വയവും മറ്റുള്ളവർക്കും അനുഭവിപ്പിയ്ക്കാനുള്ള നിങ്ങളുടെ അവകാശത്തെ ന്യായീകരിയ്ക്കാത്തിടത്തോളം നിലനിൽക്കില്ല.

നിങ്ങൾ ഒരു പ്രത്യേക നിഷേധാത്മക സാഹചര്യത്തെക്കുറിച്ച് ചർച്ച ചെയ്യുമ്പോൾ, നിഷേധാത്മകതയെ വിവിധ കാരണങ്ങളാൽ ന്യായീകരിയ്ക്കുന്നതിൽ നിങ്ങൾ ശ്രദ്ധാലുക്കളായിരിക്കും. പലപ്പോഴും വാഹനമോടിയ്ക്കുമ്പോൾ നിങ്ങൾ അവനവനോടു തന്നെ സംസാരിയ്ക്കുകയും നിങ്ങളുടെ വാദം ഉന്നയിയ്ക്കുകയും അവിടെ ഇല്ലാത്ത ആളുകളുമായി ശക്തമായി തർക്കിയ്ക്കുകയും ചെയ്യുന്നു. ന്യായീകരണം പല രാത്രികളിലും നിങ്ങളെ ഉണർന്നു തന്നെ ഇരുത്തുന്നു.

നിങ്ങൾ എത്രത്തോളം സ്വയം ന്യായീകരിയ്ക്കുകയും പ്രസ്തുത കാര്യത്തിൽ ഉൾപ്പെട്ടിരിയ്ക്കുന്ന മറ്റേ ആൾ ഏതെങ്കിലും വിധത്തിൽ *മോശക്കാരനാണെന്നും* നിങ്ങൾ ശുദ്ധനും നിരപരാധിയുമാണെന്നും അതിനാൽ നിങ്ങൾക്ക് അനുഭവപ്പെടുന്നത് പോലെ തോന്നാൻ അർഹതയുണ്ടെന്നും സ്വയം ബോധ്യപ്പെടുത്തുന്നുവോ, അത്രത്തോളം കോപിഷ്ഠനും അസ്വസ്ഥനുമായി നിങ്ങൾ മാറും.

നിങ്ങളെ വേദനിപ്പിയ്ക്കുന്നതോ ദേഷ്യപ്പെടുത്തുന്നതോ അല്ലെങ്കിൽ അന്യായമായതോ ആയ ഒരു സാഹചര്യം ഉണ്ടായിട്ടുണ്ടെങ്കിലും ആ അനുഭവത്തോട് ഒരു വികാരത്തെ കൂട്ടിച്ചേർക്കാൻ കഴിയുന്ന ഒരേ ഒരു വ്യക്തി നിങ്ങൾ മാത്രമാണ്. നിങ്ങൾക്ക് അത് ഉള്ളിൽ കൊണ്ടു നടക്കുകയോ വിട്ടു കളയുകയോ ചെയ്യാം.

തിരിച്ചറിയൽ

നെഗറ്റീവ് വികാരങ്ങൾക്കുള്ള രണ്ടാമത്തെ പ്രധാന ആവശ്യകത *തിരിച്ചറിയലാണ്.* നിങ്ങൾ കാര്യങ്ങൾ വ്യക്തിപരമായി എടുക്കുന്നു എന്നാണ് ഇതിനർത്ഥം. സംഭവിച്ചതിനെ നിങ്ങൾ വ്യക്തിപരമായ ആക്രമണമായി വ്യാഖ്യാനിക്കുന്നു.

ഒരു നിഷേധാത്മക സാഹചര്യത്തെ നിങ്ങൾക്ക് വ്യക്തിപരമായി തിരിച്ചറിയാൻ കഴിയുന്നില്ലെങ്കിൽ, അതിനെക്കുറിച്ച് പോസിറ്റീവോ നെഗറ്റീവോ ആയ ഏതെങ്കിലും വികാരം സൃഷ്ടിയ്ക്കാൻ നിങ്ങൾക്ക് ബുദ്ധിമുട്ടായിരിക്കും. വടക്കൻ ചൈനയിലെ വെള്ളപ്പൊക്കത്തിൽ ആയിരം പേർ – പുരുഷനും സ്ത്രീകളും കുട്ടികളും – ഒലിച്ചു പോവുകയും മുങ്ങി മരിക്കുകയും ചെയ്തുവെന്ന് നിങ്ങൾ പത്രത്തിൽ വായിച്ചാൽ അല്പം പശ്ചാത്താപം തോന്നുകയും തുടർന്ന് അടുത്ത വിഷയത്തിലേക്ക് ഒന്നും തോന്നാതെയോ അല്ലെങ്കിൽ ചെറിയൊരു വികാരത്തോടെയോ പേജ് മറിക്കുകയും ചെയ്തേക്കാം. ലോകത്തിന്റെ ആ ഭാഗത്തെ കുറിച്ച് കൂടുതൽ അറിവില്ലാത്തതിനാലോ അല്ലെങ്കിൽ ബാധിച്ച ആളുകളെ ആരെയും പരിചയമില്ലാത്തതിനാലോ നിങ്ങൾ ആ ദുരന്തത്തെ തിരിച്ചറിയുന്നില്ല. തത്ഫലമായി, നിങ്ങൾക്ക് അതിനെക്കുറിച്ച് നെഗറ്റീവ് വികാരങ്ങൾ അനുഭവപ്പെടുകയേ ഇല്ല.

മറ്റൊരാളുടെ അനുഭവത്തോടോ വേദനയോടോ നിങ്ങൾക്ക് അനുകമ്പ തോന്നുകയില്ല എന്ന് ഇത് അർത്ഥമാക്കുന്നില്ല, മറിച്ച് നിങ്ങൾ വൈകാരികമായി ഇടപെടുന്നില്ല. ഉദാഹരണത്തിന്, ചില

വ്യക്തിപരമായ പ്രശ്നങ്ങൾ കാരണം ഒരു സഹപ്രവർത്തക അവളുടെ ചുമതലകൾ നിർവ്വഹിയ്ക്കുന്നില്ല എങ്കിൽ നിങ്ങൾക്ക് അവളോട് വിഷമം തോന്നിയേക്കാം, പക്ഷേ നിങ്ങൾ ഒരിയ്ക്കലും അവളുടെ ഉത്തരവാദിത്തങ്ങൾ ഏറ്റെടുക്കാൻ പോകുന്നില്ല. ആരോഗ്യകരമായ വൈകാരിക അതിരുകൾ ഉണ്ടായിരിക്കേണ്ടത് അത്യാവശ്യമാണ്, പ്രത്യേകിച്ച് ഒരു തൊഴിൽപരമായ അന്തരീക്ഷത്തിൽ. മറ്റൊരാളുടെ വികാരവുമായി താദാത്മ്യം പ്രാപിയ്ക്കാതെ നിങ്ങൾക്ക് അനുകമ്പയുള്ളവരായി മാറാൻ കഴിയും.

അതിമൃദു പ്രകൃതി

നിഷേധാത്മക വികാരങ്ങളുടെ മൂന്നാമത്തെ കാരണം നിങ്ങളെക്കുറിച്ചുള്ള മറ്റുള്ളവരുടെ ചിന്തകൾ, അഭിപ്രായങ്ങൾ, അല്ലെങ്കിൽ മനോഭാവങ്ങൾ എന്നിവയോടുള്ള *അതിമൃദു പ്രകൃതിയാണ്*. നമ്മൾ നേരത്തെ സൂചിപ്പിച്ചതു പോലെ വിനാശകരമായ വിമർശനങ്ങളും അപര്യാപ്തമായ സ്നേഹവും കൊണ്ട് വളർത്തപ്പെട്ട ആളുകൾക്ക് അപകർഷതയുടെയും മതിവരായ്മയുടെയും ആഴത്തിലുള്ള വികാരങ്ങളെ പരിപോഷിപ്പിയ്ക്കാൻ കഴിയും. മറ്റുള്ള ആളുകളിൽ നിന്നുള്ള പ്രവർത്തനങ്ങൾ, പ്രതികരണങ്ങൾ, ഇടപെടുന്ന രീതി എന്നിവയെക്കുറിച്ചുള്ള അവരുടെ ആശങ്കയിൽ ഈ വികാരങ്ങൾ പ്രകടമാകും.

ഇൻ സെർച്ച് ഓഫ് ദി മിറാക്കുലസ് എന്ന തന്റെ പുസ്തകത്തിൽ പീറ്റർ ഔസ്പെൻസ്കി ഇതിനെ “ആന്തരിക പരിഗണന” അല്ലെങ്കിൽ മറ്റുള്ളവരുടെ നിങ്ങളോടുള്ള പെരുമാറ്റ രീതിയിൽ അങ്ങേയറ്റം അസ്വസ്ഥത തോന്നൽ അതുമല്ലെങ്കിൽ ആരെങ്കിലും നിങ്ങളെ കുറിച്ച് നല്ലതല്ലാത്ത വിധത്തിൽ *ചിന്തിയ്ക്കുന്നുണ്ടെന്ന* കരുതി അസ്വസ്ഥതയും വിഷാദവും അനുഭവപ്പെടൽ എന്നു പരാമർശിക്കുന്നു.

മറ്റൊരു വ്യക്തിയിൽ നിന്നുള്ള ഒരു നല്ല വാക്കോ അംഗീകാരത്തിന്റേതായ അഭിപ്രായമോ നിങ്ങളെ സന്തോഷിപ്പിയ്ക്കും. നിഷേധാത്മകമായ ഒരു നോട്ടമാകട്ടെ, നിങ്ങളെ തകർത്തു കളയും. ശരിയ്ക്കും അതിമൃദുപ്രകൃതിയായ ആളുകൾ പലപ്പോഴും ഇല്ലാത്തിടത്ത് നേരിയ ഇഷ്ടക്കേടുകൾ ദർശിയ്ക്കുന്നു. അങ്ങേയറ്റത്തെ സന്ദർഭങ്ങളിൽ മറ്റുള്ളവരുടെ അംഗീകാരം ലഭിയ്ക്കാതെ തീരുമാനമെടുക്കാൻ കഴിയാത്തതിനാൽ ഹൈപ്പർ സെൻസിറ്റീവ് ആയ ആളുകൾ തളർന്നുപോകുന്നു.

ന്യായവിധിവാദം

നിഷേധാത്മകമായ വികാരങ്ങളുടെ നാലാമത്തെ കാരണം *ന്യായ വിധിവാദമാണ്.* മറ്റുള്ളവരെക്കുറിച്ച് മോശമായ വിലയിരുത്തലുകൾ നടത്താനുള്ള ആളുകളുടെ പ്രവണതയാണത്. മറ്റുള്ളവരെ പ്രതികൂല മായി വിധിയ്ക്കുമ്പോൾ, അവർ ഏതെങ്കിലും തരത്തിൽ *കുറ്റക്കാരാ ണെന്ന്* നിങ്ങൾ സ്ഥിരമായി കണ്ടെത്തിയേക്കും. ഈ കുറ്റബോധം അവരോടുള്ള നിങ്ങളുടെ കോപത്തിന്റെയും നീരസത്തി ന്റെയും നിഷേധാത്മക വികാരങ്ങളുടെയും ന്യായീകരണമായി മാറുന്നു.

ബൈബിൾ (മത്തായി 7:1) പറയുന്നു, "നിങ്ങൾ വിധിയ്ക്ക പ്പെടാതിരിയ്ക്കുവാൻ വിധിയ്ക്കാതിരിയ്ക്കുക." മറ്റുള്ളവരെ വിധിയ്ക്കുമ്പോൾ നിങ്ങൾ യഥാർത്ഥത്തിൽ നിഷേധാത്മകതയും അസന്തുഷ്ടിയും സ്വയം കൊണ്ടുവരുന്നു. മറ്റുള്ളവരെ വിലയിരുത്താൻ നിങ്ങൾ ഉപയോഗിയ്ക്കുന്ന അളവുകോലായിരിക്കും നിങ്ങളെ വിലയിരുത്താൻ അവരും ഉപയോഗിയ്ക്കുന്നത്. മറ്റുള്ളവരെ വിധിയ്ക്കുമ്പോൾ നിങ്ങൾ അവരേക്കാൾ ശ്രേഷ്ഠനായ ഒരാളായി സ്വയം സ്ഥാപിയ്ക്കുകയും അവരെ നിങ്ങളെക്കാൾ താഴ്ന്നവരാക്കുകയും അവരിൽ നിന്ന് പല പ്പോഴും നിഷേധാത്മക പ്രതികരണത്തിന് പ്രേരണയുണ്ടാക്കുകയും ചെയ്യുന്നു.

ഒരു കാരണവശാലും നിങ്ങൾ മറ്റൊരാളെ വിലയിരുത്തുന്നി ല്ലെങ്കിൽ ആ വ്യക്തിയോട് നിങ്ങൾക്ക് ദേഷ്യപ്പെടാൻ കഴിയില്ല. മറ്റൊരാൾ എന്തെങ്കിലും ചെയ്തുവെന്നോ പറഞ്ഞുവെന്നോ നിങ്ങളെ വേദനിപ്പിയ്ക്കുന്ന രീതിയിൽ എന്തെങ്കിലും ചെയ്യുന്നതിൽ പരാജയ പ്പെട്ടുവെന്നോ സ്വയം ന്യായീകരിയ്ക്കാൻ കഴിയുമ്പോൾ മാത്രമേ നിങ്ങൾക്ക് ദേഷ്യപ്പെടാൻ കഴിയുകയുള്ളൂ.

നിങ്ങളുടെ ജീവിതത്തിൽ നിന്ന് ന്യായവിധിവാദം ഇല്ലാതാക്കാൻ ആരംഭിയ്ക്കുന്നതിന്, ഇനിമുതൽ മറ്റാരെയും ഒന്നിനു വേണ്ടിയും വിധിയ്ക്കരുത്. ഇത് ചെയ്യാൻ വളരെ ബുദ്ധിമുട്ടാണ്, പ്രത്യേകിച്ച് തുടക്കത്തിൽ. എന്നാൽ പരിശീലനത്തിലൂടെ മെച്ചപ്പെട്ടു കൊണ്ടിരിക്കും. എല്ലാ ആളുകൾക്കും അവരുടേതായ ചിന്തകൾക്കും ജീവിതരീതികൾക്കും അർഹതയുണ്ടെന്ന് നിങ്ങളെ തന്നെ ഓർമ്മിപ്പിയ്ക്കുക.

ഇപ്പോൾ ഇത് ചെയ്യുക

പലപ്പോഴും നമ്മൾ മറ്റുള്ളവരെ വിധിയ്ക്കുന്നത് നമ്മൾ നമ്മിൽ തന്നെ ഇഷ്ടപ്പെടാത്ത എന്തെങ്കിലും അവരിൽ കാണുന്നത് കൊണ്ടോ അവരോട് അസൂയ ഉള്ളതുകൊണ്ടോ അതേ ഫലങ്ങൾ നേടാനോ അവർ ആസ്വദിയ്ക്കുന്ന അതേ പ്രതിഫലങ്ങൾക്കായോ ആണ്. അടുത്ത തവണ നിങ്ങൾ ആരെയെങ്കിലും വിധിയ്ക്കുന്നതായി കണ്ടെത്തുമ്പോൾ, നിങ്ങളുടെ പ്രചോദനം പര്യവേക്ഷണം ചെയ്യുക. സമാനമായ ഒരു സ്വഭാവം നിങ്ങൾ നിങ്ങളിൽ ഇഷ്ടപ്പെടാതിരിയ്ക്കുകയോ സംശയിക്കുകയോ ചെയ്യുന്നുണ്ടോ? അതോ മറ്റേയാൾക്കുള്ള ഗുണങ്ങളും ജീവിതശൈലിയും നിങ്ങൾ സ്വന്തമാക്കാൻ ആഗ്രഹിയ്ക്കുന്നുണ്ടോ?

വിധിയ്ക്കുകയും അപലപിയ്ക്കുകയും ചെയ്യുക വിധിയ്ക്കുന്നതിന്റെയും അപലപിയ്ക്കുന്നതിന്റെയും വിപരീതം നിഷ്പക്ഷതയാണ്. വ്യക്തിയോടോ സാഹചര്യത്തോടോ വികാരരഹിതമായും നിസ്സംഗമായും ഇടപെടുക എന്നതാണത്. ബുദ്ധമത സമ്പ്രദായമായ *ഉദാസീനതയിലൂടെ* നിങ്ങൾക്ക് ഈ അവസ്ഥ കൈവരിയ്ക്കാം. ശാന്തവും നിർവ്വികാരവുമായി ഇരിയ്ക്കുക. വ്യക്തിയിൽ നിന്ന് മാറി നിൽക്കുകയും നിങ്ങളുടെ സ്വന്തം മൂല്യങ്ങളും മാനദണ്ഡങ്ങളും ഉപയോഗിച്ച് അയാളെ അളക്കാതെ അവനവൻ ആയിരിക്കാനും ചെയ്തുകൊണ്ടിരിക്കുന്ന കാര്യങ്ങൾ ചെയ്യാനും അയാളെ അനുവദിയ്ക്കുക. മിക്ക കേസുകളിലും അയാളുടെ പ്രവർത്തനങ്ങൾ നിങ്ങളെ ഒട്ടും ആശങ്കപ്പെടുത്തുകയില്ല.

മറ്റൊരാളെ വിധിയ്ക്കുമ്പോൾ നിങ്ങൾ വികാരാധീനനാകും. വികാരങ്ങൾ വിലയിരുത്തലുകളെ വളച്ചൊടിയ്ക്കുന്നു. എത്രയധികം വിധിയ്ക്കുകയും അപലപിയ്ക്കുകയും ചെയ്യുന്നുവോ അത്രയധികം നിങ്ങൾ കോപിയ്ക്കുകയും നിഷേധാത്മകമാവുകയും ചെയ്യുന്നു. ആളുകൾ പലപ്പോഴും മറ്റുള്ളവരെ വിധിയ്ക്കുന്നത് അവരുടെ പെരുമാറ്റം നിയന്ത്രിയ്ക്കാൻ ആഗ്രഹിയ്ക്കുന്നതിനാലാണ്. മറ്റുള്ളവരുടെ ജീവിതത്തെ പ്രതികൂലമായി ബാധിയ്ക്കാത്തിടത്തോളം കാലം എല്ലാ ആളുകൾക്കും അവരവരുടേതായ രീതിയിൽ ജീവിയ്ക്കാൻ അവകാശമുണ്ട് എന്നതാണ് യാഥാർത്ഥ്യം. ജീവിയ്ക്കുകയും ജീവിയ്ക്കാൻ അനുവദിയ്ക്കുകയും ചെയ്യുക.

മറ്റുള്ളവരെക്കുറിച്ച് നിരന്തരം പരാതിപ്പെടുകയോ വിമർശിയ്ക്കുകയോ ചെയ്യുന്ന ഒരു കുടുംബത്തിലാണ് നിങ്ങൾ വളർന്നതെങ്കിൽ,

മറ്റുള്ളവരെ വിധിയ്ക്കുകയും അപലപിയ്ക്കുകയും ചെയ്യുന്നത് സാധാരണവും സ്വാഭാവികവുമായ ഒരു സ്വഭാവമാണെന്ന തെറ്റായ ധാരണ നിങ്ങൾക്കുണ്ടായേക്കാം. നിങ്ങൾ അംഗീകരിയ്ക്കാത്ത എന്തെങ്കിലും ആരെങ്കിലും ചെയ്യുമ്പോഴോ പറയുമ്പോഴോ നിഷ്പക്ഷമായും നിസ്സംഗമായും തുടരുക എന്ന ആശയം വിചിത്രമായി തോന്നിയേക്കാം.

നിങ്ങൾക്ക് അതിശയകരമായ ഒരു മനസ്സുണ്ട്. എന്നാൽ അത് ഇരുതല മൂർച്ചയുള്ള ഒരു വാളാണ്. സ്വയം സന്തോഷിയ്ക്കാൻ ഇത് ഉപയോഗിയ്ക്കാം. അല്ലെങ്കിൽ സ്വയം ദേഷ്യപ്പെടാൻ ഉപയോഗിയ്ക്കാം. ചുറ്റുപാടും നിങ്ങൾക്കു തന്നെയും എന്ത് സംഭവിച്ചാലും ശാന്തമായും നിയന്ത്രണത്തിലും സമാധാനത്തിലും നിലനിൽക്കാനായി ബുദ്ധി ഉപയോഗിയ്ക്കുക എന്നതായിരിക്കണം നിങ്ങളുടെ ലക്ഷ്യം.

ആളുകൾ മോശമായി പെരുമാറുമ്പോൾ, അവരെ വിധിയ്ക്കുന്നതിൽനിന്ന് വിട്ടുനിൽക്കുക. ആളുകൾ നിഷേധാത്മകവും അനാവശ്യവുമാണെന്ന് തോന്നുന്ന കാര്യങ്ങൾ ചെയ്യുമ്പോഴോ പറയുമ്പോവോ അസ്വസ്ഥരാവുകയോ ഇടപെടുകയോ ചെയ്യാതെ മാറിനിൽക്കുകയും നിഷ്പക്ഷമായി അവയെ നിരീക്ഷിയ്ക്കുകയും ചെയ്യുക.

ഇപ്പോൾ ഇത് ചെയ്യുക

ഇരുപത്തിനാലു മണിക്കൂർ, ആരെയും ഒന്നിനുവേണ്ടിയും വിധിയ്ക്കുന്നതിൽ നിന്ന് വിട്ടു നില്ക്കാൻ ദൃഢനിശ്ചയം ചെയ്യുക. നിഷ്പക്ഷത പാലിയ്ക്കുക. മറ്റുള്ളവരെ വിലയിരുത്തുന്നത് ഒരു ശീലമായി മാറിയ ശേഷം നിസ്സംഗത പരിശീലിയ്ക്കുന്നത് എത്ര ബുദ്ധിമുട്ടാണെന്ന് കാണുക.

മറ്റുള്ളവരോട് സഹതാപം തോന്നുക വിധിയ്ക്കുന്നതിൽ നിന്ന് സ്വയം തടയാനുള്ള ഏറ്റവും നല്ല മാർഗ്ഗം മറ്റൊരാളോട് *സഹതപിയ്ക്കുകയോ സഹാനുഭൂതി കാണിയ്ക്കുകയോ* ചെയ്യുകയാണ്. മറ്റൊരു വ്യക്തിയോട് സഹതപിയ്ക്കുകയും ആ വ്യക്തിയെ ഒരേ സമയം നിഷേധാത്മകമായി വിലയിരുത്തുകയും ചെയ്യുന്നത് മിക്കവാറും അസാധ്യമാണ്. അതിലും മികച്ച രീതിയിൽ നിങ്ങൾക്ക് *അനുഗ്രഹിയ്ക്കാനും ക്ഷമിയ്ക്കാനും വിട്ടയക്കാനും* കഴിയും. സാഹചര്യത്തിന് മുകളിലേയ്ക്ക് ഉയരുക. മറ്റേ വ്യക്തിയുടെ പെരുമാറ്റം നിങ്ങളെ ഏതെങ്കിലും വിധത്തിൽ ബാധിയ്ക്കാൻ അനുവദിയ്ക്കാതിരിയ്ക്കുക. നിങ്ങളെ സന്തോഷിപ്പിയ്ക്കുന്ന ഒരു കാര്യത്തെക്കുറിച്ച് ചിന്തിയ്ക്കാൻ തുടങ്ങുന്നതിന്, പകരം വെക്കൽ

നിയമം ഉപയോഗിയ്ക്കുകയും അതുവഴി നെഗറ്റീവ് ചിന്തയെയും മറ്റേ വ്യക്തിയെ വിലയിരുത്താനുള്ള പ്രവണതയെ നിർവീര്യമാക്കുകയും ചെയ്യുക.

നിങ്ങൾ മനസ്സിലാക്കാൻ ബുദ്ധിമുട്ടുള്ള ഒരു വ്യക്തിയുമായി ഇടപഴകുമ്പോൾ അയാളോട് അല്ലെങ്കിൽ അവളോട് കൃത്യമായി ക്ഷീണിതനായ, വിശക്കുന്ന, പ്രകോപിതനായ, ദേഷ്യപ്പെടുന്ന, അല്ലെങ്കിൽ പിടിവാശി കാണിയ്ക്കുന്ന ഒരു കുട്ടിയോടെന്നപോലെ പെരുമാറുക. നിങ്ങൾ ഒരു കുട്ടിയോട് കോപിയ്ക്കുന്നില്ല. ചില സമയങ്ങളിൽ, ചില സാഹചര്യങ്ങളിൽ കുട്ടികൾ ഇങ്ങനെയാണ് പെരുമാറുന്നത് എന്ന് നിങ്ങൾ അംഗീകരിയ്ക്കുന്നു. മടുപ്പും സമ്മർദ്ദവും അടുത്തിടപഴകാനുള്ള ബുദ്ധിമുട്ടും അനുഭവപ്പെട്ട സമയങ്ങളെക്കുറിച്ച് നിങ്ങൾ താൽക്കാലികമായി ചിന്തിച്ചേക്കാം. നമുക്കെല്ലാവർക്കും നമ്മുടേതായ നിമിഷങ്ങൾ ഉണ്ട്.

വിധിയ്ക്കുന്നതിൽ നിന്ന് വിട്ടുനിൽക്കാനുള്ള മറ്റൊരു മാർഗ്ഗം, സമാനമായ ഒരു സാഹചര്യത്തിൽ നിങ്ങൾ അതേപോലെ പ്രവർത്തിച്ചേക്കാമെന്ന് സ്വയം ഓർമ്മിപ്പിയ്ക്കുകയാണ്. നിങ്ങൾക്ക് ഇങ്ങനെ പറയാം, “ദൈവത്തെ വിചാരിച്ച് ഞാൻ വിട്ടു നിൽക്കുന്നു.” സ്വന്തം ജീവിതം നയിക്കാൻ നിങ്ങൾ ആഗ്രഹിയ്ക്കുന്നതുപോലെ മറ്റുള്ളവരെ അവരുടെ സ്വന്തം ജീവിതം നയിക്കാൻ നിങ്ങൾ അനുവദിയ്ക്കുക.

സെഡോണ രീതി ഹെയിൽ ഡ്വോസ്കിൻ വികസിപ്പിച്ച സെഡോണ രീതി നിങ്ങളുടെ ജീവിതത്തിൽ വൈകാരിക നിയന്ത്രണം വീണ്ടെടുക്കുന്നതിനുള്ള ഒരു മാർഗ്ഗമാണ്. ഈ രീതിയിൽ, കഴിഞ്ഞകാല ജീവിതത്തിൽ നിങ്ങൾ ഇപ്പോഴും ദേഷ്യം വെച്ചു പുലർത്തുന്ന ആളുകളെ തിരിച്ചറിയുന്നു. അതു കൂടാതെ നിങ്ങൾ ഇപ്പോഴും അസ്വസ്ഥരായിരിക്കുന്ന ഭൂതകാലത്തെ നിങ്ങളുടെ സാഹചര്യങ്ങളെയും മനസ്സിലാക്കുന്നു.

അതിനു ശേഷം നിങ്ങൾ രണ്ടു ചോദ്യങ്ങൾക്ക് ഉത്തരങ്ങൾ നൽകുക. ആദ്യത്തെ ചോദ്യം, “ഈ സാഹചര്യവുമായി ബന്ധപ്പെട്ട നിഷേധാത്മകതയിൽ നിന്ന് മുക്തനാകാൻ നിങ്ങൾ ആഗ്രഹിയ്ക്കുന്നുണ്ടോ?”

ഉത്തരം അതെ എന്നാണെങ്കിൽ രണ്ടാമത്തെ ചോദ്യം, “അത് പൂർണ്ണമായും പോട്ടെ എന്നു വെയ്ക്കാൻ നിങ്ങൾ തയ്യാറാണോ?”

മുൻപ് തങ്ങൾക്കുണ്ടായ ഒരു മോശം അനുഭവം വിട്ടുകളയാൻ

എത്രപേർ തയ്യാറാകുന്നില്ല എന്നത് ആശ്ചര്യകരമാണ്. സമയവും പണവും കൊടുത്ത്, വ്യക്തിപരമായി ബുദ്ധിമുട്ടി ആണ് തങ്ങൾ അത് സമ്പാദിച്ചതെന്നും വിലകൊടുത്തു വാങ്ങിയതെന്നും അവർക്കു തോന്നുന്നു.

വേദനയ്ക്ക് അർഹരാണെന്ന് അവർക്ക് അനുഭവപ്പെടുന്നു. ഹൃദയത്തിന്റെ ഉള്ളറയിൽ അത് ഉപേക്ഷിക്കാൻ അവർ തയ്യാറല്ല.

പോകാൻ അനുവദിക്കുക സെഡോണ രീതിയുടെ പരിശീലകർ നൽകിയ ഉദാഹരണങ്ങൾ താഴെ കൊടുക്കുന്നു. നിങ്ങളുടെ കയ്യിൽ ഒരു പെൻസിൽ വെക്കുക. പെൻസിൽ നന്നായി ഞെക്കുക. കഴിയുന്നത്ര കഠിനമായി അതിനെ ഞെരുക്കുക. എന്നിട്ട് ഈ പെൻസിൽ ഞെക്കുമ്പോൾ കൈപ്പത്തി തറയിലേക്ക് തിരിക്കുക. ഇവിടെ ചോദ്യം ഇതാണ്, "എന്താണ് നിങ്ങളുടെ കയ്യിലെ പെൻസിലിനെ താങ്ങി നിർത്തുന്നത്?"

ഉത്തരം വ്യക്തമാണ്. *നിങ്ങളാണ്* പെൻസിൽ വളരെ ശക്തമായി ഞെക്കി പിടിക്കുന്നത്.

അടുത്ത ചോദ്യം, "നിങ്ങൾ എങ്ങനെ ഈ പെൻസിൽ ഒഴിവാക്കും?" എന്നാണ്.

ഉത്തരം ലളിതമാണ്, നിങ്ങൾ നിങ്ങളുടെ കൈ തുറന്ന് അതിനെ വീഴാൻ അനുവദിക്കുന്നു.

നിങ്ങളുടെ ജീവിതത്തിൽ നിന്ന് നിഷേധാത്മകമായ ഒരു സംഭവത്തെ ശാശ്വതമായി ഉപേക്ഷിക്കുന്നതിന്റെ ലാളിത്യത്തിന്റെ അതിശയകരമായ ഒരു ചിത്രമാണിത്. പെൻസിൽ ഉണ്ടായിരിക്കെ നിങ്ങൾ കൈ തുറന്നു വിടുക. ഇപ്പോഴും നിങ്ങളെ അസന്തുഷ്ടനാക്കുന്ന ഒരു നെഗറ്റീവ് അനുഭവം ഉള്ളപ്പോൾ തന്നെ നിങ്ങൾ ഹൃദയം തുറന്ന് അതിനെ വിട്ടു കളയുക.

ഓർക്കുക, *ആർക്കും നിങ്ങളെ ഒന്നും തോന്നിപ്പിക്കാൻ കഴിയുകയില്ല.* ആരും നിങ്ങളെ ഭ്രാന്തനാക്കുന്നില്ല. നിങ്ങൾക്ക് സംഭവിച്ചതിനൊന്നും നിങ്ങളുടെ മേൽ നിയന്ത്രണമില്ല. നിങ്ങളുടെ അനുവാദമില്ലാതെ സംഭവമോ സാഹചര്യമോ ഭൂതകാലത്തിൽ നിന്നുള്ള ഒരു വ്യക്തിയോ നിങ്ങളുടെ വികാരങ്ങളെ ബാധിക്കുകയില്ല. ഒരു മുൻകാല സംഭവത്തെ സ്വയം വ്യാഖ്യാനിക്കുന്ന രീതി കൊണ്ട്, നിങ്ങളെ എന്തെങ്കിലും തോന്നിപ്പിക്കുന്ന ഒരേയൊരു വ്യക്തി നിങ്ങൾ മാത്രമാണ്. നിങ്ങളുടെ ഇടുങ്ങിയ കുളത്തിലെ ചത്ത തവളകൾ ചത്തവ മാത്രമാണ്. ചിന്തയും ഊർജ്ജവും

നൽകി നിഷേധാത്മക വികാരങ്ങളെ നിങ്ങൾ സജീവമാക്കുന്നു. ആ തവളകളെ ഉപേക്ഷിച്ച് ജീവിതം മുന്നോട്ടു കൊണ്ടു പോകാൻ ഇന്ന് തീരുമാനിയ്ക്കുക.

മറ്റുള്ളവരുമായി സഹാനുഭൂതി പരിശീലിയ്ക്കുക ഏറ്റവും മനോഹരമായ വികാരങ്ങളിൽ ഒന്ന് *അനുകമ്പയാണ്*. അനുകമ്പ എന്നാൽ മറ്റൊരാൾ അനുഭവിയ്ക്കുന്ന അതേ വികാരങ്ങൾ അനുഭവിയ്ക്കുകയും അതിനാൽ വികാരങ്ങളെ മനസ്സിലാക്കുകയും ചെയ്യുക എന്നതാണ്. മറ്റൊരു വ്യക്തിയോടും സാഹചര്യത്തോടും സഹാനുഭൂതി തോന്നുക എന്നാണ് ഇതിനർത്ഥം. മറ്റൊരു വ്യക്തിയുടെ പ്രയാസകരമായ സാഹചര്യത്തിൽ നിങ്ങളുടെ ഹൃദയം ആ വ്യക്തിയോട് സംസാരിയ്ക്കുമ്പോൾ അവനോട് ഏതെങ്കിലും തരത്തിലുള്ള നിഷേധാത്മക വികാരം നിങ്ങൾക്ക് അനുഭവിയ്ക്കാൻ കഴിയുകയില്ല.

വിധിയ്ക്കാതിരിയ്ക്കാനുള്ള കാരണങ്ങൾ കണ്ടെത്താനും, മറ്റൊരാളെ ബുദ്ധിമുട്ടിൽ നിന്ന് പോകാൻ അനുവദിയ്ക്കുന്നതിനും, പഴയ വേദനകളെ പറത്തിക്കളയാനും നിങ്ങളുടെ അത്ഭുതകരമായ മനസ്സ് ഉപയോഗിയ്ക്കുമ്പോൾ ചിന്തയുടെ പൂർണ്ണ നിയന്ത്രണം നിങ്ങൾ കൈക്കൊള്ളുന്നു. മറ്റൊരാൾ കുറ്റക്കാരനാണെന്നും കുറ്റം വിധിയ്ക്കപ്പെടുകയും ശിക്ഷിയ്ക്കപ്പെടുകയും ചെയ്യേണ്ടതിന്റെ കാരണങ്ങൾ കണ്ടെത്തുന്നതിനും പകരം "തെറ്റുകാരനല്ല" എന്നു കണ്ടെത്തി അവനെ അല്ലെങ്കിൽ അവളെ വെറുതെ വിടാൻ നിങ്ങൾ കാരണങ്ങൾ തേടുന്നു.

ഇപ്പോൾ ഇത് ചെയ്യുക

നിങ്ങൾക്ക് ഇപ്പോഴും ദേഷ്യം തോന്നുന്ന എല്ലാവരുടെയും പേരുകൾ എഴുതി വെയ്ക്കുക. നിങ്ങളുടെ കോപത്തിലും നിഷേധാത്മക വികാരങ്ങളിലും നിങ്ങൾ ന്യായീകരിയ്ക്കപ്പെടുന്നുവെന്ന് തോന്നാൻ കാരണമായി അവർ എന്താണ് ചെയ്തതെന്ന് എഴുതി വെയ്ക്കുക. ഇപ്പോൾ അവരെ കുറ്റപ്പെടുത്തേണ്ടതില്ലാത്ത കാരണങ്ങളുടെ ഒരു ലിസ്റ്റ് എഴുതുക. അവരെ ചുളുപ്പിൽ നിന്ന് വിടാൻ തീരുമാനിയ്ക്കുക.

ഇനി ഈ കടലാസ് കഷണം തീയിൽ കത്തിയ്ക്കുക. ആചാരപരമായി ഒരു ആഷ്ട്രേയിൽ കത്തിയ്ക്കുക, അല്ലെങ്കിൽ അഗ്നിയിലോ ബാർബിക്യൂവിലോ എറിയുക. എങ്ങനെയായാലും, തീജ്ജ്വാലകൾ അതിനെ പൂർണ്ണമായും നശിപ്പിയ്ക്കട്ടെ.

അതുപോലെ തന്നെ നിങ്ങളുടെ തിരഞ്ഞെടുപ്പിന്റെ ശക്തി

ഉപയോഗിച്ച് ഭൂതകാലത്തിലെ വേദനയും വിഷമവും ഉപേക്ഷിക്കാൻ കഴിയുകയും അതു വഴി ഭാവിയുടെ സ്വാതന്ത്ര്യവും ആനന്ദവും ആസ്വദിക്കാനും കഴിയും.

യുക്തിവൽക്കരണം

പൊതുവിൽ സാമൂഹികമായി അസ്വീകാര്യമായ ഒരു പ്രവൃത്തിയെ കുറിച്ച് സാമൂഹികമായി സ്വീകാര്യമായ ഒരു വിശദീകരണം നൽകുമ്പോൾ നിങ്ങൾ ചെയ്യുന്നത് യുക്തിവൽക്കരണമാണ്. ജോൺ അസറഫ് ഇതിനെ 'യുക്തിപരമായ നുണകൾ' (rational-lies) എന്നു വിളിക്കുന്നു.

ആത്മാഭിമാനക്കുറവും ദുർബ്ബലമായ ആത്മവിചാരവും കാരണം തങ്ങൾ തികച്ചും ന്യായമല്ലാത്തതും ന്യായീകരിക്കപ്പെടാത്തതുമായ എന്തെങ്കിലും ചെയ്തുവെന്നോ പറഞ്ഞുവെന്നോ അംഗീകരിക്കാൻ മിക്ക ആളുകൾക്കും കഴിയുകയില്ല. തങ്ങൾ നിരപരാധികളാണെന്നും ആരുടെയെങ്കിലും എന്തിന്റെയെങ്കിലും അല്ലെങ്കിൽ സമൂഹത്തിന്റെ തന്നെ ഇരകളാണെന്നും ഏറ്റവും മോശം കുറ്റവാളികൾ പോലും കരുതുന്നു. അവർ അവരുടെ പെരുമാറ്റങ്ങളെ യുക്തിസഹമാക്കുന്നു.

മിക്കവാറും എല്ലാ വിധ അസന്തുഷ്ടികളും "നിഷേധാത്മക വികാരങ്ങളുടെ പ്രകടനത്തിൽ നിന്നാണ്" എന്ന് പീറ്റർ ഔസ്പെൻസ്കി വിശദീകരിച്ചു. നിഷേധാത്മകമായ ഒരു സാഹചര്യത്തെക്കുറിച്ച് നിരന്തരം സംസാരിക്കുന്നതും പുനരാവിഷ്കരിക്കുന്നതും നെഗറ്റീവ് വികാരങ്ങളെ സജീവമാക്കുകയും വളർത്തുകയും ചെയ്യുന്നു. ഈ അർത്ഥത്തിൽ നിങ്ങളുടെ നിഷേധാത്മക വികാരങ്ങളെ ചെറിയ തീപ്പൊരിയിൽ തുടങ്ങുകയും എന്നാൽ പെട്ടെന്ന് നിയന്ത്രണാതീതമായി പടരുകയും ചെയ്യുന്ന ഒരു തീക്കമ്പുമായി താരതമ്യപ്പെടുത്താവുന്നതാണ്.

എന്നാൽ ഉണങ്ങിയ കമ്പിൽ ഒരു തീപ്പൊരി പതിക്കുകയും നിങ്ങൾ ഉടനടി അത് കെടുത്തുകയും ചെയ്താൽ തീ ഉണ്ടാവുകയോ പടരുകയോ ചെയ്യില്ല. സമാനമായ വിധത്തിൽ നിഷേധാത്മക വികാരം അത് ഉണർത്തുന്ന നിമിഷത്തിൽ നിർത്തിയാൽ, ഒരു ചെറിയ തീ പോലെ പെട്ടെന്ന് അണഞ്ഞ്, കേടുപാടുകൾ വരുത്തുകയില്ല.

ദേഷ്യം : കാതലായ നിഷേധാത്മക വികാരം

ഉടനെ അല്ലെങ്കിൽ പിന്നീട്, എല്ലാ നെഗറ്റീവ് വികാരങ്ങളും ഒന്നിലേയ്ക്ക് വരുന്നു : *ദേഷ്യത്തിലേയ്ക്ക്*. കോപമാണ് ആത്യന്തികമായ നെഗറ്റീവ് വികാരം. എല്ലാ ഭയവും സംശയവും അസൂയയും കുശുമ്പും നീരസവും ഒടുവിൽ കോപമായി മാറുന്നു. ഈ കോപം പിന്നീട് ആന്തരികമായി നയിക്കപ്പെട്ട് നിങ്ങളെ ശാരീരികമായും വൈകാരികമായും രോഗിയാക്കുകയോ അല്ലെങ്കിൽ ബാഹ്യമായി നയിച്ച് മറ്റ് ആളുകളുമായി ഉള്ള നിങ്ങളുടെ ബന്ധത്തെ തകർക്കുകയോ നശിപ്പിയ്ക്കുകയോ ചെയ്യുന്നു.

അസന്തുഷ്ടരായ എല്ലാ ആളുകളും കോപിയ്ക്കുന്നു. *വിഷാദം* എന്നത് ഒരു സാഹചര്യത്തെക്കുറിച്ചുള്ള ഒരാളുടെ വികാരങ്ങൾ പരസ്യമായും സത്യസന്ധമായും പ്രകടിപ്പിയ്ക്കാനുള്ള കഴിവില്ലായ്മ മൂലമുണ്ടാകുന്ന ആന്തരികമായ കോപമാണ്. താഴ്ന്ന ആത്മാഭിമാനത്തിന്റെയും നിരാശയുടെയും വികാരങ്ങളാലാണ് പലപ്പോഴും ഇത് പ്രേരിതമാകുന്നത്.

മറ്റ് ആളുകൾ ചെയ്യുതോ ചെയ്യാത്തതോ ആയ കാര്യങ്ങളുടെ പേരിൽ വാക്കാൽ ഉള്ളതോ ശാരീരികമോ ആയ ആക്രമണത്തിന്റെ രൂപമെടുക്കുന്ന ബാഹ്യമായി നയിക്കുന്ന കോപമാണ് *രോഷം*.

മനഃശാസ്ത്രപരമായ കൗൺസിലിങ്ങിന്റെ പ്രാഥമിക ലക്ഷ്യം വ്യക്തികളെ അവരുടെ അനുഭവങ്ങൾ കടഞ്ഞെടുക്കാനും മനസ്സിലാക്കാനും സഹായിക്കുക, അവരെ തടഞ്ഞു നിർത്തുന്ന നെഗറ്റീവ് വികാരങ്ങൾ പുറത്തു വിടുക എന്നതാണ്. പലരും അവരുടെ ദേഷ്യത്തെ മനസ്സിലാക്കാൻ ശ്രമിയ്ക്കുമ്പോൾ കണ്ടെത്തുന്നത്, ദേഷ്യം ആദ്യം പൊട്ടിപ്പുറപ്പെടുന്നത് മുറിവിൽ നിന്നാണെന്നാണ്. ആരെങ്കിലും ചെയ്യുതോ ചെയ്യാത്തതോ പറഞ്ഞതോ പറയാത്തതോ ആയ ഒരു കാര്യത്താൽ തങ്ങൾക്ക് വേദനയുണ്ടെന്ന് ആളുകൾക്ക് അംഗീകരിയ്ക്കാൻ കഴിയുമ്പോൾ കോപത്തെ സജീവമായി നിലനിർത്തുന്ന വൈകാരിക വൈദ്യുതി പുറത്തു വിടുന്നത് വളരെ എളുപ്പമാണെന്ന് അവർ കണ്ടെത്തുന്നു.

കോപത്തിന്റെ വേരുകൾ

കോപത്തിന്റെ പ്രധാന കാരണം മറ്റൊരു വ്യക്തിയാൽ ആക്രമിയ്ക്കപ്പെട്ടതായോ വിമർശിയ്ക്കപ്പെട്ടതായോ മുറിവേൽപ്പിയ്ക്കപ്പെട്ടതായോ മുതലെടുക്കപ്പെട്ടതായോ ഉള്ള തോന്നലാണ്. കോപം എപ്പോഴും

പ്രതിരോധത്തിൽ വേരൂന്നിയതായിരിക്കും. കോപവും ഭയവും എതിരിടുക അല്ലെങ്കിൽ രക്ഷപ്പെടുക എന്ന പ്രതികരണത്തിന് പ്രേരകമായി, ആക്രമണത്തിന് ഇരയായ വ്യക്തി സുരക്ഷയ്ക്കായി പിൻവാങ്ങാനോ ആക്രമണകാരിയ്ക്ക് നേരെ ആഞ്ഞടിയ്ക്കാനോ കാരണമാകുന്നു.

കോപത്തിന്റെ ഏറ്റവും മോശമായ വശങ്ങളിലൊന്ന്, ഒരാൾ എത്രത്തോളം കോപം പ്രകടിപ്പിയ്ക്കുന്നുവോ അത്രയധികം അത് വർദ്ധിയ്ക്കുന്നു എന്നതാണ്, നിയന്ത്രണാതീതമായ തീ പോലെ. ഒരാൾക്ക് എത്രമാത്രം ദേഷ്യം തോന്നുന്നുവോ അത്രയധികം വേദന വർദ്ധിയ്ക്കുന്നു എന്നതാണ് യാഥാർത്ഥ്യം.

ദേഷ്യത്തിന്റെ പ്രകടനം പെട്ടെന്ന് ഒരു ശീലമായി മാറുന്നു. ഏറ്റവും ചെറിയ സംഭവം കോപത്തിന്റെ പൊട്ടിത്തെറിയ്ക്ക് കാരണമാകുന്ന ഘട്ടത്തിലേക്ക് അസന്തുഷ്ടിയുള്ള വ്യക്തി എത്തിച്ചേരുന്നു. അവൾ മിക്ക സമയത്തും ദേഷ്യത്തോടെയാണ് ജീവിതത്തിലൂടെ കടന്നുപോകുന്നത്. താമസിയാതെ വികാരങ്ങളും കോപത്തിന്റെ പ്രകടനങ്ങളും ചിന്തിയ്ക്കാനും അനുഭവിയ്ക്കാനുമുള്ള ഒരു സാധാരണ മാർഗ്ഗമാണെന്ന് അവൾ വിശ്വസിയ്ക്കുന്നു.

ആളുകളെ കോപത്തിൽ തുടരാൻ പ്രേരിപ്പിയ്ക്കുന്നത് അവരുടെ വേദനയെ അംഗീകരിയ്ക്കുകയും വിഷമം മനസ്സിലാക്കുകയും ചെയ്യുന്ന ഒരാൾ ഉണ്ടായിരിക്കേണ്ടതിന്റെ ആവശ്യകതയാണ്. ഒരു വ്യക്തിയെ ഭ്രാന്തു പിടിപ്പിയ്ക്കുന്നതോ ദുഃഖിപ്പിയ്ക്കുന്നതോ ആയ എന്തെങ്കിലും സംസാരിയ്ക്കുന്നത് കേൾക്കുമ്പോൾ, നിങ്ങൾക്ക് പറയാൻ കഴിയുന്ന ഏറ്റവും സഹായകരമായ വാക്കുകൾ ഇതാണ്, "നിങ്ങളുടെ വികാരം ഞാൻ കൃത്യമായി മനസ്സിലാക്കുന്നു. ഞാൻ നിങ്ങളുടെ അവസ്ഥയിൽ ആണെങ്കിൽ എനിയ്ക്കും അങ്ങനെ തന്നെ തോന്നും." കോപാകുലനായ ഒരാളെ ശാന്തനാക്കാനുള്ള ഏറ്റവും വേഗതയേറിയ മാർഗ്ഗമാണ് നിങ്ങൾ സഹാനുഭൂതി കാണിയ്ക്കുന്നത്. ആളുകൾ അവരുടെ വേദനയിൽ മനസ്സിലാക്കപ്പെട്ടു തുടങ്ങുമ്പോൾ അവർ സുഖം പ്രാപിയ്ക്കാൻ തുടങ്ങും.

കുറ്റപ്പെടുത്തലിന്റെ കേന്ദ്രീകരണം

കോപത്തിന്റെ മൂലകാരണം *കുറ്റപ്പെടുത്തലാണ്*. ചെയ്തതോ ചെയ്യാത്തതോ ആയ ഒരു കാര്യത്തിന് നിങ്ങളെയോ മറ്റുള്ളവരെയോ കുറ്റപ്പെടുത്തുന്നതാണ് എല്ലാ തരം നിഷേധാത്മക വികാരങ്ങളുടെയും തോന്നലിനും പ്രകടനത്തിനും അനിവാര്യമായ കാര്യം.

വാസ്തവത്തിൽ, നിങ്ങൾക്ക് ദേഷ്യം തോന്നുന്ന സാഹചര്യത്തിന്, ആരെയെങ്കിലും അല്ലെങ്കിൽ എന്തിനെയെങ്കിലും കുറ്റപ്പെടുത്താൻ കഴിയാതെ, ഒരു നിഷേധാത്മക വികാരം ദീർഘനേരം നിലനിർത്തുന്നത് അസാധ്യമാണ്. നിങ്ങൾ കുറ്റപ്പെടുത്തുന്നത് നിർത്തുന്ന നിമിഷം, ഒരു വിളക്ക് അണച്ച കളയുന്നത് പോലെ നെഗറ്റീവ് വികാരം ഒരേ സമയം നിലക്കും.

നെഗറ്റീവ് വികാരങ്ങൾക്കുള്ള മറുമരുന്ന് വളരെ ലളിതവും ഫലപ്രദവുമാണ്, അത് ധാരാളവുമാണ്. വർഷങ്ങളോളം നിഷേധാത്മകരും കുപിതരും അസന്തുഷ്ടരുമായ ആളുകൾക്ക് അവരുടെ നിഷേധാത്മക വികാരങ്ങൾ തൽക്ഷണം ലളിതവും എന്നാൽ ശക്തവുമായ ഒരു തീരുമാനത്തിലൂടെ ഹ്രസ്വ പരിവാഹം ചെയ്യാൻ സാധിക്കും : ഉത്തരവാദിത്തം ഏറ്റെടുക്കുക എന്നതാണത്.

മൂന്ന് മാന്ത്രിക വാക്കുകൾ

നിങ്ങൾ എങ്ങനെയാണ് ഉത്തരവാദിത്തം സ്വീകരിക്കുന്നത്? *"ഞാൻ ഉത്തരവാദിയാണ്"* എന്ന വാക്കുകൾ ലളിതമായി പറയുക.

ഏതെങ്കിലും കാരണത്താൽ നിങ്ങൾ ദേഷ്യപ്പെടുകയോ അസന്തുഷ്ടരാവുകയോ ചെയ്യുമ്പോഴെല്ലാം ആ തോന്നൽ പോയി മറയുന്നതു വരെ "ഞാൻ ഉത്തരവാദിയാണ്! ഞാൻ ഉത്തരവാദിയാണ്! ഞാൻ ഉത്തരവാദിയാണ്!" എന്നു പറഞ്ഞുകൊണ്ട് പെട്ടെന്നു തന്നെ ആ വികാരത്തെ ഹ്രസ്വ പരിവാഹം ചെയ്യുക. പരിശീലിക്കുന്ന ഓരോ വ്യക്തിയുടെയും ജീവിതത്തെ പൂർണ്ണമായും മാറ്റിമറിക്കുന്ന ഒരു അത്ഭുതകരമായ കണ്ടെത്തലാണിത്.

പകരം വെയ്ക്കലിന്റെ നിയമം കാരണം, നിങ്ങളുടെ മനസ്സിന് ഒരു സമയം ഒരു ചിന്ത മാത്രമേ ഉൾക്കൊള്ളാൻ കഴിയൂ. അതിന് വ്യക്തിപരമായ ഉത്തരവാദിത്വത്തിന്റെ പോസിറ്റീവ് വികാരത്തെ ഉൾക്കൊള്ളാൻ കഴിയുന്നു. അല്ലെങ്കിൽ കോപത്തിന്റെയോ കുറ്റപ്പെടുത്തലിന്റെയോ നിഷേധാത്മകമായ വികാരത്തെ ഉൾക്കൊള്ളാൻ കഴിയുന്നു. എന്നാൽ രണ്ടും ഒരുമിച്ച് ഉൾക്കൊള്ളാൻ സാധിക്കുകയില്ല. ആ തിരഞ്ഞെടുപ്പ് എല്ലായ്പ്പോഴും നിങ്ങളുടേതാണ്.

പ്രപഞ്ചത്തിൽ നിങ്ങൾക്ക് നിയന്ത്രിക്കാൻ കഴിയുന്ന ഒരേയൊരു കാര്യം നിങ്ങളുടെ ബോധമനസ്സിന്റെ ഉള്ളടക്കമാണ്. നിങ്ങളെ അസന്തുഷ്ടനാക്കുന്ന നിഷേധാത്മക ചിന്തയേക്കാൾ "ഞാൻ ഉത്തരവാദിയാണ്" എന്ന പോസിറ്റീവ് ചിന്ത നിലനിർ

ത്തലിനെ തിരഞ്ഞെടുക്കുകയാണെങ്കിൽ, ചിലപ്പോൾ ഏതാനും നിമിഷങ്ങൾക്കുള്ളിൽ തന്നെ നിങ്ങൾ ഗുണപരമായി ചിന്തിയ്ക്കുന്നയാളും ശുഭാപ്തി വിശ്വാസിയും പൂർണ്ണ നിയന്ത്രണത്തിലുള്ളയാളും ആയി മാറുന്നു.

നിങ്ങളാണ് ഉത്തരവാദി

എല്ലാ നെഗറ്റീവ് വികാരങ്ങളും കുറ്റപ്പെടുത്തലിൽ വേരൂന്നിയതിനാൽ, മറുമരുന്ന് ലളിതമാണ് : കുറ്റപ്പെടുത്തുന്നതിനു പകരം, സാഹചര്യത്തിന്റെ ഉത്തരവാദിത്വം ഏറ്റെടുക്കുക. സാഹചര്യത്തിന്റെ *മുഴുവനായ ഉത്തരവാദിത്വം നിങ്ങൾ ഏറ്റെടുക്കുമ്പോൾ*, നെഗറ്റീവ് വികാരങ്ങൾ പിടിച്ചുനിർത്തിയതുപോലെ നിൽക്കുന്നു. ഒരു *സാഹചര്യത്തിന്റെ ഉത്തരവാദിത്വം ഏറ്റെടുക്കുന്നതും അതേ സമയം അതേ സാഹചര്യത്തെക്കുറിച്ച് ദേഷ്യപ്പെടുകയോ അസന്തുഷ്ടരാവുകയോ ചെയ്യുന്നത് അസാധ്യമാണ്.* ഉത്തരവാദിത്വത്തിന്റെ സ്വീകാര്യത സാഹചര്യവുമായി (അല്ലെങ്കിൽ വ്യക്തി) ബന്ധപ്പെട്ട എല്ലാ നിഷേധാത്മകതകളും ഇല്ലാതാക്കുകയും നിങ്ങളെ വൈകാരിക നിയന്ത്രണത്തിലേയ്ക്ക് തിരികെ കൊണ്ടു വരികയും ചെയ്യുന്നു.

ഉദാഹരണത്തിന്, സഹപ്രവർത്തകരുമായും മേലുദ്യോഗസ്ഥരുമായും സ്ഫോടനാത്മകമായ ഏറ്റുമുട്ടലുകൾ കാരണം നിരവധി ജോലികൾ നഷ്ടപ്പെട്ട ഒരു ഇടപാടുകാരൻ ക്രിസ്റ്റീനയ്ക്ക് ഉണ്ടായിരുന്നു. മിക്ക സമയത്തും അദ്ദേഹം കോപിച്ചിരുന്നുവെങ്കിലും തന്റെ അരക്ഷിതാവസ്ഥ കാരണം പ്രൊജക്ടുകളിൽ വ്യക്തത ലഭിയ്ക്കാൻ അദ്ദേഹം സംസാരിച്ചിരുന്നില്ല. സ്ഫോടനാത്മകമായ ഒരു ഘട്ടത്തിലേക്ക് തന്റെ നിരാശയെ തിളച്ചു മറിയാൻ അദ്ദേഹം അനുവദിച്ചു. ക്രിസ്റ്റീനയോടൊപ്പമുള്ള തന്റെ ജോലിയിൽ, തൊഴിൽ നഷ്ടപ്പെടുന്നതിൽ തന്റെ പങ്ക് അദ്ദേഹം അംഗീകരിക്കുകയും ഉത്തരവാദിത്വം ഏറ്റെടുക്കുകയും ചെയ്തു. അമിതമായി നിരാശനാകുന്നതിനു മുൻപ് അയാളുടെ ആവശ്യങ്ങളും ആശങ്കകളും അറിയിക്കാൻ അവർ രണ്ടു പേരും ഒരു പദ്ധതി വികസിപ്പിച്ചെടുക്കുകയും തന്റെ പ്രവർത്തനങ്ങളുടെ ഉത്തരവാദിത്വം ഏറ്റെടുത്തതിന്റെ ഫലമായി, രണ്ട് വർഷത്തിലേറെയായി അയാൾ തന്റെ നിലവിലെ ജോലിയിൽ തുടരുകയും ചെയ്തു.

നെഗറ്റീവ് വികാരങ്ങൾ പ്രകടിപ്പിയ്ക്കാതിരിയ്ക്കാനുള്ള കാരണങ്ങൾ കണ്ടെത്തുക

നിഷേധാത്മക വികാരങ്ങളുടെ പ്രകടനത്തിൽ നിന്നാണ്—ഒന്നുകിൽ നിങ്ങളോടുള്ളത്, അല്ലെങ്കിൽ മറ്റുള്ളവരോട്, അതുമല്ലെങ്കിൽ രണ്ടു രീതിയിലും—അസന്തുഷ്ടി ഉണ്ടാകുന്നതെന്ന് നമ്മൾ നേരത്തേ പറഞ്ഞിരുന്നു. നിങ്ങൾ നെഗറ്റീവ് ആയ വികാരങ്ങൾ പ്രകടിപ്പിയ്ക്കുന്നില്ല എങ്കിൽ അവയെക്കുറിച്ച് സംസാരിയ്ക്കുക, അല്ലെങ്കിൽ അവയെ പുനഃസ്ഥാപിയ്ക്കുക. നിങ്ങൾക്ക് നിഷേധാത്മകത തോന്നുകയില്ല.

ഈ നിമിഷം മുതൽ, സംഭവിച്ചു പോയ കാര്യങ്ങൾ നിമിത്തം, നിങ്ങൾ എന്തുകൊണ്ട് ഭയമുള്ളയാളും സംശയാലുവും അസൂയക്കാരനും കുശുമ്പുള്ളയാളും നീരസമുള്ളവനും കോപിഷ്ഠനമായിരിക്കണമെന്നതിനുള്ള കാരണങ്ങൾ ചിന്തിയ്ക്കാൻ നിങ്ങളുടെ അവിശ്വസനീയമായ ബുദ്ധി ഉപയോഗിയ്ക്കുന്നതിന് പകരം നിഷേധാത്മക വികാരങ്ങൾ, ന്യായീകരണങ്ങൾ, യുക്തിവൽക്കരണം എന്നിവ *പ്രകടിപ്പിയ്ക്കാതിരിയ്ക്കാനുള്ള കാരണങ്ങൾ കണ്ടെത്താൻ* നിങ്ങളുടെ സർഗ്ഗാത്മകത ഉപയോഗിയ്ക്കുക.

നിഷേധാത്മക വികാരങ്ങൾ പ്രകടിപ്പിയ്ക്കുന്നതിനുള്ള ഏറ്റവും ശക്തമായ മാർഗ്ഗം "ഞാൻ ഉത്തരവാദിയാണ്" എന്ന് ആവർത്തിയ്ക്കുക എന്നതാണ്. ഓരോ തവണയും ഒരു കാര്യം സംഭവിയ്ക്കുമ്പോൾ അത് സാധാരണയായി നിങ്ങളിൽ നിന്ന് പ്രതികൂല പ്രതികരണത്തിന് കാരണമാകും.

ആ സമയത്ത് പലരും പറയും "കേൾക്കു...! എന്നെ വേദനിപ്പിയ്ക്കാൻ മറ്റൊരാൾ ചെയ്ത ഭയങ്കരമായ കാര്യത്തിന്റെ ഉത്തരവാദിത്വം എനിയ്ക്ക് ഏറ്റെടുക്കാൻ കഴിയില്ല. ഉത്തരവാദിത്വം സ്വീകരിയ്ക്കുന്നത് സത്യത്തിന് നിരക്കാത്തതാണ്. കാരണം ഞാൻ ഒരു തരത്തിലും ഉത്തരവാദിയല്ല."

സ്വന്തം പ്രതികരണങ്ങൾ നിങ്ങൾക്ക് നിയന്ത്രിയ്ക്കാനാകും

ഇത് സത്യമായിരിക്കാം. മറ്റാരെങ്കിലും നിങ്ങളെ കൊള്ളയടിയ്ക്കുകയോ വഞ്ചിയ്ക്കുകയോ നിങ്ങളോട് കള്ളം പറയുകയോ കബളിപ്പിയ്ക്കുകയോ ഒറ്റിക്കൊടുക്കുകയോ അല്ലെങ്കിൽ എണ്ണമറ്റ വിധങ്ങളിൽ വേദനി

പ്പിയ്ക്കുകയോ ചെയ്തിരിയ്ക്കാം. നിങ്ങൾ പാർക്കിങ്ങ് സ്ഥലത്തേയ്ക്ക് പോയപ്പോൾ നിങ്ങളുടെ കാറിന്റെ അരികിൽ ആരോ ഇടിച്ചിട്ട് ഓടിച്ചു പോയതായി മനസ്സിലാക്കിയിരിക്കാം. ഇതു പോലെയുള്ള ഒരു സാഹചര്യത്തിൽ, നിങ്ങൾ നിയമപരമായി തെറ്റുകാരനല്ല, നിങ്ങളെ കുറ്റപ്പെടുത്തേണ്ടതുമില്ല.

എന്നിരുന്നാലും, സംഭവിച്ചതിന് നിങ്ങൾ ഉത്തരവാദിയല്ലെങ്കിലും *അതിനുശേഷം* പെരുമാറുന്ന രീതിയ്ക്ക് നിങ്ങൾ ഉത്തരവാദിയാണ്. നിങ്ങളുടെ പ്രതികരണം പൂർണ്ണമായും സ്വന്തം നിയന്ത്രണത്തിലാണ് – തികച്ചും വ്യക്തിപരമായ തിരഞ്ഞെടുപ്പിന്റെ കാര്യം. ഒന്നും നിങ്ങളെ ദേഷ്യം പിടിപ്പിയ്ക്കുകയോ അസന്തുഷ്ടരാക്കുകയോ ചെയ്യുന്നില്ല. സന്തോഷകരമല്ലാത്ത അനുഭവത്തോട് പ്രതികരിയ്ക്കാൻ നിങ്ങൾ *തിരഞ്ഞെടുക്കുന്ന* രീതിയിൽ *നിങ്ങൾ സ്വയം* ദേഷ്യപ്പെടുകയോ അസന്തുഷ്ടരാവുകയോ ചെയ്യുകയാണ്.

"എങ്കിൽ" എന്ന കവിതയിൽ റുഡ്യാർഡ് കിപ്ലിംഗ് പറയുന്നു, "നിങ്ങളെക്കുറിച്ചുള്ള എല്ലാ കാര്യങ്ങളും നഷ്ടപ്പെടുകയും നിങ്ങളെ കുറ്റപ്പെടുത്തുകയും ചെയ്യുമ്പോൾ തലയുയർത്തി തന്നെ പിടിയ്ക്കാൻ സാധിയ്ക്കുമെങ്കിൽ... നീ ഒരു മനുഷ്യനാകും മകനേ."

സന്തുഷ്ടരും കാര്യക്ഷമതയുള്ളവരുമായ ആളുകളുടെ അടയാളം, അവർക്ക് ചുറ്റിലും എന്ത് സംഭവിച്ചാലും സ്വയം ശാന്തമായും നിയന്ത്രിച്ചും നിലനിർത്താൻ അവർ തങ്ങളുടെ ഇച്ഛാശക്തിയും ആത്മശിക്ഷണവും പ്രയോഗിയ്ക്കുന്നു എന്നതാണ്. മഹാന്മാരായ പുരുഷന്മാരും സ്ത്രീകളും അഗ്നിയ്ക്ക് കീഴെ തണുപ്പ് സൂക്ഷിയ്ക്കാനുള്ള കഴിവ് നേടിയവരാണ്.

ഓർക്കുക, *വികാരങ്ങൾ വിലയിരുത്തലുകളെ വളച്ചൊടിയ്ക്കുന്നു.* സംഭവിച്ചുപോയ കാര്യത്തിന് മറ്റാരെയെങ്കിലും കുറ്റപ്പെടുത്താനും ദേഷ്യപ്പെടാനും നിങ്ങൾ ആരംഭിയ്ക്കുന്ന മിനിറ്റിൽ വ്യക്തമായി ചിന്തിയ്ക്കാനും ബുദ്ധിപരമായി തീരുമാനിയ്ക്കാനുമുള്ള നിങ്ങളുടെ കഴിവ് നഷ്ടപ്പെടാൻ തുടങ്ങുന്നു. നിങ്ങൾ വികാരങ്ങളുടെ അടിമയായി മാറാൻ തുടങ്ങുന്നു. നിങ്ങൾ വളരെ വേഗത്തിൽ ക്ഷുഭിതരാവുകയും പിന്നീട് ഖേദിയ്ക്കുന്ന കാര്യങ്ങൾ സ്വയം ചെയ്യുന്നതും പറയുന്നതും കാണാൻ കഴിയുകയും ചെയ്യും.

മറികടക്കുക

മോശമായ ബന്ധങ്ങളിലൂടെ കടന്നുപോകുന്ന ആളുകൾ, ആ ബന്ധം തകരുമ്പോൾ പലപ്പോഴും മറ്റേ ആളിനോട് ഉഗ്രമായി ദേഷ്യപ്പെടുന്നു,

ചിലപ്പോഴൊക്കെ വർഷങ്ങളോളം. പക്ഷേ നിങ്ങൾ "ഞാൻ ഉത്തരവാദിയാണ്" എന്ന് പറയുകയും, ഭാഗികമായെങ്കിലും നിങ്ങൾ ഉത്തരവാദിയാകുന്നതിന്റെ കാരണങ്ങൾ തിരയുകയും ചെയ്താൽ ആദ്യം തന്നെ മോശം ബന്ധത്തിലേക്ക് നിങ്ങളെ എത്തിച്ച ഒരുപാട് തീരുമാനങ്ങൾ നിങ്ങൾ എടുത്തതായി കണ്ടെത്തും. മറ്റേ വ്യക്തിയുടെ പ്രവർത്തനങ്ങൾക്ക് നിങ്ങൾ ഉത്തരവാദിയല്ല, പക്ഷേ ബന്ധത്തിന്റെ തുടക്കം മുതൽ അവസാനം വരെയും, ഇന്നു വരെയും നിങ്ങൾ ചെയ്തതോ പറഞ്ഞതോ ആയ എല്ലാത്തിനും ഉത്തരവാദിയാണ്. നിങ്ങൾ നിരപരാധിയായ ഒരു കാഴ്ചക്കാരനായിരുന്നില്ല.

ഒരു ജോലി നടക്കാതിരിക്കുമ്പോൾ, അല്ലെങ്കിൽ ഒരു ബിസിനസ്സ് ഡീൽ തെറ്റുമ്പോൾ നിങ്ങൾ അസ്വസ്ഥനാകാം. എന്നാൽ നിങ്ങൾ ഉത്തരവാദിയാണ്. തോക്കു ചൂണ്ടി ആരും നിങ്ങളെ ഒരു സാഹചര്യത്തിലേക്ക് നിർബന്ധിച്ചിട്ടില്ല. അറിവിന്റെയും വിവരത്തിന്റെയും അല്ലെങ്കിൽ അറിവില്ലായ്മയുടെയും അടിസ്ഥാനത്തിലാണ് നിങ്ങൾ ആദ്യം തന്നെ ഈ സാഹചര്യത്തിൽ എത്തിയിരിക്കുന്നത്. നിർഭാഗ്യവശാൽ നിങ്ങൾ പ്രതീക്ഷിച്ചതു പോലെ ഇത് പ്രവർത്തിച്ചില്ല. അടുത്ത തവണ നിങ്ങൾ മിടുക്കരും ബുദ്ധിമാന്മാരുമായിരിക്കും. എന്നാൽ തല്ക്കാലം നിങ്ങളാണ് ഉത്തരവാദികൾ.

രണ്ട് തീക്കനലുകൾ എരിയുന്നു

നിങ്ങൾ ചെയ്യുന്ന എല്ലാ കാര്യങ്ങളും പോസിറ്റീവോ നെഗറ്റീവോ ആയ ഏതെങ്കിലും തരത്തിലുള്ള വികാരത്താൽ നിർണ്ണയിക്കപ്പെടുമെന്ന് വികാരങ്ങളുടെ നിയമം പറയുന്നു. നിങ്ങൾ ചിന്തിക്കുകയും സംസാരിക്കുകയും ചെയ്യുന്ന വികാരങ്ങൾ വളരെ വേഗം വളരുകയും നിങ്ങളുടെ ജീവിതകാലം മുഴുവൻ വിനിയോഗിക്കപ്പെടുകയോ നല്ലതിനോ ചീത്തതിനോ ആയി നിങ്ങളുടെ ചിന്താഗതിയിൽ ശ്രദ്ധ കേന്ദ്രീകരിക്കുകയും ചെയ്യുന്നു.

നിങ്ങൾ രണ്ട് തീ കത്തുന്നതായി സങ്കൽപ്പിക്കുക. ഒന്ന് *ആഗ്രഹത്തിന്റെ തീയും* മറ്റൊന്ന് മുൻകാല സംഭവങ്ങളെക്കുറിച്ചുള്ള നിങ്ങളുടെ വ്യാഖ്യാനത്തെ അടിസ്ഥാനമാക്കിയുള്ള *നെഗറ്റീവ് വികാരങ്ങളുടെ തീയുമാണ്.*

നിങ്ങൾക്ക് വൈകാരിക ഊർജ്ജത്തിന്റെ തുടർച്ചയായ ഒഴുക്കുണ്ട്, 'വൈകാരിക *വിറകിന്റേത്.*' ഈ വിറക് ഒന്നുകിൽ തീയിലിടാം. എല്ലാ വിറകുകളും ഒരു തീയിൽ ഇട്ടാൽ അപ്പുറത്തുള്ളതിന് എന്താണ് സംഭവിക്കുന്നത്?

ഉത്തരം ലളിതമാണ്. എല്ലാ വികാരങ്ങളെയും ആഗ്രഹത്തിന്റെ തീയിൽ ഇട്ടു കൊടുക്കുകയും നിങ്ങൾക്ക് എന്താണ് വേണ്ടതെന്നും അത് എങ്ങനെ നേടാമെന്നും ചിന്തിയ്ക്കാനും സംസാരിയ്ക്കാനും സമയം ചിലവഴിയ്ക്കുകയുമാണെങ്കിൽ നെഗറ്റീവ് വികാരങ്ങളുടെയും അനുഭവങ്ങളുടെയും തീ ഒടുക്കം നശിയ്ക്കുകയും ചാരം തണുക്കുകയും ചെയ്യുന്നു. എല്ലാ വൈകാരിക സൗഖ്യത്തിന്റെയും സത്ത ഇതാണ്.

ഇനി മുതൽ ഏതെങ്കിലും കാരണത്താൽ എന്തെങ്കിലും തെറ്റ് സംഭവിച്ചാൽ, ഉടനെ "ഞാൻ ഉത്തരവാദിയാണ്" എന്നു പറയുകയും നെഗറ്റീവ് വികാരങ്ങൾ ആദ്യം ആരംഭിയ്ക്കുന്നത് നിർത്തുകയും ചെയ്യുക.

ഇപ്പോൾ ഇത് ചെയ്യുക

അതേക്കുറിച്ച് ചിന്തിയ്ക്കുമ്പോളെല്ലാം നിങ്ങളെ ഏറ്റവുമധികം കുപിതനാക്കുന്ന ഏറ്റവും നിഷേധാത്മകമായ സാഹചര്യത്തെ കണക്കിലെടുക്കുകയും "ഞാൻ ഉത്തരവാദിയാണ്" എന്ന് ഉറപ്പിച്ചു പറഞ്ഞ് നെഗറ്റീവ് വികാരത്തെ ഇല്ലാതാക്കുകയും ചെയ്യുക.

ആദ്യം തന്നെ ആ അവസ്ഥയിലേയ്ക്ക് എത്തിക്കാൻ നിങ്ങൾ ചെയ്തതോ ചെയ്യാത്തതോ ആയ എല്ലാ കാര്യങ്ങളെക്കുറിച്ചും ചിന്തിയ്ക്കുക. അത് ചെയ്യുന്തോറും നിങ്ങളുടെ വികാരങ്ങൾ ശാന്തമാവുകയും സമാധാനം അനുഭവപ്പെടുകയും പലപ്പോഴും നിങ്ങൾ സ്വയം പുഞ്ചിരിയ്ക്കുന്നത് കണ്ടെത്തുകയും ചെയ്യും.

നിങ്ങൾ ആദ്യമായി ശ്രമിയ്ക്കുമ്പോൾ, ഈ വ്യായാമത്തിന് ധാരാളം ധൈര്യവും വ്യക്തിത്വവും ആവശ്യമാണ്. പക്ഷേ പരിശീലനത്തിലൂടെ ഇത് എളുപ്പമാകും.

6

കുളത്തിലെ വെള്ളം മാറ്റുക

ജീവിതത്തിൽ ആഗ്രഹിയ്ക്കുന്ന എല്ലാ വിജയവും ആനന്ദവും കൊണ്ടുവരാൻ കഴിയുന്ന അസാധാരണമായ മാനസിക ശക്തികൾ നിങ്ങൾക്കുണ്ട്. ചിന്താരീതി കാരണം, അത് മിക്കവാറും ശീലമായിരിക്കുമെന്നതുകൊണ്ടു തന്നെ, നിങ്ങൾ ഇപ്പോൾ എവിടെ ആണെന്നതും എന്താണെന്നതും ആണ് നിങ്ങൾ എന്നതാണ് സത്യം. ചിന്തിയ്ക്കുന്ന രീതി മാറ്റുമ്പോൾ ആന്തരിക ജീവിതവും ബാഹ്യ ജീവിതവും നിങ്ങൾ മാറ്റുന്നു.

ജലം ഒരിയ്ക്കലും ഒഴുകിപ്പോകാത്തതിനാൽ, ഉപ്പ് വെള്ളത്തിൽ ജീവിയ്ക്കുന്ന തരത്തിലുള്ള ജീവികളുടെ പ്രജനനകേന്ദ്രം സൃഷ്ടിയ്ക്കുന്ന നിശ്ചലമായ ഒരു കുളത്തോട് അനേകം ആളുകളുടെ ചിന്തയും ജീവിതവും അനുഭവങ്ങളും ഉപമിയ്ക്കാവുന്നതാണ്. പുതിയവയും ആരോഗ്യകരവുമായ പോസിറ്റീവ് ആശയങ്ങളും സന്ദേശങ്ങളും സ്വീകരിയ്ക്കുന്നത് നിർത്തുന്നതും, നെഗറ്റീവ് ചിന്തകളെ പുനരാവിഷ്കരിയ്ക്കുകയും പുനരുജ്ജീവിപ്പിയ്ക്കുകയും ചെയ്യുന്നതും അവരവരുടെ ജീവിതത്തെക്കുറിച്ച് പൊതുവിൽ നിഷേധാത്മകരും താല്പര്യമില്ലാത്തവരുമാകുന്നതും ചിലർക്കെല്ലാം വളരെ എളുപ്പമുള്ള കാര്യമാണ്. പക്ഷേ നിങ്ങൾ ഇങ്ങനെ ആകേണ്ടതില്ല.

> തങ്ങളുടെ ഉള്ളിലെ ചിലത്, സാഹചര്യത്തേക്കാൾ ശ്രേഷ്ഠമാണെന്ന് വിശ്വസിയ്ക്കാൻ ധൈര്യപ്പെട്ടവരല്ലാതെ ഗംഭീരമായ ഒന്നും ഇതുവരെ നേടിയിട്ടില്ല.
>
> **ബ്രൂസ് ബാർട്ടൺ**

നിങ്ങളുടെ ചിന്തകളും തോന്നലുകളും വിശ്വാസങ്ങളും സമീപനങ്ങളും മാറ്റുന്നത്

അനായാസമല്ലെങ്കിലും ദീർഘനാളത്തെ വ്യായാമമില്ലായ്മയ്ക്ക് ശേഷം ശാരീരിക ക്ഷമത വരിയ്ക്കാൻ സാധിയ്ക്കുന്നതു പോലെ, അവനവനിൽ പ്രവർത്തിച്ച്, നിങ്ങൾക്ക് ശുഭ ചിന്തകനും സന്തോഷവാനും ആത്മവിശ്വാസമുള്ളയാളും മാനസികമായ യോഗ്യനുമാകാൻ കഴിയും. ശുദ്ധവും വ്യക്തവും ഗുണപരവുമായ ആലോചനകളും ചിത്രങ്ങളും ഉപയോഗിച്ച് മനസ്സിനെ ബോധപൂർവ്വം പരിപോഷിപ്പിയ്ക്കുവാൻ നിങ്ങൾക്ക് കഴിയുകയും അത് ജീവിതത്തെ നിങ്ങൾ ആഗ്രഹിയ്ക്കുന്ന രീതിയിൽ വ്യത്യാസപ്പെടുത്താൻ തുടങ്ങുകയും ചെയ്യും.

എല്ലാത്തിനും ഒരു കാരണം

നിങ്ങളുടെ ജീവിതത്തിലെ ഓരോ ഗുണത്തിനും അല്ലെങ്കിൽ ഫലത്തിനും ഒരു പ്രത്യേക ഹേതുവുണ്ടെന്ന്, കാരണങ്ങളുടെയും ഫലത്തിന്റെയും നിയമം പറയുന്നു. ഒന്നും ആകസ്മികമായി സംഭവിയ്ക്കുന്നില്ല. ഇന്നത്തെ നിങ്ങളുടെ ജീവിതം, എല്ലാ മുൻകാല ചിന്തകളുടെയും ഫലമല്ലാതെ മറ്റൊന്നാകാൻ വഴിയില്ല.

ബൈബിളിലെ (ഗലാത്യർ 6:7) വിതയ്ക്കലിന്റെയും കൊയ്യലിന്റെയും നിയമം പറയുന്നു, “ഒരു മനുഷ്യൻ വിതയ്ക്കുന്നതെന്തും അവൻ കൊയ്യും.”

ബൈബിൾ ഒരു കാർഷിക പാഠപുസ്തകമല്ല. നിങ്ങളുടെ മനസ്സിനെയും വ്യക്തിപരമായ വികാസത്തെയുമാണ് ഇത് സൂചിപ്പിയ്ക്കുന്നത്. വാസ്തവത്തിൽ ഈ നിയമം അർത്ഥമാക്കുന്നത്, നിങ്ങളുടെ ജീവിതത്തിന്റെ ഏത് മേഖലയിലും ഇന്ന് കൊയ്യുന്നതെന്തും നിങ്ങൾ മുൻപ് വിതച്ചതിന്റെ ഫലമാണെന്നാണ്.

ഭാവിയിലേക്ക് മറ്റൊരു വിള ലഭിയ്ക്കണമെങ്കിൽ വർത്തമാന കാലത്ത് വ്യത്യസ്തമായ ചിന്തകൾ വിതയ്ക്കണം. ഈ നിമിഷത്തിൽ ചിന്തിയ്ക്കുന്നതിന്റെ പ്രതിഫലനമാണ് നിങ്ങളുടെ ബാഹ്യലോകം. മത്തൻ കുത്തിയാൽ കുമ്പളം മുളയ്ക്കില്ലെന്ന് പറയുന്നത് പോലെ. വിത്തുഗുണം പത്തുഗുണം എന്നതും ശരിയായ പ്രയോഗമാണ്.

ഭാഗ്യവശാൽ നിങ്ങൾ ചിന്തിയ്ക്കുന്ന കാര്യങ്ങളിൽ നിങ്ങൾക്ക് പൂർണ്ണമായ നിയന്ത്രണമുണ്ട്. ആ നിയന്ത്രണം ഉപയോഗിയ്ക്കുന്നതിലൂടെ തവളകളെ രാജകുമാരന്മാരാക്കി മാറ്റാനും പൂർണ്ണമായും പോസിറ്റീവ് ആയ വ്യക്തിയാകാനും നിങ്ങൾക്ക് കഴിയും.

പ്രോഗ്രാമിങ്ങും പ്രീപ്രോഗ്രാമിങ്ങും

നിങ്ങളുടെ മനസ്സ്, അത്ഭുതകരമായ കാര്യങ്ങൾക്കായി മുൻകൂട്ടി പ്രോഗ്രാം ചെയ്യാൻ കഴിയുന്ന അസാധാരണ കമ്പ്യൂട്ടർ പോലെയാണ്. മനസ്സിലേയ്ക്ക് ശുദ്ധവും വ്യക്തവും പോസിറ്റീവായതുമായ ചിന്തകൾ, ആഗ്രഹങ്ങൾ, ലക്ഷ്യങ്ങൾ എന്നിവയുടെ ഒരു സ്ഥിരമായ ഒഴുക്ക് നൽകിക്കൊണ്ട്, പ്രത്യേകിച്ച് സമ്മർദ്ദത്തിലോ ബുദ്ധിമുട്ടുള്ള സമയങ്ങളിലോ, ആത്മവിശ്വാസത്തോടെയും ആത്മനിയന്ത്രണത്തോടെയും അനുഭവിയ്ക്കാനും പ്രവർത്തിയ്ക്കാനും സ്വയം പ്രീപ്രോഗ്രാമും റീപ്രോഗ്രാമും ചെയ്യുക.

ഒരു പക്ഷേ കാരണത്തിന്റെയും ഫലത്തിന്റെയും നിയമത്തിന്റെ ഏറ്റവും പ്രധാനപ്പെട്ട പ്രയോഗം "ചിന്തകൾ കാരണങ്ങളാണ്, വ്യവസ്ഥകൾ ഫലങ്ങളാണ്" എന്നതാണ്. ഇക്കാരണത്താലാണ് നിങ്ങൾ മിക്കപ്പോഴും ചിന്തിയ്ക്കുന്നത് പോലെ ആയിത്തീരുന്നത്.

മിക്ക സമയത്തും *നിങ്ങൾ* എന്താണ് ചിന്തിയ്ക്കുന്നത്? ഗുണപരമായി ചിന്തിയ്ക്കുന്നവരും സന്തുഷ്ടരുമായ ആളുകൾ തങ്ങൾക്ക് എന്താണ് വേണ്ടതെന്നും അത് എങ്ങനെ നേടാമെന്നുമാണ് മിക്ക സമയത്തും ചിന്തിയ്ക്കുന്നത്. അസന്തുഷ്ടരും നിഷേധാത്മകരുമായ ആളുകൾ തങ്ങൾക്ക് ആവശ്യമില്ലാത്ത കാര്യങ്ങളെക്കുറിച്ചും ആരെയാണ് മിക്കപ്പോഴും കുറ്റപ്പെടുത്തേണ്ടത് എന്നതിനെക്കുറിച്ചും ചിന്തിയ്ക്കുന്നു. എന്താണ് വേണ്ടതെന്ന് ചിന്തിയ്ക്കുകയും മനസ്സിനെ പ്രോഗ്രാം ചെയ്യുകയും അങ്ങനെ നിങ്ങൾ ഏറ്റവും മികച്ച രീതിയിൽ പ്രവർത്തിയ്ക്കുകയും നിങ്ങളെക്കുറിച്ച് ഭയങ്കരമായി തോന്നുകയും ചെയ്യുക എന്നതായിരിക്കണം ലക്ഷ്യം.

ചിന്തയുടെ പുതിയ ശീല മാതൃകകൾ

ശുഭാപ്തിവിശ്വാസം, ആത്മവിശ്വാസം എന്നീ മാനസിക ശീലങ്ങൾ വികസിപ്പിയ്ക്കുന്നതിന് അടിസ്ഥാനപരമായി മൂന്ന് വഴികളുണ്ട്. ഭാഗ്യവശാൽ ശീലത്തിന്റെ നിയമം അനുസരിച്ച്, നിങ്ങൾ വീണ്ടും വീണ്ടും ആവർത്തിയ്ക്കുന്നതെന്തും ഒടുവിൽ ഒരു പുതിയ ശീലമായി മാറുന്നു.

ഉപയോഗപ്രദവും സഹായകരവുമാണെന്ന് തോന്നുന്ന ഏതു ശീലവും നിങ്ങൾക്ക് വികസിപ്പിയ്ക്കുവാൻ കഴിയും. ഒരു പുതിയ പോസിറ്റീവ് ചിന്താരീതി രൂപപ്പെടുത്തുന്നത് ബുദ്ധിമുട്ടാണ്, പക്ഷേ നിങ്ങൾ മനസ്സിൽ പ്രോഗ്രാം ചെയ്തു കഴിഞ്ഞാൽ അത്

യാന്ത്രികവും എളുപ്പവുമാകും. "എളുപ്പമാകുന്നതിന് മുൻപ് എല്ലാം കഠിനമാണ്" എന്ന് ഗോഥെ പറഞ്ഞതായി രേഖപ്പെടുത്തപ്പെട്ടത് അതുകൊണ്ടാണ്.

1. പോസിറ്റീവ് സ്ഥിരീകരണങ്ങളുടെ ശക്തി

നിങ്ങൾ ചിന്തിയ്ക്കുന്നത് എന്താണോ അതായി നിങ്ങൾ മാറുന്നു എന്നതുപോലെ, നിങ്ങൾ എന്തിനെക്കുറിച്ച് സംസാരിയ്ക്കുന്നുവോ, നിങ്ങളോട് തന്നെ എന്ത് പറയുന്നുവോ, മിക്കപ്പോഴും അതു തന്നെ ആയി നിങ്ങൾ മാറുന്നു. പക്ഷേ നിങ്ങളുടെ തലച്ചോറിന്, നെഗറ്റീവ് ആയ സ്ഥിരസ്ഥിതി ക്രമീകരണമുണ്ട്. എന്താണ് വേണ്ടതെന്നും അതെങ്ങനെ നേടാം എന്നതിനെക്കുറിച്ചും ഗുണപരമായ ആലോചനകൾ നിങ്ങൾ മനഃപൂർവ്വം ചിന്തിയ്ക്കുന്നില്ല എങ്കിൽ മനസ്സ് നിങ്ങളെ പിന്തിരിപ്പിയ്ക്കുന്ന നെഗറ്റീവ് ചിന്തകളാൽ നിറയും.

സ്ഥിരീകരണങ്ങളുടെ ശക്തിയാൽ നിങ്ങളുടെ സാധ്യതകൾ പരിധിയില്ലാത്തതാകുന്നു. ഗുണപരവും ഉന്നമനം നൽകുന്നതുമായ വാക്കുകൾ നിങ്ങൾ സ്വയം ആവർത്തിയ്ക്കുമ്പോൾ അവ ഉടൻ തന്നെ അവയുടേതായ ഒരു ശക്തി ഏറ്റെടുക്കാൻ തുടങ്ങും. പുതിയ പോസിറ്റീവ് സന്ദേശങ്ങൾ അല്ലെങ്കിൽ പ്രോഗ്രാമുകളുമായി സമരസപ്പെട്ട് ചിന്തിയ്ക്കുവാനും അനുഭവിയ്ക്കാനും തുടങ്ങുന്നു. നിങ്ങളുടെ പുതിയ പോസിറ്റീവ് മനോഭാവങ്ങൾ നിഷേധാത്മക ചിന്തകളെയും അനുഭവങ്ങളെയും ഇല്ലാതാക്കുകയും പിന്തിരിപ്പിയ്ക്കുകയും ചെയ്യുന്നു. നിങ്ങൾ ശക്തമായ ഒരു "മാനസിക പ്രതിരോധ സംവിധാനം" വികസിപ്പിച്ചെടുക്കുന്നു.

പോസിറ്റീവ് സ്ഥിരീകരണങ്ങളുടെ മൂന്ന് 'P' കൾ നിങ്ങളുടെ സ്ഥിരീകരണങ്ങൾ എപ്പോഴും മൂന്ന് *'P'* കളിൽ പറയുക : Personal, Present, and Positive tense (വ്യക്തിപരമായ, വർത്തമാനത്തിൽ ഉള്ള, ഗുണപരമായ കാലഭേദത്തിൽ.) *വ്യക്തിപരമായ* അർത്ഥത്തിൽ, "ഞാൻ" അല്ലെങ്കിൽ "എനിക്ക്" എന്ന വാക്ക് നിങ്ങൾ എല്ലാ മാനസിക ആജ്ഞകൾക്കും മുൻപ് വെയ്ക്കുന്നു. ഉദാഹരണത്തിന് നിങ്ങൾ പറയുന്നു, "എനിയ്ക്കിത് ചെയ്യാൻ കഴിയും!" അല്ലെങ്കിൽ "എനിയ്ക്ക് എന്നെ തന്നെ ഇഷ്ടമാണ്." അല്ലെങ്കിൽ "ഞാൻ പ്രതിവർഷം X ഡോളർ സമ്പാദിയ്ക്കുന്നു."

വർത്തമാന കാലത്തിൽ, ഓരോ സ്ഥിരീകരണവും നിങ്ങൾ, പ്രസ്തുത സംഭവം നിലവിലെ യാഥാർത്ഥ്യമാണെന്നതും സംഭവിച്ച

കഴിഞ്ഞു എന്നതും പോലെ പ്രസ്താവിയ്ക്കുന്നു. "ഞാൻ 2012-ൽ X ഡോളർ സമ്പാദിയ്ക്കുന്നു." അല്ലെങ്കിൽ "എന്റെ ഭാരം X പൗണ്ട് ആണ്." നിങ്ങളുടെ ഉപബോധമനസ്സിന് വർത്തമാനകാല പദപ്രയോഗങ്ങൾ മാത്രമേ സ്വീകരിയ്ക്കാൻ കഴിയൂ എന്നതിനാൽ, ഈ വാക്കുകൾ ഉപബോധമനസ്സിലെ കംപ്യൂട്ടർ ഉടനടി അംഗീകരിയ്ക്കുകയും പ്രതിദിനം ഇരുപത്തിനാല് മണിക്കൂറും പ്രവർത്തിയ്ക്കാൻ തുടങ്ങുകയും ചെയ്യുന്നു.

മൂന്നാമത്തെ P *പോസിറ്റീവ്* ടെൻസിനെ സൂചിപ്പിയ്ക്കുന്നു. നിങ്ങളുടെ ഉപബോധമനസ്സിന് നെഗറ്റീവ് ആയ ഒരു ആജ്ഞയെ പ്രവർത്തിപ്പിയ്ക്കാൻ കഴിയില്ല. "ഞാൻ ഇനി പുക വലിയ്ക്കില്ല" എന്നതിനു പകരം "ഞാൻ പുക വലിയ്ക്കാത്തവനാണ്" എന്ന് നിങ്ങൾ പറയുക. "ഞാൻ ഇനി പൊട്ടിത്തെറിയ്ക്കുന്നില്ല" എന്നതിനു പകരം "ഞാൻ ക്ഷമയുള്ളവനും സ്നേഹവാനുമാണ്" എന്ന് നിങ്ങൾ പറയുക.

2. കാണുന്നത് നിങ്ങൾ വിശ്വസിയ്ക്കുന്നു

മാനസികമായ പ്രവർത്തന ക്രമീകരണത്തിന്റെ രണ്ടാമത്തേതും ഒരുപക്ഷേ ഏറ്റവും ശക്തവുമായ സാങ്കേതികത *ദൃശ്യവൽക്കരണമാണ്.* ആകാൻ ആഗ്രഹിയ്ക്കുന്ന വ്യക്തിയുടെയും, നേടാൻ ആഗ്രഹിയ്ക്കുന്ന ഫലങ്ങളുടെയും സങ്കല്പചിത്രങ്ങൾ ഉപയോഗിച്ച് നിങ്ങൾ എത്രത്തോളം മനസ്സിനെ പരിപോഷിപ്പിയ്ക്കുന്നുവോ അത്രത്തോളം ഈ ആജ്ഞകൾ നിങ്ങളുടെ ഉപബോധമനസ്സിലേയ്ക്ക് ആഴത്തിൽ പോയി, സാഹചര്യങ്ങൾ ആവശ്യപ്പെടുമ്പോൾ ഒരു പ്രത്യേക രീതിയിൽ ചിന്തിയ്ക്കുവാനും, അനുഭവിച്ചറിയാനും പ്രവർത്തിയ്ക്കാനും നിങ്ങളെ മുൻകൂട്ടി പ്രാപ്തരാക്കുന്നു.

നിങ്ങളുടെ ചിന്തയെ പോസിറ്റീവായ രീതിയിൽ മാറ്റുന്നതിനുള്ള ശക്തവും ഫലപ്രദവുമായ ദൃശ്യവൽക്കരണത്തിനുള്ള നാല് താക്കോലുകൾ ഇവയാണ് :

1. ***വ്യക്തത :*** സങ്കല്പചിത്രങ്ങൾ നിങ്ങൾ എത്രത്തോളം വ്യക്തമാക്കുന്നുവെന്നതും, ജീവിതത്തിൽ നിങ്ങളുടെ ലക്ഷ്യങ്ങൾ അല്ലെങ്കിൽ ആഗ്രഹിയ്ക്കുന്ന പെരുമാറ്റങ്ങൾ എത്ര വേഗത്തിൽ പ്രത്യക്ഷപ്പെടുന്നു എന്നതും തമ്മിൽ നേരിട്ടുള്ള ബന്ധമുണ്ട്. വ്യക്തമായ സങ്കല്പചിത്രങ്ങൾ സൃഷ്ടിയ്ക്കുന്നതോ നിങ്ങൾ ആഗ്രഹിയ്ക്കുന്ന തരം ചിത്രങ്ങളിലേക്ക് നോക്കുന്നതോ

അവയെ നിങ്ങളുടെ ഉപബോധ മനസ്സിലേയ്ക്ക് ആകർഷിയ്ക്കുകയും അത് പിന്നീട് ദൃശ്യവൽക്കരണം യാഥാർത്ഥ്യമാക്കുന്നതിന് ആളുകളെയും വിഭവങ്ങളെയും നിങ്ങളുടെ ജീവിതത്തിലേയ്ക്ക് ആകർഷിയ്ക്കുകയും ചെയ്യുന്നു.

2. ***തീവ്രത :*** ദൃശ്യവൽക്കരണത്തിലും സ്ഥിരീകരണത്തിലും എത്രത്തോളം വികാരം നിങ്ങൾക്ക് ചേർത്തുവെയ്ക്കാൻ കഴിയുമോ, നിങ്ങളുടെ ചിന്തകളിലും തോന്നലുകളിലും പ്രവൃത്തിയിലും അത്രത്തോളം വലിയ സ്വാധീനം അതിനുണ്ടായിരിക്കും. നിങ്ങളുടെ ആഗ്രഹത്തിന്റെ വിജയകരമായ സാക്ഷാത്കാരത്തോടൊപ്പമുള്ള വികാരം സൃഷ്ടിയ്ക്കുക എന്നതാണ് പ്രധാനം. ദൃശ്യവൽക്കരണം ജീവിതത്തിൽ സംഭവിയ്ക്കുമ്പോൾ നിങ്ങൾ അനുഭവിയ്ക്കാൻ പോകുന്ന വിജയത്തിന്റെയും സന്തോഷത്തിന്റെയും "അനുഭവം" നിങ്ങൾ ബോധപൂർവ്വം നേടണം.

3. ***ദൈർഘ്യം :*** ഓരോ തവണയും എത്രയധികം ഉജ്ജ്വലവും വൈകാരികവുമായ നിങ്ങളുടെ ചിത്രം മനസ്സിൽ സൂക്ഷിക്കാൻ കഴിയുമോ, അത്രയും വേഗത്തിൽ അത് യാഥാർത്ഥ്യത്തിലേക്ക് വരുന്നു.

4. ***ആവൃത്തി :*** നിങ്ങൾ ആഗ്രഹിയ്ക്കുന്ന, അനുയോജ്യമായ ലക്ഷ്യം, ജീവിതം, പെരുമാറ്റം അല്ലെങ്കിൽ അനുഭവം എന്നിവയെക്കുറിച്ചുള്ള ചിത്രം എത്ര തവണ നിങ്ങൾക്ക് കൊണ്ടു നടക്കാൻ കഴിയുമോ, അത്ര വേഗത്തിൽ ആ ആഗ്രഹം നിങ്ങളുടെ ഉപബോധമനസ്സിലേയ്ക്ക് പ്രോഗ്രാം ചെയ്യുകയും അത് യാഥാർത്ഥ്യമാവുകയും ചെയ്യുന്നു.

വേഗത്തിലുള്ള പ്രീപ്രോഗ്രാമിങ്ങ് വിദ്യകൾ വരാനിരിയ്ക്കുന്ന ഏത് സംഭവത്തിനും മാനസികമായി സ്വയം തയ്യാറെടുക്കാൻ നിങ്ങൾക്ക് വേഗത്തിലുള്ള പ്രീപ്രോഗ്രാമിങ്ങ് വിദ്യ ഉപയോഗിയ്ക്കാം. അതിന് ക്രമത്തിൽ നാലു കാര്യങ്ങൾ പാലിയ്ക്കേണ്ടത് ആവശ്യമാണ്: വാക്കുകളിലാക്കുക, ദൃശ്യവൽക്കരിയ്ക്കുക, വൈകാരികമാക്കുക, തിരിച്ചറിയുക എന്നിവയാണത്.

ആദ്യം നിങ്ങൾ ആഗ്രഹിയ്ക്കുന്ന കാര്യത്തെക്കുറിച്ചോ വരാനിരിയ്ക്കുന്ന ഒരു സന്ദർഭത്തിൽ നിങ്ങൾ എങ്ങനെ പെരുമാറണം എന്നതിനെക്കുറിച്ച് ചിന്തിയ്ക്കുകയും "വരാനിരിയ്ക്കുന്ന ഈ അഭിമുഖത്തിലോ അവതരണത്തിലോ ഞാൻ ശാന്തനും പോസിറ്റീവ് ആയി ചിന്തിക്കു

ന്നവനും പൂർണ്ണ നിയന്ത്രണത്തിൽ ഉള്ള ആളുമാണ്'" എന്ന് ശക്തമായും വ്യക്തമായും പ്രസ്താവിയ്ക്കുന്ന ഒരു വ്യക്തിഗത, വർത്തമാന, പോസിറ്റീവ് ടെൻസിലുള്ള ആജ്ഞ സൃഷ്ടിയ്ക്കുകയും ചെയ്യുക.

രണ്ടാമതായി, നിങ്ങൾ മികച്ച രീതിയിൽ പ്രവർത്തിയ്ക്കുകയാണെങ്കിൽ എങ്ങനെ പെരുമാറും എന്നതിന്റെ വ്യക്തവും ഉജ്ജ്വലവുമായ ഒരു ചിത്രം നിങ്ങൾ മെനഞ്ഞെടുക്കുക.

മൂന്നാമതായി, വൈകാരികവൽക്കരിയ്ക്കുകയും സാഹചര്യം ആഗ്രഹിയ്ക്കുന്നതുപോലെ മാറുകയാണെങ്കിൽ നിങ്ങൾക്കുണ്ടായേക്കാവുന്ന ശാന്തതയുള്ള, ആത്മവിശ്വാസമുള്ള സന്തോഷമുള്ള, സ്വസ്ഥതയുള്ള "വികാരങ്ങളെ സ്വീകരിക്കുകയും" ചെയ്യുക.

അവസാനമായി, നിങ്ങൾ ഈ മൂന്ന് ഭാഗങ്ങളുള്ള ആജ്ഞ നിങ്ങളുടെ ഉപബോധമനസ്സിലേയ്ക്ക് കടത്തുകയും, സന്ദർഭം സത്യമാകുന്നത് വരെ ഉപബോധമനസ്സിൽ പ്രവർത്തിയ്ക്കാൻ അനുവദിയ്ക്കുകയും ചെയ്യുക. സങ്കല്പിച്ചതുപോലെ തന്നെ പ്രസ്തുത സന്ദർഭമോ അനുഭവമോ സംഭവിയ്ക്കുന്നതു കാണുമ്പോൾ നിങ്ങൾ പലപ്പോഴും ആശ്ചര്യപ്പെടും.

3. സംഭവത്തിന് മുൻപ് തയ്യാറെടുക്കുക

പ്രധാനപ്പെട്ടതോ സമ്മർദ്ദപൂരിതമോ ആയ ഒരു സന്ദർഭത്തിന് മുൻകൂട്ടി സ്വയം പ്രോഗ്രാം ചെയ്യുന്നത്, നിങ്ങളുടെ എല്ലാ പരിപാടികളുടെയും മുകളിലായി പ്രവർത്തിയ്ക്കുന്നതിന് മാനസികമായും വൈകാരികമായും തയ്യാറെടുത്തിട്ടുണ്ടെന്ന് ഉറപ്പ് വരുത്തും. സ്വയം മുൻകൂട്ടി പ്രോഗ്രാം ചെയ്യുവാനുള്ള കഴിവ് അവനവനെക്കുറിച്ചും നിങ്ങൾ എങ്ങനെ പ്രവർത്തിയ്ക്കുന്നു എന്നതിനെക്കുറിച്ചും വലിയ നിയന്ത്രണം നൽകുന്നു.

വരാനിരിയ്ക്കുന്ന സന്ദർഭം കുറച്ച് ദിവസങ്ങൾ അകലെയാണെങ്കിൽ, നടക്കാനിരിയ്ക്കുന്ന കായികമത്സരത്തിനായി പരിശീലിയ്ക്കുന്നതു പോലെ, ദിവസം മുഴുവൻ ഈ മൂന്ന് ഭാഗങ്ങളുള്ള വ്യായാമം ആവർത്തിയ്ക്കുക. ഈ മാനസിക പരിശീലനത്തിനുള്ള ഏറ്റവും നല്ല രണ്ട് സമയങ്ങൾ നിങ്ങളുടെ ഉപബോധമനസ്സ് മുൻകൂട്ടിയുള്ള പ്രോഗ്രാമിന് ഏറ്റവും സ്വീകാര്യമായിരിക്കുമ്പോൾ, രാത്രിയിൽ ഉറങ്ങുന്നതിന് തൊട്ടു മുൻപും രാവിലെ ഉണർന്നതിന് തൊട്ടു പിന്നാലെയുമാണ്.

സന്ദർഭത്തിന്റെ മാതൃകാപരമായ പരിണിതഫലത്തെ

സ്ഥിരീകരിയ്ക്കുക. നിങ്ങൾ സ്ഥിരീകരിയ്ക്കുന്നതു പോലെ തന്നെ സന്ദർഭം ദൃശ്യവൽക്കരിയ്ക്കുക. ആഗ്രഹിയ്ക്കുന്നതു പോലെ കാര്യങ്ങൾ നടക്കുമ്പോൾ നിങ്ങൾ ആസ്വദിയ്ക്കുന്ന വിജയത്തിന്റെയും സന്തോഷത്തിന്റെയും വൈകാരികാനുഭവത്തെ സ്വീകരിയ്ക്കുക.

ഇല്ല എന്നതിന്റെ ശക്തി

കുട്ടിക്കാലത്തേയുള്ള വിമർശനം കാരണം, മിക്ക ആളുകളും നിരസിയ്ക്കപ്പെട്ടുമോ എന്ന ഭയത്തോടെയാണ് വളരുന്നത്. മറ്റുള്ളവരുടെ നിഷേധാത്മക പ്രതികരണങ്ങളെ അവർ ഭയപ്പെടുന്നു, അവർ ഒരിക്കലും കണ്ടിട്ടില്ലാത്ത അപരിചിതരുടേതു പോലും.

കുട്ടിയായിരിയ്ക്കുമ്പോൾ നിങ്ങളുടെ പ്രിയപ്പെട്ട വാക്ക് "അതെ" എന്നതാണ്. "എനിയ്ക്ക് കുറച്ച് മിഠായി തരുമോ?" *തരാം.* "എനിയ്ക്ക് കൂടുതൽ മധുര പലഹാരം നൽകാമോ?" *നൽകാം.* "എനിയ്ക്ക് ഒരു പുതിയ കളിപ്പാട്ടം കിട്ടുമോ?" *കിട്ടും.* "എനിയ്ക്ക് സിനിമയ്ക്ക് പോകാൻ കുറച്ച് പണം തരാമോ?" *തരാം.* "അതെ" എന്ന വാക്കിനെ നമ്മൾ ഇഷ്ടപ്പെടുന്നു, അതേ സമയം "ഇല്ല" എന്ന വാക്കിനെ നമ്മൾ വെറുക്കുകയും ചെയ്യുന്നു.

മുതിർന്നവരെന്ന നിലയിൽ, "അതെ" എന്നുള്ള അനുഭവങ്ങൾ തേടാനും "ഇല്ല" അനുഭവങ്ങൾ ഒഴിവാക്കാനും നമ്മൾ സ്വാഭാവികമായി വ്യവസ്ഥ ചെയ്യപ്പെട്ടിരിയ്ക്കുന്നു. പക്ഷേ മുന്നോട്ടു പോകണമെങ്കിൽ, മറ്റെയാൾ *ഇല്ല* എന്ന് പറയുന്ന അവസരങ്ങളെ സ്വീകരിയ്ക്കേണ്ടതുണ്ട്. ഒരു ശീലമായി മാറുന്ന വിധത്തിൽ "ഇല്ല" എന്ന വാക്ക് നിങ്ങൾ പലപ്പോഴും ഒഴിവാക്കുകയാണെങ്കിൽ, വിജയിക്കാനും സന്തോഷിയ്ക്കുവാനുമുള്ള അവസരത്തിന്റെ ഭൂരിഭാഗവും നിങ്ങൾ വേഗത്തിൽ കടത്തിവിടും.

നിരസിയ്ക്കൽ സാധാരണവും സ്വാഭാവികവുമാണ്

കച്ചവടത്തിൽ തിരസ്കരണം സാധാരണമാണ്, അതിലുപരി വിൽപ്പനയിലും. ഓരോ "അതെ" എന്നതിനും ഒരു വ്യക്തിയ്ക്ക് അഞ്ചോ പത്തോ ഇരുപതോ "ഇല്ല " ലഭിയ്ക്കുന്നത് അസാധാരണമല്ല. അതുകൊണ്ടാണ് "ഇല്ല" എന്ന വാക്കിനെ പൂർണ്ണമായും ഭയപ്പെടാതിരിയ്ക്കാൻ നിങ്ങളുടെ മനസ്സ് പുനഃക്രമീകരിയ്ക്കേണ്ടത്. നിരസിയ്ക്കപ്പെട്ടുമെന്ന ഭയം ഇല്ലാതായാൽ മുഴുവൻ ഭാവിയും നിങ്ങളുടെ മുന്നിൽ തുറക്കും.

വിജയത്തിനായുള്ള ഏറ്റവും ശക്തമായ വാക്ക് "ചോദിയ്ക്കുക" എന്നതാണ്. കൂടുതൽ ചോദിയ്ക്കുന്തോറും നിങ്ങൾക്ക് കൂടുതൽ ലഭിയ്ക്കുന്നു. ജോലികളും സ്ഥാനക്കയറ്റങ്ങളും തീയതികളും, ബന്ധങ്ങളും, വിൽപ്പന, ബിസിനസ്സ് അവസരങ്ങൾ എന്നിവയുടെ കാര്യത്തിലും ഇത് പരാമർശിക്കപ്പെടുന്നു. ഭാവി ചോദിയ്ക്കുന്നവരുടേതാണ്.

ഇല്ല എന്നതിനെ സ്വീകരിയ്ക്കുക!

"ഇല്ല" എന്ന് പറഞ്ഞു കേൾക്കുവാനുള്ള നിങ്ങളുടെ ഭയം എങ്ങനെ ഇല്ലാതാക്കാം? കഴിയുന്നത്ര "ഇല്ല"കൾക്കായി സ്വയം മുൻകൂട്ടി പ്രോഗ്രാം ചെയ്തുകൊണ്ട്. ഇനി മുതൽ "ഇല്ല" എന്ന വാക്കിനെ ഭയപ്പെടേണ്ടതില്ല എന്ന് നിങ്ങൾ തീരുമാനിയ്ക്കുക. ഇരുപത്തിനാലാം വയസ്സിൽ ഈ കണ്ടെത്തൽ ബ്രയാന്റെ ജീവിതത്തെയും ഇരുപത്തി നാലാം വയസ്സിൽ തന്നെ അദ്ദേഹത്തിന്റെ മകന്റെ ജീവിതത്തെയും മാറ്റി മറിച്ചു.

ഇരുപത്തിനാല് വയസ്സുള്ളപ്പോൾ ബ്രയാൻ വൈദഗ്ധ്യമില്ലാത്തവനും ഹൈസ്കൂൾ പഠനം ഉപേക്ഷിച്ചവനുമായിരുന്നു. അയാൾക്ക് ലഭിയ്ക്കുമായിരുന്ന ഒരേയൊരു ജോലി, നേരിട്ടുള്ള കമ്മീഷൻ വില്പനയും പകൽ സമയത്ത് ഓഫീസുകളിലും വൈകുന്നേരങ്ങളിൽ വീടുകളിലും അപ്പാർട്ട്മെന്റുകളിലും സാധനങ്ങൾ വിൽക്കുന്നതിനായി ഫോൺ വിളികൾ നടത്തലുമായിരുന്നു.

ജോലിയിൽ പ്രവേശിച്ച ആദ്യ ദിവസം തന്നെ അയാൾ ഭയംകൊണ്ട് തളർന്നു പോയിരുന്നു. ഒരു വാതിൽ വരെ കയറിച്ചെന്ന് മുട്ടുവാൻ പോലുമുള്ള ഭയംകൊണ്ട് അയാൾ ബ്ലോക്കിനു ചുറ്റും വീണ്ടും വീണ്ടും നടന്നു. അവസാനം സ്വയം നിർബന്ധിച്ച് വാതിലിലേക്ക് തള്ളിക്കയറി, മുട്ടുകയും ഹൃദയമിടിപ്പോടെ കാത്തിരിയ്ക്കുകയും ചെയ്തു.

സുന്ദരിയായ ഒരു ചെറിയ വൃദ്ധ വന്ന് മറുപടി പറയുകയും ബ്രയാനോട് വളരെ മാന്യമായി സംസാരിച്ച്, വിളിച്ചതിന് നന്ദി പറയുകയും ഒപ്പം അദ്ദേഹത്തിന് ഒരു നല്ല ദിവസം ആശംസിയ്ക്കുകയും ചെയ്തു. അന്ന് നടവഴിയിലൂടെ പോകുമ്പോൾ, അപരിചിതരെ വിളിച്ച് അവർക്ക് സാധനങ്ങൾ ആവശ്യമുണ്ടോ എന്ന് ചോദിയ്ക്കുവാൻ ഭയപ്പെടുകയില്ലെന്ന് ബ്രയാൻ തീരുമാനമെടുത്തു.

നിരസിക്കുമെന്ന ഭയത്തെ പരാജയപ്പെടുത്തുക

ആ ദിവസം മുതൽ, തിരസ്കരണത്തെ ആവേശത്തോടെ നേരിടാനായി, "ഇല്ല" എന്ന വാക്കിലേക്ക് അയാൾ സ്വയം പുനർനിർമ്മിച്ചു. ഓരോ "ഇല്ല"കളും കൂടുതൽ പരിശ്രമത്തിനും ഉത്സാഹത്തിനും പ്രേരിപ്പിക്കുമെന്ന് അപ്പോൾ മുതൽ അദ്ദേഹം തീരുമാനിച്ചു. രാവിലെ ജോലി തുടങ്ങിയപ്പോൾ, ആദ്യത്തെ "ഇല്ല" കേൾക്കാൻ അയാൾക്ക് കാത്തിരിക്കാൻ കഴിഞ്ഞിരുന്നില്ല. അത് കിട്ടിക്കഴിയുമ്പോൾ, അനിവാര്യമായിരുന്നുവെന്നപോലെ അയാൾ പ്രസന്നതയോടെ പ്രവർത്തനങ്ങളിലേക്ക് നീങ്ങും.

ബ്രയാന്റെ ഒരു മകൻ കോളേജിൽ നിന്ന് ബിരുദം നേടിയപ്പോൾ, വിജയിക്കണമെങ്കിൽ ഏത് തരത്തിലുള്ള ജോലിയാണ് നേടേണ്ടതെന്ന് പിതാവിനോട് ഉപദേശം ചോദിച്ചു. വീടുകളിൽ പോയി ഉത്പന്നങ്ങൾ വിൽക്കാനുള്ള ശ്രമങ്ങളിൽ വരുന്ന തിരസ്കരണത്തെ ഒരു വർഷത്തേയ്ക്ക് കൈകാര്യം ചെയ്യാൻ കഴിയുമെങ്കിൽ ജീവിതത്തെ നേരിടാൻ അയാൾ മാനസികമായി സജ്ജമാകുമെന്ന് അദ്ദേഹം പറഞ്ഞു.

അയാൾ പിതാവിന്റെ ഉപദേശം സ്വീകരിച്ചു. ഫൈബർ ഒപ്റ്റിക് ഹുക് അപ്പുകൾ വിൽക്കാൻ വീടുകൾ തോറും സന്ദർശിക്കുന്ന ഒരു ജോലി അയാൾക്ക് ലഭിക്കുകയും ഒരു വർഷത്തോളം അതിൽ തുടർന്നതിനു ശേഷം, തികച്ചും വ്യത്യസ്തനായ ഒരു വ്യക്തിയായി അയാൾ മാറുകയും ചെയ്തു. അയാളുടെ ആത്മവിശ്വാസം വാനോളമുയർന്നു. അയാൾ ബ്രയാനോട് പറഞ്ഞു, "അച്ഛാ, ഞാൻ ജീവിതത്തിൽ വിജയിക്കാൻ പോകുന്നുവെന്ന് എനിക്കറിയാം, കാരണം ഒരു വർഷത്തെ ആ ജോലിക്കു ശേഷം, ഞാൻ ഒന്നിനെയും ഭയപ്പെടുന്നില്ല."

ഒന്നിനും നിങ്ങളെ തടയാൻ കഴിയില്ലെന്ന് അവനവനോട് വീണ്ടും വീണ്ടും പറഞ്ഞുകൊണ്ട്, നിരസിക്കപ്പെടുകയോ പരാജയപ്പെടുകയോ ചെയ്യുമെന്ന ഭയം ഉണ്ടാകാതിരിക്കാൻ നിങ്ങൾക്ക് സ്വയം മുൻകൂട്ടി പ്രോഗ്രാം ചെയ്യാം. ശാന്തരും ആത്മവിശ്വാസമുള്ളവരും പുഞ്ചിരിക്കുന്നവരുമായി സ്വയം സങ്കൽപ്പിക്കുക. സ്വയം സംസാരിക്കുകയും, ആഗ്രഹിക്കുന്ന വിജയത്തെ അനുഗമിക്കുന്ന വികാരം നിങ്ങളുടെ ഉള്ളിൽ സൃഷ്ടിക്കുകയും ചെയ്യുക.

സ്ഥിരീകരണം, ദൃശ്യവൽക്കരണം, വൈകാരികവൽക്കരണം എന്നിവയുടെ ആന്തരിക തയ്യാറെടുപ്പ് രീതികൾ ആവർത്തിക്കുന്ന

തിലൂടെ, നിങ്ങൾ മനസ്സിന്റെയും വികാരങ്ങളുടെയും പൂർണ്ണനിയന്ത്രണം ഏറ്റെടുക്കുകയും ആത്മവിശ്വാസം വർദ്ധിപ്പിയ്ക്കുകയും മുഴുവനായും പോസിറ്റീവ് ആയ വ്യക്തിയാവുകയും ചെയ്യുന്നു.

ഇപ്പോൾ ഇത് ചെയ്യുക

ഫലത്തെ കുറിച്ചോ പരിണാമത്തെ കുറിച്ചോ നിങ്ങൾക്ക് ഭയമോ ആശങ്കയോ തോന്നുന്ന, വരാനിരിയ്ക്കുന്ന ഒരു സന്ദർഭത്തെക്കുറിച്ച് ചിന്തിയ്ക്കുക. നിങ്ങൾ എങ്ങനെ പ്രകടനം നടത്തണമെന്നും പ്രസ്തുത സംഭവങ്ങൾ എങ്ങനെ നടക്കണമെന്നാണ് നിങ്ങൾ ആഗ്രഹിയ്ക്കുന്നതെന്നും കൃത്യമായി വ്യക്തമാക്കുന്ന ഒരു പോസിറ്റീവ് സ്ഥിരീകരണം സൃഷ്ടിയ്ക്കുക. ഉദാഹരണത്തിന്, "ഈ അഭിമുഖത്തിൽ ഞാൻ ശാന്തനും ആത്മവിശ്വാസമുള്ളവനും ആത്മനിയന്ത്രണം നേടിയവനുമാണ്, അവസാനം എനിയ്ക്ക് ജോലി (അല്ലെങ്കിൽ കച്ചവടം) ലഭിയ്ക്കുക തന്നെ ചെയ്യും."

മാതൃകാപരമായ ഫലത്തിന്റെ വ്യക്തവും ഉജ്ജ്വലവും സന്തോഷകരവുമായ ഒരു ചിത്രം സൃഷ്ടിച്ച്, നിങ്ങളുടെ ഉപബോധമനസ്സിന്റെ തിരശ്ശീലയിൽ അത് വീണ്ടും വീണ്ടും പ്രവർത്തിപ്പിയ്ക്കുക. ആദ്യമായി ഇത് പരീക്ഷിക്കുമ്പോൾ തന്നെ ഫലം നിങ്ങളെ അത്ഭുതപ്പെടുത്തും.

7

തവളകളിലെ സൗന്ദര്യം ദർശിക്കുക

നിങ്ങളുടെ വികാരങ്ങളെ നിർണ്ണയിക്കുന്നത് ജീവിതത്തിൽ നിങ്ങൾക്ക് എന്ത് സംഭവിക്കുന്നു എന്നതല്ല. സംഭവിക്കുന്നവകളോട് നിങ്ങൾ എങ്ങനെ പ്രതികരിക്കുന്നു എന്നതാണ്. നിങ്ങളുടെ ജീവിതത്തിലെ തവളകളല്ല, ആ തവളകളെ കൈകാര്യം ചെയ്യുന്ന രീതിയാണത്.

രണ്ടു പേർക്ക് ഒരേ അനുഭവം ഉണ്ടായേക്കാം, എന്നാൽ ഒരാൾ അതിനു മുകളിലൂടെ ഉയരുകയും, അതിനെ പോകാൻ അനുവദിച്ച് ജീവിതം മുന്നോട്ടു കൊണ്ടു പോവുകയും ചെയ്യും. മറ്റേയാൾ തകരുകയും ദേഷ്യപ്പെടുകയും നീരസപ്പെട്ടു കാണുകയും വളരെ വലിയൊരു കാലയളവിലേക്ക് അസന്തുഷ്ടനായി ഇരിക്കുകയും ചെയ്യും – ഒരേ സംഭവം, രണ്ട് വ്യത്യസ്ത പ്രതികരണങ്ങൾ.

എ കോഴ്സ് ഇൻ മിറക്കിൾ എന്ന പുസ്തകത്തിൽ ഹെലൻ ഷൂക്മാൻ, വില്യം തെറ്റ്ഫോൾഡ് എന്നിവർ പറയുന്നു, നിങ്ങൾ കാണുന്ന എല്ലാത്തിനും നിങ്ങളാണ് അർത്ഥം നൽകുന്നത്. നിങ്ങൾ ചിന്തിക്കുന്ന രീതി കൊണ്ട് പ്രസ്തുത കാര്യത്തിൽ ഉൾപ്പെടുത്തുന്ന വികാരമൊഴികെ പോസിറ്റീവോ നെഗറ്റീവോ ആയ ഒരു വികാരവും ഒന്നും ഉൾക്കൊള്ളുന്നില്ല എന്നതാണ് ഇതിനർത്ഥം.

ബുദ്ധിമുട്ടുകൾ വരുന്നത് തടസ്സപ്പെടുത്താനല്ല, ഉപദേശിക്കാനാണ്.

ബ്രയാൻ ട്രേസി

ഒരു തീരുമാനമെടുക്കുക

നിഷേധാത്മകതയെ ഗുണപരതയാക്കി മാറ്റുന്നതിനും ഭൂതകാലത്തെ അസന്തുഷ്ടമായ അനുഭവങ്ങളിൽ നിന്ന് സ്വയം മോചിപ്പിയ്ക്കുന്നതിനുമുള്ള ഏറ്റവും വേഗമേറിയ മാർഗ്ഗം നിങ്ങളുടെ ഭൂതകാലത്തെ മറ്റൊരു രീതിയിൽ കാണാൻ തീരുമാനിയ്ക്കുക എന്നതാണ്. നിങ്ങൾ പകരംവെക്കൽ നിയമം പരിശീലിയ്ക്കുകയും നെഗറ്റീവ് ചിന്തകൾക്കായി ഒരു പോസിറ്റീവ് ചിന്ത കൈമാറ്റം നടത്തുകയും ചെയ്യുമ്പോൾ, നിങ്ങളുടെ വികാരങ്ങൾ ഏതാണ്ട് തൽക്ഷണം മാറുന്നു.

ആത്മീയ എഴുത്തുകാരനായ വെയ്ൻ ഡയർ ഒരിക്കൽ പറഞ്ഞു, "സന്തോഷകരമായ ഒരു ബാല്യമുണ്ടാകാൻ ഇനിയും വൈകിയിട്ടില്ല." മറ്റൊരു വിധത്തിൽ പറഞ്ഞാൽ, കുട്ടിക്കാലത്ത് നിങ്ങൾക്കുണ്ടായ അസന്തുഷ്ടമായ അനുഭവങ്ങളുടെ വ്യാഖ്യാനം പുനഃപരിശോധിയ്ക്കുന്നതിലൂടെ, അവയെ ചീത്തയിൽ നിന്ന് നല്ലതിലേയ്ക്കും നിരാശപ്പെടുത്തുന്നവയിൽ നിന്ന് ശ്രേഷ്ഠമായവയിലേയ്ക്ക് മാറ്റാനും നിങ്ങളുടെ ബാല്യത്തെ തികച്ചും പുതിയതും പോസിറ്റീവ് ആയതുമായ രീതിയിൽ കാണാൻ തുടങ്ങുവാനും കഴിയും.

സന്തോഷമുള്ള ബാല്യം സ്വന്തമാക്കുക

പ്രപഞ്ചത്തിന്റെ അങ്ങേ അറ്റത്ത് എവിടെയോ, ജനിയ്ക്കുന്നതിനും വളരെ മുൻപ് നിങ്ങൾ ഒരു *ആത്മാവായിരുന്നു* എന്നും, ഭൂമി മുഴുവൻ തിരയാനും അടുത്ത മാതാപിതാക്കളെ തിരഞ്ഞെടുക്കാനും നിങ്ങൾക്ക് കഴിയുമായിരുന്നു എന്നും സങ്കല്പിയ്ക്കുക. നിങ്ങൾക്ക് പഠിയ്ക്കാനും പരിണമിയ്ക്കാനും മികച്ച വ്യക്തിയായി വളരാനുമുള്ള ഒരേയൊരു മാർഗ്ഗം ഇതാണെന്ന കാരണത്താൽ പ്രസ്തുത കുടുംബത്തിൽ വളരുന്ന ഒരു കുട്ടിയുടെ പരീക്ഷണങ്ങളും ക്ലേശങ്ങളും അനുഭവിയ്ക്കാൻ കഴിയുന്നതിനായി നിങ്ങളുടെ മാതാപിതാക്കളെ നിങ്ങൾ മനഃപൂർവ്വം തെരഞ്ഞെടുത്തതായി സങ്കല്പിയ്ക്കുക.

ഈ ആശയവുമായി നിങ്ങൾ പ്രവർത്തിയ്ക്കുകയും ബാല്യകാല അനുഭവങ്ങളിലേക്ക് തിരിഞ്ഞു നോക്കുകയും ചെയ്യുമ്പോൾ, നിങ്ങളുടെ കുട്ടിക്കാലത്തെ വ്യത്യസ്തമായി കാണാൻ കഴിയും. വളർന്നുകൊണ്ടിരുന്ന സമയത്ത് നിങ്ങൾക്കുണ്ടായിരുന്ന ഓരോ പ്രശ്നത്തിൽ നിന്നും ബുദ്ധിമുട്ടുകളിൽ നിന്നും പഠിച്ച പാഠങ്ങൾ നിങ്ങൾ തിരിച്ചറിയാൻ തുടങ്ങും. *നിങ്ങളുടെ കുടുംബത്തെ നിങ്ങൾ*

നെപ്പോളിയൻ ഹിൽ ഒരിയ്ക്കൽ പറഞ്ഞു, "നിങ്ങൾ അഭിമുഖീകരിയ്ക്കുന്ന എല്ലാ പ്രശ്നങ്ങളിലും ബുദ്ധിമുട്ടുകളിലും തുല്യമോ വലുതോ ആയ ഗുണത്തിന്റെയോ നേട്ടത്തിന്റെയോ വിത്ത് അടങ്ങിയിരിക്കുന്നു." നിങ്ങളുടെ ജോലി സാധ്യമായ നേട്ടങ്ങളിലോ ആനുകൂല്യത്തിലോ ശ്രദ്ധ കേന്ദ്രീകരിയ്ക്കുകയും നിങ്ങളെ ദേഷ്യം പിടിപ്പിയ്ക്കുകയോ അസന്തുഷ്ടരാക്കുകയോ ചെയ്യുന്ന സാഹചര്യത്തിന്റെ ഭാഗങ്ങളിൽ നിന്ന് മനസ്സിനെ അകറ്റി നിർത്തുകയും ചെയ്യുക എന്നതാണ്.

ജീവിതത്തിൽ നിങ്ങൾ അനുഭവിച്ച ഏറ്റവും വലിയ പരാജയങ്ങളെക്കുറിച്ച് ചിന്തിയ്ക്കുക. അവയിൽ നിന്നെല്ലാം നിങ്ങൾ പഠിച്ച ഏറ്റവും പ്രധാനപ്പെട്ട പാഠങ്ങൾ എന്തൊക്കെയാണ്? മികച്ച തിരഞ്ഞെടുപ്പുകളും തീരുമാനങ്ങളും എടുക്കാൻ ഈ പാഠങ്ങൾ നിങ്ങളെ എങ്ങനെയാണ് സഹായിച്ചിട്ടുള്ളത്? പ്രത്യേകിച്ചും നിങ്ങൾ പഠിച്ചതിന്റെ ഫലമായി എന്ത് നേട്ടങ്ങളും പ്രയോജനങ്ങളുമാണ് നിങ്ങൾക്ക് ഉണ്ടായിട്ടുള്ളത്?

ഇന്നത്തെ നിങ്ങളുടെ പ്രശ്നങ്ങളെക്കുറിച്ച് ചിന്തിയ്ക്കുക

അടുത്തതായി, ഇപ്പോൾ നിങ്ങളുടെ ജീവിതത്തിലുള്ള എല്ലാ പ്രശ്നങ്ങളെക്കുറിച്ചും ചിന്തിയ്ക്കുക. പ്രശ്നങ്ങൾ ഡിന്നർ പ്ളേറ്റുകൾ അടുക്കുന്നതുപോലെയാണെന്ന് സങ്കല്പിയ്ക്കുക. ഏറ്റവും ചെറിയ പ്രശ്നങ്ങൾ അടിയിലും നിങ്ങളുടെ ഏറ്റവും വലിയ ആ വിഷമം അല്ലെങ്കിൽ ഉത്കണ്ഠ ഏറ്റവും മുകളിലും വരുന്ന രീതിയിൽ.

നിങ്ങൾക്ക് ഭാവിയിൽ സന്തോഷിക്കുവാനും കൂടുതൽ വിജയിക്കുവാനും കഴിയുന്ന തരത്തിൽ, ഈ പ്രധാന പ്രശ്നത്തിൽ നിങ്ങൾ പഠിയ്ക്കേണ്ട പാഠത്തിന്റെ രൂപത്തിൽ ഒരു സമ്മാനം അടങ്ങിയിട്ടുണ്ടെന്ന്, ഇപ്പോൾ സങ്കല്പിയ്ക്കുക.

നെഗറ്റീവുകളെ പോസിറ്റീവുകളാക്കി മാറ്റാനും തവളകളെ രാജകുമാരന്മാരാക്കുവാനുമുള്ള ഏറ്റവും ശക്തമായ ഒരു മാർഗ്ഗം, നിങ്ങൾ നേരിടുന്ന എല്ലാ പ്രശ്നങ്ങളിലും ബുദ്ധിമുട്ടുകളിലും വിലപ്പെട്ട പാഠം തേടുക എന്നതാണ്. എന്തെങ്കിലും തിരിച്ചടിയോ ബുദ്ധിമുട്ടോ നിങ്ങൾ പരിശോധിയ്ക്കുകയാണെങ്കിൽ നിങ്ങൾക്ക് എല്ലായ്പ്പോഴും കുറഞ്ഞത് ഒരു പാഠമോ ചിലപ്പോൾ നിരവധി പാഠങ്ങളോ കണ്ടെത്താനാകും. എമെറ്റ് ഫോക്സ് ഒരിക്കൽ എഴുതിയതു പോലെ "മഹാത്മാക്കൾ ചെറിയ പ്രശ്നങ്ങളിൽ നിന്ന് വലിയ പാഠങ്ങൾ പഠിയ്ക്കുന്നു."

ഭാവിയിലെ വെല്ലുവിളികളെയോ ഭയപ്പെടുത്തുന്ന സാഹചര്യങ്ങളെയോ സമീപിയ്ക്കുമ്പോഴും നിങ്ങൾക്ക് ഈ ആശയം ഉപയോഗിയ്ക്കാൻ കഴിയും. പുതിയ എന്തെങ്കിലും പരീക്ഷിയ്ക്കുമ്പോൾ, ആ അപകടസാധ്യത എടുക്കുമ്പോൾ ഉണ്ടാകുന്ന ഭയത്തിന്റെയും ഉത്കണ്ഠയുടെയും ഒരു ഘടകമുണ്ട്. ഒരു സമയത്ത് ക്രിസ്റ്റീന തനിയ്ക്ക് താല്പര്യമുള്ള ഒരു വിഷയത്തിൽ ശ്രദ്ധ കേന്ദ്രീകരിയ്ക്കുന്ന കമ്മിറ്റിയുടെ തലവനാകുന്നത് പരിഗണിയ്ക്കുകയായിരുന്നു. ഉത്തരവാദിത്വം ഏറ്റെടുക്കാൻ അവൾ ശരിക്കും ആഗ്രഹിച്ചുവെങ്കിലും അതിൽ പരസ്യമായി സംസാരിയ്ക്കുന്നത് ഉൾപ്പെടുമെന്ന് അവൾ ഭയപ്പെട്ടു. അവൾ അപൂർവ്വ അനുഭവങ്ങൾ നേടുമെന്നും ഭാവിയിലേക്കുള്ള ശ്രമങ്ങളിൽ ഉപയോഗിയ്ക്കുവാനുള്ള പുതിയ കഴിവുകൾ വികസിപ്പിയ്ക്കുമെന്നും, അത് ചെയ്യണമെന്നും ഒരു നല്ല സുഹൃത്ത് അവളോട് പറഞ്ഞു. ഈ ഉപദേശം ക്രിസ്റ്റീനയുടെ ഭയത്തെക്കുറിച്ചോ പരാജയപ്പെടാൻ സാധ്യതയുള്ളതിനെക്കുറിച്ചോ ഉള്ള വീക്ഷണത്തെ മാറ്റിമറിയ്ക്കുകയും വെല്ലുവിളി ഏറ്റെടുക്കാൻ അവളെ പ്രോത്സാഹിപ്പിയ്ക്കുകയും ചെയ്തു.

നിങ്ങൾ പഠിയ്ക്കാൻ ഉദ്ദേശിയ്ക്കുന്ന പാഠങ്ങൾ

ഒരുപക്ഷേ മറ്റൊരാൾ ഉൾപ്പെട്ട ഇന്നത്തെ നിങ്ങളുടെ ഏറ്റവും വലിയ പ്രശ്നത്തെക്കുറിച്ച് ചിന്തിയ്ക്കുമ്പോൾ "ഈ പ്രശ്നത്തിൽ നിന്നോ ബുദ്ധിമുട്ടിൽ നിന്നോ ഞാൻ പഠിയ്ക്കാൻ ഉദ്ദേശിയ്ക്കുന്ന പാഠം എന്താണ്?" എന്ന് സ്വയം ചോദിയ്ക്കുക. നിങ്ങളുടെ ആദ്യത്തെ ഉത്തരം ലളിതവും ഉപരിവിപ്ലവവുമായിരിക്കും. "ഒരു പക്ഷേ ഞാൻ ഇതിൽ കൂടുതലോ കുറവോ ചെയ്യേക്കാം" എന്ന് നിങ്ങൾ പറഞ്ഞു എന്നു വരാം.

ഇനിയാണ് ഏറ്റവും പ്രധാനപ്പെട്ട ഭാഗം വരുന്നത്. "ഈ സാഹചര്യത്തിൽ ഞാൻ *മറ്റെന്താണ്* പഠിയ്ക്കാൻ ഉദ്ദേശിയ്ക്കുന്നത്?" എന്ന സുപ്രധാന ചോദ്യം നിങ്ങൾ സ്വയം ചോദിയ്ക്കുക. ഈ ചോദ്യം നിങ്ങളെ *കൂടുതൽ ആഴത്തിൽ* തുരന്നു പോകാൻ പ്രേരിപ്പിയ്ക്കുന്നു. ഈ സമയം പാഠം കൂടുതൽ വേദനാജനകമല്ലെങ്കിൽ കൂടുതൽ പ്രാധാന്യമുള്ളതും പ്രബലവുമായിരിയ്ക്കും. ഒരുപക്ഷേ നിങ്ങൾ വ്യത്യസ്തമായി എന്തെങ്കിലും ചെയ്യാൻ തുടങ്ങണം, അല്ലെങ്കിൽ എന്തെങ്കിലും ചെയ്യുന്നത് പൂർണ്ണമായും നിർത്തണം.

പിന്നീട് നിങ്ങൾ വീണ്ടും ചോദിയ്ക്കുക, "*മറ്റെന്താണ്* ഞാൻ പഠിയ്ക്കാൻ ഉദ്ദേശിയ്ക്കുന്ന പാഠം?" കൂടുതൽ ആഴത്തിലേയ്ക്ക് പോവുക.

നിങ്ങൾ ഈ ചോദ്യം ചോദിക്കുന്നത് തുടരുമ്പോൾ, പാഠങ്ങൾ കൂടുതൽ കൂടുതൽ പ്രസക്തവും വേദനാജനകവുമാകും.

അവസാനമായി, നിങ്ങൾ വളരെ കാലമായി ഈ പ്രധാന പ്രശ്നവുമായി മല്ലിടുകയാണെങ്കിൽ പഠിക്കാൻ ഉദ്ദേശിക്കുന്ന യഥാർത്ഥ പാഠത്തിൽ നിങ്ങൾ എത്തിച്ചേരും. സാധാരണയായി നിങ്ങൾ ഈ സാഹചര്യം മാറ്റുകയോ പുറത്തു കടക്കുകയോ ഇല്ലാതാക്കുകയോ ചെയ്യേണ്ടത് ആവശ്യമാണ്.

പലപ്പോഴും നമ്മൾ ഇതേ സാഹചര്യം ആവർത്തിക്കുന്നതായി കാണാം. ജോലി ഏതാണെങ്കിലും, എല്ലായിടത്തും നമുക്ക് സമാനമായ പ്രശ്നങ്ങളുണ്ട്. പങ്കാളികൾ മാറിയാലും നമ്മുടെ ബന്ധങ്ങളിൽ ഒരേതരം പോരാട്ടമുണ്ട്. വളരെ ആഴത്തിലേയ്ക്ക് സഞ്ചരിച്ച്, ഈ മാതൃകകളെക്കുറിച്ച് ബോധവാന്മാർ ആകുന്നതു വരെ നിങ്ങൾക്കവ മാറ്റാൻ കഴിയുകയില്ല.

പരിഹാരചികിത്സയിലെ ഏറ്റവും വലിയ ലക്ഷ്യങ്ങളിലൊന്ന് ആളുകൾ ഈ മാതൃകകളെക്കുറിച്ച് അവബോധം നേടുകയും ഇവ ആവർത്തിക്കുന്നതിൽ അവർ എന്ത് പങ്കാണ് വഹിക്കുന്നതെന്ന് കണ്ടെത്തുകയും ചെയ്യുക എന്നതാണ്. ഉദാഹരണത്തിന്, ചെറുപ്പത്തിൽ നമുക്ക് നിഷേധാത്മകമായ അനുഭവം ഉണ്ടായിട്ടുണ്ടാകാം.

ആ അനുഭവത്തെക്കുറിച്ചുള്ള ചിലത് പരിഹരിക്കപ്പെടാതെ നമ്മുടെ മനസ്സിൽ തങ്ങി നിൽക്കുന്നു. അതിൽ അടങ്ങിയിരിക്കുന്ന പാഠം പഠിക്കുന്നതിൽ നമ്മൾ പരാജയപ്പെടുകയും അനുഭവം ആവർത്തിക്കാനുള്ള സാഹചര്യങ്ങൾ ഉപബോധമനസ്സോടെ സജ്ജീകരിക്കുകയും അവസാനം പഠിക്കേണ്ട പാഠം പഠിക്കുകയും ചെയ്യുന്നു.

നിങ്ങളുടെ അഹംഭാവം നിയന്ത്രിക്കുക

അസന്തുഷ്ടമായ സാഹചര്യത്തിൽ അടങ്ങിയിരിക്കുന്ന പാഠം നിങ്ങൾ ഒടുവിൽ മനസ്സിലാക്കുമ്പോൾ നിങ്ങളുടെ അഹംഭാവം ഉടനടി ഇടപെടുന്നു. തത്ഫലമായി നിങ്ങൾ സാഹചര്യത്തെ അഭിമുഖീകരിക്കുന്നത് ഒഴിവാക്കുന്നു. ഒരിക്കലും സംഭവിക്കില്ലെന്ന് ഹൃദയത്തിൽ നിങ്ങൾ അറിയുമ്പോൾ തന്നെ എങ്ങനെയെങ്കിലും സാഹചര്യം മെച്ചപ്പെടുമെന്നോ അല്ലെങ്കിൽ ഇല്ലാതാകുമെന്നോ പ്രതീക്ഷിച്ച് നിങ്ങൾ നിഷേധം പരിശീലിക്കുന്നു.

നിങ്ങളുടെ സാഹചര്യത്തെക്കുറിച്ചുള്ള സത്യത്തെ അഭിമുഖീകരിക്കുവാനുള്ള ധൈര്യം കണ്ടെത്തുകയും ആ സത്യം അനുശാസി

യ്യുന്ന, ആവശ്യമായ നടപടികൾ സ്വീകരിയ്ക്കുകയും ചെയ്യുമ്പോൾ, അത്ഭുതകരമായ എന്തെങ്കിലും സംഭവിയ്ക്കും. നിങ്ങളുടെ എല്ലാ സമ്മർദ്ദവും അപ്രത്യക്ഷമാകും. നിങ്ങൾക്ക് ശാന്തതയും ആശ്വാസവും അനുഭവപ്പെടും. സന്തോഷവും സമാധാനവും തോന്നും.

നിങ്ങൾ സത്യത്തെ—പഠിയ്ക്കാൻ ഉദ്ദേശിക്കുന്ന യഥാർത്ഥ പാഠത്തെ—അഭിമുഖീകരിയ്ക്കുമ്പോൾ, ആദ്യ ചുവട് സ്വീകരിയ്ക്കുന്നതിനു മുൻപു തന്നെ പ്രശ്നം പരിഹരിയ്ക്കപ്പെടും.

നിങ്ങളുടെ പദാവലി മാറ്റുക

എന്തെങ്കിലും മോശമായി സംഭവിയ്ക്കുമ്പോഴെല്ലാം മനസ്സിനെ നെഗറ്റീവിൽ നിന്ന് പോസിറ്റീവിലേയ്ക്ക് മാറ്റാനുള്ള ഏറ്റവും വേഗതയേറിയ മാർഗ്ഗം, നിങ്ങളുടെ പദാവലി മാറ്റുക എന്നതാണ്. ഉദാഹരണത്തിന്, "പ്രശ്നം" എന്ന വാക്കിന് പകരം "സാഹചര്യം" എന്ന വാക്ക് ഉപയോഗിയ്ക്കുക.

"പ്രശ്നം" *നെഗറ്റീവ്* ആണ്. നഷ്ടം, കാലതാമസം, അസൗകര്യം എന്നിവയുടെ ചിത്രങ്ങൾ അത് ഉടനടി രൂപപ്പെടുത്തുന്നു. എന്നാൽ "സാഹചര്യം" *നിഷ്പക്ഷമാണ്.* "നമുക്കിവിടെ താല്പര്യമുണർത്തുന്ന ഒരു സാഹചര്യം ഉണ്ട്" എന്ന് നിങ്ങൾ പറയുമ്പോൾ വാക്കിനോട് നിഷേധാത്മകമായ വൈകാരിക ഭാവങ്ങളൊന്നും ചേർക്കപ്പെടുന്നില്ല. തത്ഫലമായി, നിങ്ങൾ ശാന്തരും വ്യക്തതയുള്ളവരും സാഹചര്യം എന്തു തന്നെയായാലും കൈകാര്യം ചെയ്യാൻ കൂടുതൽ കഴിവുള്ളവരുമായി തുടരും.

അതിലും മികച്ച ഒരു വാക്ക് "വെല്ലുവിളി" ആണ്. ഒരു പ്രശ്നമോ നിങ്ങളുടെയോ നിങ്ങളുടെ ബിസിനസ്സിന്റെയോ നേർക്കുള്ള വ്യക്തിപരമായ ആക്രമണമോ എന്ന മട്ടിൽ ഒരു ബുദ്ധിമുട്ടിനോട് പ്രതികരിയ്ക്കുന്നതിനു പകരം "ഞങ്ങൾക്കിവിടെ നേരിടാൻ താല്പര്യമുണർത്തുന്ന ഒരു വെല്ലുവിളിയുണ്ട്" എന്നു പറയുക.

ഒരു വെല്ലുവിളി നിങ്ങൾ *ഉയരുന്ന* എന്തെങ്കിലും ഒന്നാണ്. അത് നിങ്ങളിൽ നിന്ന് ഏറ്റവും മികച്ചത് പുറത്തെടുക്കുന്നു. ഇത് ഗുണമുള്ളതും ഉന്നമനപരവുമാണ്. വെല്ലുവിളികൾക്കായി നമ്മൾ ആകാംക്ഷയോടെയാണ് കാത്തിരിയ്ക്കുന്നത്. കാരണം അവ നമ്മെ വലുതാക്കാനും അവയെ മറികടക്കുന്നതിലൂടെ കൂടുതൽ മികച്ചവരാകാനും ഇടയാക്കുന്നു.

ഒരു പ്രശ്നത്തെ വിവരിയ്ക്കുന്നതിൽ ഏറ്റവും മികച്ച വാക്ക്

“അവസരം” എന്നതാണ്. പ്രശ്നങ്ങളെക്കുറിച്ചോ ബുദ്ധിമുട്ടുകളെക്കുറിച്ചോ ചിന്തിയ്ക്കുന്നതിനു പകരം, ഇനിമുതൽ നിങ്ങളുടെ ജീവിതത്തിലെ അപ്രതീക്ഷിത തിരിച്ചടികളെ വെല്ലുവിളികളോ അവസരങ്ങളോ എന്ന മട്ടിൽ സംസാരിയ്ക്കുക. നാമെല്ലാവരും ആഗ്രഹിയ്ക്കുന്നതും ആകാംക്ഷയോടെ കാത്തിരിയ്ക്കുന്നതുമായ ഒന്നാണ് അവസരം. ഈ പുതിയ പദാവലി ഉപയോഗിയ്ക്കുമ്പോൾ നിങ്ങളുടെ ഏറ്റവും വലിയ അവസരങ്ങളിൽ എത്രയെണ്ണം പ്രശ്നങ്ങളും ബുദ്ധിമുട്ടുകളുമായി ആദ്യം പ്രത്യക്ഷപ്പെടുന്നു എന്നതിൽ നിങ്ങൾ ആശ്ചര്യപ്പെടും.

പ്രശ്നങ്ങൾ അനിവാര്യവും ഒഴിവാക്കാൻ ആവാത്തതുമാണ്

ഒഴിവാക്കാൻ നിങ്ങൾ എത്ര ശ്രമിച്ചാലും, നിങ്ങളുടെ ജീവിതം എല്ലാത്തരം പ്രശ്നങ്ങളുടെയും ബുദ്ധിമുട്ടുകളുടെയും വെല്ലുവിളികളുടെയും അനന്തമായ പരമ്പരയായിരിക്കും. സമുദ്രത്തിലെ തിരമാലകൾ പോലെ അവ ഇടതടവില്ലാതെ വരുന്നു.

ഈ അനന്തമായ പ്രശ്നപരമ്പരയിൽ ഇടയ്ക്കിടെ ഉണ്ടാകുന്ന *പ്രതിസന്ധികൾ* മാത്രമായിരിക്കും തടസ്സം. നിങ്ങൾ സജീവമായ ഒരു ജീവിതമാണ് നയിക്കുന്നതെങ്കിൽ, ഓരോ രണ്ടോ മൂന്നോ മാസം കൂടുമ്പോൾ നിങ്ങൾക്ക് ഒരു പ്രതിസന്ധി ഉണ്ടാകും. അത് ശാരീരിക പ്രതിസന്ധിയോ സാമ്പത്തിക പ്രതിസന്ധിയോ കുടുംബ പ്രതിസന്ധിയോ വ്യക്തിപരമായ പ്രതിസന്ധിയോ ആകാം.

പ്രകൃതമനുസരിച്ച് ഒരു പ്രതിസന്ധി “അനുവാദമില്ലാതെ” ആണ് വരുന്നത്. നിങ്ങൾക്ക് തയ്യാറെടുക്കാൻ കഴിയുന്ന, പ്രതീക്ഷിയ്ക്കാവുന്ന ഒരു തിരിച്ചടിയോ അട്ടിമറിയോ അല്ല അത്. അപ്പോൾ ഒരേയൊരു ചോദ്യം ഇതായി മാറുന്നു “പ്രതിസന്ധിയോട് നിങ്ങൾ എങ്ങനെ പ്രതികരിയ്ക്കും : ഫലപ്രദമായോ അല്ലെങ്കിൽ നിഷ്ഫലമായോ?”

ഓരോ വ്യക്തിയ്ക്കും രണ്ടോ മൂന്നോ മാസം കൂടുമ്പോൾ ഏതെങ്കിലും തരത്തിലുള്ള ഒരു പ്രതിസന്ധി ഉണ്ടാകുന്നു എങ്കിൽ അതിനർത്ഥം നിങ്ങൾ *ഇപ്പോൾ* ഈ പുസ്തകം വായിക്കുമ്പോൾ ഒരു പ്രതിസന്ധിയിലാണ് അല്ലെങ്കിൽ നിങ്ങൾ ഒരു പ്രതിസന്ധിയിൽ നിന്ന് കരകയറി, അതുമല്ലെങ്കിൽ നിങ്ങൾ ഒരു പ്രതിസന്ധിയെ നേരിടാൻ പോവുകയാണ് എന്നതാണ്. പ്രതിസന്ധികൾ ഉണ്ടാകുമ്പോൾ, ദീർഘമായി ശ്വാസമെടുക്കുകയും ശാന്തത

പാലിയ്ക്കുകയും നന്മകൾക്കായി തിരയുകയും വിലപ്പെട്ട പാഠങ്ങൾ അന്വേഷിയ്ക്കുകയും തുടർന്ന് പ്രതിസന്ധികൾ കുറയ്ക്കുന്നതിനോ ചെറുതാക്കുന്നതിനോ ഉള്ള നടപടികൾ എടുക്കുകയും ചെയ്യുക എന്നതാണ് നിങ്ങളുടെ ജോലി.

തെളിച്ചമാർന്ന ഇടത്തേക്ക് നോക്കുക

എന്താണ് വേണ്ടതെന്നും എവിടേയ്ക്ക് പോകുന്നുവെന്നും നിങ്ങൾ എത്രത്തോളം ചിന്തിയ്ക്കുന്നുവോ, അത്രത്തോളം ഗുണപരതയും ശുഭാപ്തിവിശ്വാസവും നിങ്ങളിൽ നിലനിൽക്കും. ശുഭാപ്തിവിശ്വാസം അർത്ഥമാക്കുന്നത് നിങ്ങൾ പ്രശ്നങ്ങളെയോ ബുദ്ധിമുട്ടുകളെയോ അവഗണിയ്ക്കുന്നു എന്നതല്ല, മറിച്ച് അവയെ ഗുണപരമായും ക്രിയാത്മകമായും സമീപിയ്ക്കുവാൻ തീരുമാനിയ്ക്കുന്നു എന്നാണ്.

നിങ്ങളുടെ ചിന്താഗതി മാറ്റുവാനായി, ഏതെങ്കിലും കാരണത്താൽ നിങ്ങളെ അസന്തുഷ്ടരാക്കുന്ന എന്തെങ്കിലും കാര്യത്തിൽ പോസിറ്റീവ് ആയ കാഴ്ചകൾ കൊടുക്കുക. മേഘങ്ങളുടെ അരികുകളിൽ ഉള്ള വെള്ളിവരകൾ തിരയുക. എമേഴ്സൺ പറഞ്ഞതു പോലെ "ഇരുട്ടുള്ളപ്പോൾ മനുഷ്യർ നക്ഷത്രങ്ങളെ കാണുന്നു."

പൂജ്യാധിഷ്ഠിതമായ ചിന്താരീതി

മിക്കവരും നിരന്തരം ഉത്കണ്ഠയും ആശങ്കയും അനുഭവിയ്ക്കുന്നു. പലപ്പോഴും ഈ സ്വഭാവം ഉത്കണ്ഠാകുലനായ ഒരു രക്ഷിതാവിൽ നിന്നാണ് ലഭിയ്ക്കുന്നത്. ഭാഗ്യവശാൽ നിങ്ങൾ വിഷമിയ്ക്കുന്ന കാര്യങ്ങളിൽ 99 ശതമാനവും ഒരിയ്ക്കലും സംഭവിയ്ക്കുന്നില്ല. വാസ്തവത്തിൽ നിങ്ങൾ ഒരിയ്ക്കലും വിഷമിയ്ക്കുമെന്ന് വിചാരിയ്ക്കാത്ത സാഹചര്യങ്ങളാണ് നിങ്ങളുടെ അസന്തുഷ്ടിയ്ക്ക് കാരണമാകുന്നത്.

നിങ്ങളുടെ ജീവിതത്തിന്റെ എല്ലാ മേഖലകളിലും *പൂജ്യാധിഷ്ഠിതമായ* ചിന്തകൾ പരിശീലിയ്ക്കുക എന്നതാണ് ഉത്കണ്ഠയും നിഷേധാത്മക വികാരങ്ങളും ഇല്ലാതാക്കാനുള്ള ഫലപ്രദമായ മാർഗ്ഗം. നിങ്ങളോടു തന്നെ ചോദിയ്ക്കുക, "*ഇപ്പോൾ എനിയ്ക്കറിയാവുന്ന കാര്യങ്ങൾ അറിഞ്ഞുകൊണ്ട്*, ഒരിയ്ക്കൽ കൂടി ചെയ്യേണ്ടി വന്നാൽ, ചെയ്യാൻ സാധ്യതയില്ലാത്ത എന്തെങ്കിലും ഞാൻ എന്റെ ജീവിതത്തിൽ ഇപ്പോൾ ചെയ്യുന്നുണ്ടോ?"

നിങ്ങൾ ഒരു തെറ്റ് ചെയ്തുവെന്നും, നിങ്ങളുടെ മനസ്സ് മാറിയെന്നും, ഇപ്പോൾ നിങ്ങൾക്കറിയാവുന്ന കാര്യങ്ങളെ അടിസ്ഥാന

മാക്കി ഇത് ചെയ്യേണ്ടി വന്നാൽ നിങ്ങൾ വീണ്ടും ഈ അവസ്ഥ യിലേയ്ക്ക് വരില്ല എന്നും സമ്മതിയ്ക്കുന്നതിന് അതിശയകരമായ ധൈര്യവും വ്യക്തിപ്രഭാവവും ആവശ്യമാണ്.

ഒരിയ്ക്കൽ എന്തെങ്കിലും കാര്യത്തിൽ പ്രതിജ്ഞാബദ്ധരായി ക്കഴിഞ്ഞാൽ, അത് മുഴുവനാക്കണമെന്ന ആശയത്തിൽ ആളുകൾ ഉറച്ചു നിൽക്കുന്നു. എന്നാൽ എമേഴ്സൺ പറഞ്ഞതു പോലെ "വിഡ്ഢിത്തമുള്ള സ്ഥിരത ചെറിയ മനസ്സുകളുടെ വൃത്തികേടാണ്." നിങ്ങൾ ശരിയായ തീരുമാനമെടുത്തില്ല എന്ന് സമ്മതിയ്ക്കുന്നത് ബലഹീനതയല്ല, ഒരു ശക്തിയാണ്. പുതിയ അറിവുകളെ അടിസ്ഥാ നമാക്കി മനസ്സ് മാറ്റാനുള്ള അവകാശം നിങ്ങൾ എപ്പോഴും നിലനിർത്തണം.

വീണ്ടും ആ അവസ്ഥയിലേയ്ക്ക് വരില്ലെന്ന് ഉറപ്പിച്ചു കഴിഞ്ഞാൽ, നിങ്ങളുടെ അടുത്ത ചോദ്യം, "ഞാൻ എങ്ങനെ പുറത്തു കടക്കും, എനിയ്ക്ക് എത്ര വേഗത്തിൽ അത് ചെയ്യാൻ കഴിയും?" എന്നാണ്.

ഒരു ബുദ്ധിമുട്ട് പരിഹരിയ്ക്കുന്നതിനോ മോശമായ അവസ്ഥയിൽ നിന്ന് കരകയറുന്നതിനോ നടപടിയെടുക്കാൻ തീരുമാനിയ്ക്കുമ്പോൾ, നിങ്ങളുടെ സമ്മർദ്ദം അപ്രത്യക്ഷമാകും. വിവേചനമില്ലായ്മ മൂലമു ണ്ടാകുന്ന നിഷ്ക്രിയത്വമാണ് സാഹചര്യത്തെക്കുറിച്ച് കൂടുതൽ സമ്മർദ്ദം സൃഷ്ടിയ്ക്കുന്നത്. പാത വ്യക്തമായിത്തുടങ്ങുമ്പോൾ നിങ്ങൾക്ക് വലിയ ആശ്വാസം തോന്നുന്നു.

ഗുണപരമായും ക്രിയാത്മകമായും ചിന്തിയ്ക്കുക

നിങ്ങൾക്ക് അസാധാരണമായ ഒരു മനസ്സുണ്ട്. ഉപയോഗിയ്ക്കുന്ന രീതിയെ ആശ്രയിച്ച് അത് നിങ്ങളെ സന്തോഷിപ്പിയ്ക്കുകയോ ദുഃഖിപ്പിയ്ക്കുകയോ ചെയ്യാം. *പാരഡൈസ് ലോസ്റ്റ്* എന്ന കവിതയിൽ ജോൺ മിൽട്ടൺ പറഞ്ഞതു പോലെ "മനസ്സ് അതിന്റെ സ്വന്തം സ്ഥലമാണ്, അതിൽ തന്നെ നരകത്തിന്റെ സ്വർഗ്ഗവും സ്വർഗ്ഗത്തിന്റെ നരകവും ഉണ്ടാക്കുവാൻ കഴിയും."

നിങ്ങൾ ആരാണെന്നും, എന്താണ് വേണ്ടതെന്നും എവിടേ ക്കാണ് പോകുന്നത് എന്നതിനെക്കുറിച്ചും പോസിറ്റീവും ക്രിയാത്മക വുമായ രീതിയിൽ ചിന്തിയ്ക്കാൻ നിങ്ങളുടെ ഈ അത്ഭുതകരമായ മനസ്സ് ഉപയോഗിയ്ക്കാൻ ഇന്നു തന്നെ തീരുമാനിയ്ക്കുക.

ഈ നിമിഷം മുതൽ സാഹചര്യങ്ങളെ നിഷേധാത്മകമായി *വ്യാഖ്യാനിയ്ക്കാൻ* വിസമ്മതിയ്ക്കുക. പകരം, എല്ലാ തിരിച്ചടികളിലും

പ്രയാസങ്ങളിലും നല്ലത് തിരയുകയും വിലപ്പെട്ട പാഠം അന്വേഷിയ്ക്കുകയും ചെയ്യുക. ഓരോ പ്രശ്നത്തെയും ഒരു വെല്ലുവിളിയോ അവസരമോ എന്ന മട്ടിൽ സമീപിയ്ക്കുക. എല്ലാറ്റിനുമുപരിയായി ആശങ്കയ്ക്കോ ഉത്കണ്ഠയ്ക്കോ സമയമില്ലാത്ത വിധം നിങ്ങൾ പ്രധാനപ്പെട്ട ലക്ഷ്യങ്ങൾ നിറവേറ്റുന്നതിൽ തിരക്കുള്ളവരായിരിക്കുക.

അന്വേഷിയ്ക്കുക, നിങ്ങൾ കണ്ടെത്തും

അമേരിക്കയിലെ ശരാശരി സ്വയം നിർമ്മിത കോടീശ്വരൻ ഒടുവിൽ സമ്പന്നനാകുന്നതിനു മുൻപ് രണ്ടോ അതിലധികമോ തവണ തകരുകയോ തകർക്കപ്പെടുകയോ ചെയ്തിട്ടുണ്ട്. പക്ഷേ അയാൾ ഒരു കോടീശ്വരൻ ആകാൻ കാരണം അയാളുടെ മുൻകാലത്തെ തെറ്റുകളിൽ നിന്ന് പഠിച്ച പാഠങ്ങൾ കാരണമാണ്. ചെറിയ പ്രായത്തിൽ ബിസിനസ്സിൽ പരാജയപ്പെട്ടില്ലായിരുന്നുവെങ്കിൽ പിന്നീട് വിജയിക്കാൻ ആവശ്യമായ അറിവും വിവേകവും അയാൾ ഒരിക്കലും വികസിപ്പിച്ചെടുക്കില്ലായിരുന്നു. അദ്ദേഹത്തിന്റെ പാപ്പരത്തം ആ കാലത്ത് ആഘാതകരമായിരുന്നു, പക്ഷേ അതിൽ ഭാവിസമ്പത്തിന്റെ വിത്തുകൾ അടങ്ങിയിരുന്നു.

കോപം, തിക്തത, നിഷേധാത്മക വികാരങ്ങൾ എന്നിവയിൽ അവസാനിയ്ക്കുന്ന മോശം ദാമ്പത്യത്തിലൂടെയോ ബന്ധത്തിലൂടെയോ പലരും കടന്നു പോകുന്നു. പിന്നീട് അവർ അനുയോജ്യരായ ഇണയെ കണ്ടുമുട്ടുകയും അയാളിൽ സ്ഥിരപ്പെടുകയും ജീവിതകാലം മുഴുവൻ സന്തോഷിയ്ക്കുകയും ചെയ്യുന്നു.

സന്തുഷ്ടി നിറഞ്ഞ വിവാഹജീവിതമുള്ള പലരും നേരത്തേയുള്ള നിഷേധാത്മകബന്ധത്തിലേക്ക് തിരിഞ്ഞു നോക്കുന്നത്, നല്ല ബന്ധം വരുമ്പോൾ തിരിച്ചറിയുന്നതിന് അത് അത്യന്താപേക്ഷിതമാണ് എന്ന രീതിയിൽ ആണ്. ആ മോശം ബന്ധം തുടർന്നിരുന്നുവെങ്കിൽ മാസങ്ങളോ വർഷങ്ങളോ തങ്ങൾ ദുരിതത്തിലാകുമായിരുന്നുവെന്ന് അവർ സമ്മതിയ്ക്കുന്നു.

കഷ്ടപ്പാടും വേദനയും

മനുഷ്യർ *കഷ്ടപ്പാടുകളിൽ* നിന്നു മാത്രമേ പഠിയ്ക്കുന്നുള്ളൂ. വേദന അനിവാര്യവും ഒഴിവാക്കാൻ ആകാത്തതുമാണ്. എന്നാൽ യഥാർത്ഥത്തിൽ ദൗർഭാഗ്യകരമെന്ന് പറയട്ടെ, ആളുകൾ വേദന അനുഭവിയ്ക്കുകയും അതോടൊപ്പം വരുന്ന പാഠം തിരിച്ചറിയുന്നതിൽ

പരാജയപ്പെടുകയും ചെയ്യുന്നു, ഇത് വേദനയിലേയ്ക്ക് നയിച്ച തെറ്റ് അവർ ആവർത്തിയ്ക്കാനുള്ള സാധ്യത വർദ്ധിപ്പിയ്ക്കുന്നു.

ആളുകൾ അവരുടെ ആരോഗ്യത്തെ കൈകാര്യം ചെയ്യുന്ന രീതിയെ സംബന്ധിച്ച് ഇത് പ്രത്യേകിച്ചും സത്യമാണ്. പലപ്പോഴും ആളുകൾ ഒരു അസുഖം ഉണ്ടെന്ന് കണ്ടെത്തുകയോ വിട്ടുമാറാത്ത വേദന അനുഭവപ്പെടുകയോ ചെയ്യുന്നതുവരെ സ്വയം പരിപാലിയ്ക്കാൻ കൂടുതൽ സമയവും പരിശ്രമവും ചെലവഴിയ്ക്കില്ല.

മാറ്റം അനിവാര്യവും ഒഴിവാക്കാൻ ആകാത്തതുമായതിനാൽ, നിങ്ങൾക്ക് ഏതെങ്കിലും തരത്തിലുള്ള വിപരീതഫലങ്ങൾ ഉണ്ടാകുമ്പോൾ "എല്ലാ മാറ്റങ്ങളിലും ഞാൻ ദൈവത്തിന്റെ മാലാഖയെ കാണുന്നു" അല്ലെങ്കിൽ "എല്ലാം ഒരു കാരണത്താലാണ് സംഭവിയ്ക്കുന്നത്" എന്ന് പറഞ്ഞു കൊണ്ട് നിങ്ങളുടെ വികാരങ്ങളെ നിർവീര്യമാക്കാൻ കഴിയും. ഭാവിയിൽ കൂടുതൽ മനോഹരമായ ഒരു ജീവിതം സൃഷ്ടിയ്ക്കാൻ നിങ്ങൾക്ക് ഉപയോഗിയ്ക്കാൻ ആകുന്ന ആശയങ്ങളും ഉൾക്കാഴ്ചകളും നേട്ടങ്ങളും അനുഗ്രഹങ്ങൾ നിറഞ്ഞ മാറ്റങ്ങളായി കാണുക.

പ്രതിരോധവും സ്വീകാര്യവും

ഏതെങ്കിലും തരത്തിലുള്ള പ്രതിരോധം സമ്മർദ്ദത്തിന്റെയും നിഷേധാത്മകതയുടെയും വിഷാദത്തിന്റെയും പ്രധാന ഉറവിടമാണ്. പ്രതിരോധത്തിന്റെ വിപരീതമാണ് സ്വീകാര്യത. നിങ്ങളുടെ ജീവിതത്തിൽ ഒരു മാറ്റം സംഭവിച്ചുവെന്ന് അംഗീകരിയ്ക്കുകയും തുടർന്ന് മുന്നോട്ടു പോവുകയും ചെയ്യേണ്ടത് പ്രധാനമാണ്.

സംഭവിച്ചതും നിങ്ങൾക്ക് മാറ്റാൻ കഴിയാത്തതുമായ കാര്യങ്ങളെ അംഗീകരിയ്ക്കുക എന്നതാണ് വിജയത്തിനായുള്ള ഏറ്റവും വലിയ നിയമങ്ങളിലൊന്ന്. ഒരു യാഥാർത്ഥ്യത്തെ യാഥാർത്ഥ്യമായി അംഗീകരിയ്ക്കുന്നത് നിങ്ങളെയും നിങ്ങളുടെ വികാരങ്ങളെയും നിയന്ത്രിയ്ക്കുന്നതിനുള്ള ആദ്യപടിയാണ്, തുടർന്ന് ഉയർന്നതും മികച്ചതുമായ ഒന്നിലേക്ക് നീങ്ങുക.

ഒരു മോശം സാഹചര്യത്തെ മറികടക്കാനുള്ള കഴിവില്ലായ്മ പലപ്പോഴും വർഷങ്ങളോളം ആളുകളെ പിന്തിരിപ്പിയ്ക്കുന്ന പ്രധാന തടസ്സമാണ്. പക്വതയുടെ ലക്ഷണങ്ങളിലൊന്ന്, നിങ്ങൾ പൂർണ്ണനല്ല, തെറ്റുകൾ വരുത്തുന്നുവെന്ന് അംഗീകരിയ്ക്കുക എന്നതാണ്. നിങ്ങൾ മുൻപ് മോശമായ തിരഞ്ഞെടുപ്പുകളും തീരുമാനങ്ങളും എടുത്തിട്ടുണ്ട്.

അത് നല്ലതല്ലാത്ത പരിണാമങ്ങളിലേയ്ക്കും അനന്തരഫലങ്ങളിലേയ്ക്കും നയിച്ചു. എല്ലാവർക്കും തന്നെ അങ്ങനെയാണ്.

കുറ്റബോധമോ കുറ്റപ്പെടുത്തലോ വേണ്ടതില്ല

ഇരുപത്തഞ്ചു വർഷത്തെ അനുഭവപരിചയമുള്ള ഒരു സൈക്ക്യാട്രിസ്റ്റ് ഒരിക്കൽ പത്രപ്രവർത്തകനായ ഇ.ബി വൈറ്റിനോട് പറഞ്ഞതായി പറയപ്പെടുന്നു, ഇമോഷണൽ കൗൺസിലിംഗിന്റെ തുടക്കത്തിൽ താൻ കേട്ട ഏറ്റവും സാധാരണമായ വാക്കുകൾ "എങ്കിൽ മാത്രം" എന്നതാണ്. അവരുടെ ദുരന്തങ്ങളുടെയും ദീർഘകാല അസന്തുഷ്ടിയുടെയും കഥകൾ പറഞ്ഞുകൊണ്ട് അയാളുടെ കേൾവിക്കാർ പറഞ്ഞു "ഞാൻ ആ നടപടി എടുക്കുകയോ ആ തീരുമാനം കൈക്കൊള്ളുകയോ ആ ജോലി സ്വീകരിക്കുകയോ ആ കമ്പനിയിൽ നിക്ഷേപിയ്ക്കുകയോ ആ വ്യക്തിയെ വിവാഹം കഴിയ്ക്കുകയോ ചെയ്തിരുന്നെങ്കിൽ മാത്രം." നിർഭാഗ്യവശാൽ, മുൻകാലങ്ങളിൽ നാം ചെയ്ത തെറ്റുകളെക്കുറിച്ചുള്ള പശ്ചാത്താപം പലപ്പോഴും ഭാവിയിലെ അവസരങ്ങൾ പ്രയോജനപ്പെടുത്തുന്നതിൽ നിന്ന് നമ്മെ പിന്തിരിപ്പിയ്ക്കുന്നു.

നിങ്ങളുടെ പദാവലിയിൽ നിന്ന് "എങ്കിൽ മാത്രം" എന്ന വാക്ക് ഒഴിവാക്കുക എന്നതാണ് സന്തോഷത്തിന്റെ വലിയ രഹസ്യങ്ങളിൽ ഒന്ന്. സംഭവിച്ചതെല്ലാം സംഭവിച്ചു, അത് മാറ്റാൻ കഴിയില്ലെന്ന് അംഗീകരിക്കുക. ഒരുപക്ഷേ അത് നിർഭാഗ്യകരമായിരുന്നു, പക്ഷേ അത് അവസാനിച്ചു. ഭൂതകാലത്തിന്റെ ഭാഗമാണത്. അതൊരു വസ്തുതയാണ്, മാറ്റാൻ കഴിയില്ല.

2010-ലെ ഏറ്റവും പ്രചാരമുള്ള വാക്യങ്ങളിലൊന്ന് "അത് എന്താണോ അതാണ്" എന്ന പ്രയോഗമായിരുന്നു. നിങ്ങളുടെ മുദ്രാവാക്യവും ഇതായിരിക്കണം. സാഹചര്യം അംഗീകരിച്ച് മുന്നോട്ട് പോവുക.

ഭാവിയെക്കുറിച്ച് ചിന്തിയ്ക്കുക

അനിവാര്യമായും നിങ്ങളുടെ ജീവിതത്തിലും ജോലിയിലും അഭികാമ്യമല്ലാത്ത മാറ്റങ്ങൾ സംഭവിയ്ക്കും. അങ്ങനെ സംഭവിയ്ക്കുമ്പോൾ ഉത്തരവാദിത്വം ഏറ്റെടുക്കുകയും ഭാവിയിൽ ശ്രദ്ധ കേന്ദ്രീകരിയ്ക്കുകയും നിങ്ങളുടെ പ്രശ്നങ്ങൾ പരിഹരിയ്ക്കുന്നതിലും ലക്ഷ്യങ്ങൾ നേടിയെടുക്കുന്നതിലും തിരക്കിലായിരിക്കുകയും ചെയ്യുക.

ഹാർവാഡിലെ വില്യം ജെയിംസ് പറഞ്ഞു, "അങ്ങനെയാകാൻ തയ്യാറാവുക, സംഭവിച്ചതിന്റെ സ്വീകാര്യതയാണ് ഏതൊരു ദൗർഭാഗ്യത്തിന്റെയും അനന്തരഫലങ്ങളെ മറികടക്കാനുള്ള ആദ്യപടി." നിങ്ങൾ ഒരു ഇരയല്ലെന്ന് സ്വയം ഓർമ്മിപ്പിയ്ക്കുക. നിങ്ങളുടെ ജീവിതത്തിന്റെയും ഭാവിയുടെയും പൂർണ്ണ ചുമതലയുള്ള അഭിമാനവും ആത്മവിശ്വാസവും സ്വാശ്രയത്വവും ഉള്ള വ്യക്തിയാണ് നിങ്ങൾ. നിങ്ങൾക്ക് നിയന്ത്രിയ്ക്കാനാകാത്ത മാറ്റങ്ങളിൽ ഖേദിയ്ക്കാനോ പശ്ചാത്തപിയ്ക്കാനോ വിസമ്മതിയ്ക്കുക.

നേട്ടം അല്ലെങ്കിൽ നഷ്ടം

ജീവിതത്തിലെ ഏറ്റവും വലിയ പ്രചോദനം നേട്ടത്തിനായുള്ള ആഗ്രഹമാണ്. രണ്ടാമത്തെ പ്രധാന പ്രചോദനമാവട്ടെ നഷ്ടത്തെക്കുറിച്ചുള്ള ഭയവും. മനഃശാസ്ത്രജ്ഞരുടെ അഭിപ്രായത്തിൽ നേട്ടത്തെ കൊതിയ്ക്കുന്നതിനേക്കാൾ രണ്ടര മടങ്ങ് തീവ്രമായി ആളുകൾ നഷ്ടത്തെ ഭയപ്പെടുന്നു. ഒരു നേട്ടം കൈവരിയ്ക്കാൻ അവർ ഒരു പരിധിവരെ പ്രചോദിയ്ക്കപ്പെട്ടേക്കാം. പക്ഷേ ഒരു നഷ്ടം നേരിട്ടുമ്പോൾ പൂർണ്ണമായും തകർന്നു പോകുന്നു.

നിങ്ങൾക്ക് സന്തോഷകരമായ ബന്ധമോ, മികച്ച ജോലിയോ സുസ്ഥിരമായ സാമ്പത്തിക സാഹചര്യമോ ഉണ്ടെങ്കിൽ, ഏതെങ്കിലും കാരണത്താൽ അത് നഷ്ടപ്പെടുകയാണെങ്കിൽ, പലപ്പോഴും മാസങ്ങളോ വർഷങ്ങളോ പോലും നിങ്ങൾ ദുഃഖത്തിലും പശ്ചാത്താപത്തിലും മുഴുകിയേക്കാം. നഷ്ടപ്പെട്ടത് എന്താണോ, അത് ഉണ്ടായിരുന്നതിനും മുൻപ് നിങ്ങൾ നന്നായി തന്നെ ഇരുന്നിരുന്നുവെന്നും ഭാവിയിൽ അതു കൂടാതെയും നന്നായിത്തന്നെ ഇരിയ്ക്കുമെന്നും നിങ്ങൾ ഓർമ്മിയ്ക്കേണ്ടതുണ്ട്.

സന്ദർഭത്തിന്റെ യാഥാർത്ഥ്യം, അതെന്തായിരുന്നാലും അംഗീകരിയ്ക്കുക. അതിനെ ചെറുക്കാനോ പോരാടാനോ വിസമ്മതിയ്ക്കുക. അവനവനോട് സഹതാപം തോന്നുന്നതും, നിങ്ങൾ വ്യത്യസ്തമായി എന്തെങ്കിലും ചെയ്തിട്ടുണ്ടായിരുന്നു എങ്കിൽ ദൗർഭാഗ്യകരമായ ഈ സംഭവം ഉണ്ടാകുമായിരുന്നില്ല എന്ന് സ്വയം പറയുന്നതും നിർത്തുക.

നഷ്ടത്തെ തിരിച്ചു കിട്ടാത്ത ഒരു ചിലവായി അംഗീകരിക്കുക

അക്കൗണ്ടിങ്ങിൽ, ഒരു ബാലൻസ് ഷീറ്റിൽ രേഖപ്പെടുത്തിയിരിക്കുന്ന

ചെലവുകളിൽ ഒന്ന് "മുങ്ങിപ്പോയ ചിലവ്," ആണ്. ചിലവഴിച്ചതും എന്നെന്നേക്കുമായി പോയതുമായ ഒരു തുക. പരസ്യച്ചെലവ്, കാലഹരണപ്പെട്ട ഉപകരണങ്ങളുടെ വാങ്ങലുകൾ എന്നിവ പോലെ ഇത് വീണ്ടെടുക്കാനാവില്ല. നിങ്ങളുടെ ജീവിതത്തിലും മുങ്ങിപ്പോയ ചില ചിലവുകൾ ഉണ്ട്. ആളുകൾ, ജോലികൾ, നിക്ഷേപങ്ങൾ എന്നിവയിൽ നിങ്ങൾ പലപ്പോഴും വലിയ തുകകൾ, സമയം, പണം, വികാരങ്ങൾ തുടങ്ങിയവ നിക്ഷേപിയ്ക്കും. എന്നാൽ അപ്രതീക്ഷിതമായ തിരിച്ചടികളും ബുദ്ധിമുട്ടുകളും ഉണ്ടാകുകയും നിങ്ങളുടെ നിക്ഷേപം പാഴായിപ്പോവുകയും ചെയ്യുന്നു.

മോശമായ പണത്തിനു പിറകേ നല്ല പണം എറിയുന്നതിനും ഒരു ചീത്ത ബന്ധത്തിൽ കൂടുതൽ സമയവും വികാരവും നിക്ഷേപിയ്ക്കുന്നതിനും അല്ലെങ്കിൽ വിജയസാധ്യതയില്ലാത്ത കാര്യങ്ങളിൽ കൂടുതൽ സമയം ചെലവഴിയ്ക്കുന്നതിനും പകരം നിങ്ങൾ ഇതുവരെ നിക്ഷേപിച്ചത് മുങ്ങിയ ചിലവാണെന്ന് അംഗീകരിക്കുകയും അതു വിട്ടുകളയുകയും വേണം. അത് എന്നെന്നേക്കുമായി നഷ്ടപ്പെട്ടു പോയതാണ്.

"എനിയ്ക്കൊരു തെറ്റു പറ്റി, ഞാൻ ഒരു അബദ്ധം ചെയ്തു, എന്റെ മനസ്സ് മാറിയിരിക്കുന്നു" എന്ന് പറയുവാനുള്ള ശക്തി ആർജ്ജിക്കുമ്പോൾ, കഴിഞ്ഞു പോയ ദൗർഭാഗ്യകരങ്ങളായ സംഭവങ്ങളെ വിട്ടുകളയുന്നതും അവയെ നിങ്ങളുടെ വ്യക്തിപരമായ വളർച്ചയുടെയും വികാസത്തിന്റെയും സാധാരണവും സ്വാഭാവികവുമായ ഭാഗമായി സ്വീകരിക്കുന്നതും വളരെ എളുപ്പമായി നിങ്ങൾ കാണുന്നു.

ഇപ്പോൾ ഇത് ചെയ്യുക

ഇന്ന് നിങ്ങളുടെ ജീവിതത്തിൽ കൈകാര്യം ചെയ്യുന്ന ഒരു പ്രശ്നം അല്ലെങ്കിൽ വെല്ലുവിളി തിരഞ്ഞെടുക്കുക. നിങ്ങൾക്ക് നേടാനാകുന്ന എന്തെങ്കിലും നല്ല കാര്യത്തിനും അതിൽ അടങ്ങിയിരിക്കുന്ന വിലപ്പെട്ട പാഠത്തിനും വേണ്ടി തിരയുക. സാധ്യമായ ഏറ്റവും മോശപ്പെട്ട ഫലത്തെക്കുറിച്ച് ചിന്തിയ്ക്കുകയും സംഭവിയ്ക്കുകയാണെങ്കിൽ അത് അംഗീകരിക്കാൻ തീരുമാനിയ്ക്കുകയും, തുടർന്ന് അത് സത്യമാവുകയില്ലെന്ന് ഉറപ്പാക്കാൻ കഴിയുന്നതെല്ലാം പ്രവർത്തിയ്ക്കുന്ന തിരക്കിലായിരിക്കുകയും ചെയ്യുക.

8

ആത്മവിശ്വാസത്തോടെ മുന്നോട്ടു കുതിയ്ക്കുക

ജീവജാലങ്ങൾക്ക് വളരാനും നീന്താനും അഭിവൃദ്ധിപ്പെടാനും അനുയോജ്യമായ രീതിയിൽ, തണുത്തതും തെളിഞ്ഞതുമായ നീരുറവയിൽ നിന്നാണ് കുളം ആരംഭിയ്ക്കുന്നത്. അപ്പോൾ സുന്ദരവും ആരോഗ്യമുള്ളവയും സന്തുഷ്ടരുമായ ജീവജാലങ്ങൾക്ക് പകരം *തവളകളുടെ* നിഷേധാത്മക വികാരങ്ങൾ പ്രത്യക്ഷപ്പെടുകയും വളരുകയും ചെയ്യുന്നത് എന്തുകൊണ്ടാണ്?

അതുപോലെ, ഓരോ കുട്ടിയും ഈ ലോകത്തേയ്ക്ക് വരുന്നത് *ശുദ്ധമായ കഴിവുമായി*, അസാധാരണനായ ഒരു വ്യക്തിയാകാനുള്ള കഴിവുകളോടെ, അത്ഭുതകരമായ കാര്യങ്ങൾ ചെയ്യുവാനും ഉയർന്ന തലത്തിലുള്ള ആരോഗ്യവും സന്തോഷവും സമൃദ്ധിയും ജീവിതത്തിലുടനീളം ഉണ്ടാകുവാനുമാണ്. ഇന്നത്തെ ആളുകൾക്ക് മനുഷ്യരാശിയ്ക്ക് സാധ്യമായതിനേക്കാൾ കൂടുതൽ കാലം ജീവിയ്ക്കുവാൻ കഴിയും, എന്തെങ്കിലുമുണ്ടെങ്കിൽ ഈ സാഹചര്യം വർഷം തോറും മെച്ചപ്പെട്ടു വരികയാണ്.

കുട്ടികൾ ജനിയ്ക്കുന്നത് തികഞ്ഞ ശുഭാപ്തിവിശ്വാസികളും, നിർഭയരും, തടസ്സങ്ങ

ഇനി ശ്രമിയ്ക്കുന്നില്ല എന്നതല്ലാതെ ഒരു പരാജയവുമില്ല. ഉള്ളിൽ നിന്നല്ലാതെ ഒരു തോൽവിയുമില്ല, നമ്മുടെ ഉദ്ദേശ്യ ദൗർബല്യം ഒഴികെ മറികടക്കാൻ കഴിയാത്ത ഒരു തടസ്സവും ഇല്ല.

ഒറിസൺ സ്വെറ്റ്മാർഡെൻ

ളില്ലാത്തവരും, ആവേശഭരിതരും, ജിജ്ഞാസയുള്ളവരും, തൊടാനും, ആസ്വദിയ്ക്കാനും, മണക്കാനും, ചുറ്റുമുള്ളതെല്ലാം അനുഭവിയ്ക്കാൻ ഉൽസുകരുമായിട്ടാണ്. (നിങ്ങൾ എപ്പൊഴെങ്കിലും നിഷേധാത്മകതയുള്ള ഒരു കുഞ്ഞിനെ കണ്ടിട്ടുണ്ടോ?)

കുളത്തിലെ രണ്ട് പ്രധാന മാലിന്യങ്ങൾ

ജീവിതത്തിന്റെ തുടക്കത്തിൽ തന്നെ, മാതാപിതാക്കൾ ചെയ്യുന്ന തെറ്റുകളുടെ ഫലമായി, കുട്ടികൾ ഉടൻ തന്നെ *വിനാശകരമായ വിമർശനങ്ങളും സ്നേഹമില്ലായ്മയും* അനുഭവിയ്ക്കാൻ തുടങ്ങുന്നു. ഈ രണ്ട് സ്വഭാവങ്ങളും ഒറ്റയ്ക്കോ, ഒന്നിച്ചോ, മുതിർന്നവരുടെ ജീവിതത്തിലെ അസന്തുഷ്ടിയുടെയും അപര്യാപ്തതയുടെയും പ്രാഥമിക ഉറവിടങ്ങളാണ്.

വിനാശകരമായ വിമർശനം, മനുഷ്യസാധ്യതയുടെ ഏറ്റവും വലിയ ശത്രുവാണ്. ഇത് ക്യാൻസറിനേക്കാളും ഹൃദ്രോഗത്തെക്കാളും മോശമാണ്. ആ രോഗങ്ങൾ ആത്യന്തികമായി ഒരു വ്യക്തിയുടെ അപചയത്തിലേയ്ക്കും മരണത്തിലേക്കും നയിക്കുമെങ്കിലും വിനാശകരമായ വിമർശനം ആ മനുഷ്യന്റെ ആത്മാവിനെ കൊല്ലുകയും ശരീരത്തെ ബാക്കിയാക്കുകയും ചെയ്യുന്നു.

സ്നേഹം നൽകുകയും പിന്നീട് അത് എടുത്തു കളയുകയും ചെയ്തുകൊണ്ട് കുട്ടികളെ നിയന്ത്രിയ്ക്കാൻ മാതാപിതാക്കൾ ശ്രമിയ്ക്കുമ്പോൾ, അവർ ആത്മസന്ദേഹം, ഉത്കണ്ഠ, വിഷമം, അപര്യാപ്തതയുടെ വികാരങ്ങൾ, അർഹതയില്ലായ്മ, നിരാശപ്പെടുത്തൽ, മറ്റുള്ളവരുടെ പ്രതീക്ഷകൾക്കനുസരിച്ച് ജീവിയ്ക്കാതിരിയ്ക്കുന്നതിലെ ഭയം, പൂർണ്ണതയ്ക്കായുള്ള പ്രയാസപ്പെടൽ, ഏറ്റുമുട്ടലിനോടും മനസ്സു തുറക്കലിനോടുമുള്ള പേടി എന്നിവയിൽ പ്രകടമാകുന്ന ഭയാനകമായ ഒരു അരക്ഷിതാവസ്ഥ കുട്ടിയ്ക്കുള്ളിൽ സൃഷ്ടിയ്ക്കുന്നു.

വിനാശകരമായ വിമർശനവും പിടിച്ചുവെച്ച സ്നേഹവും സംയോജിതമായി കുട്ടിയുടെ ശാരീരികവും വൈകാരികവുമായ പ്രതിരോധ സംവിധാനത്തെ ദുർബലപ്പെടുത്തി, ജീവിതത്തിൽ പിന്നീട് എല്ലാത്തരം ശാരീരികവും വൈകാരികവുമായ അസുഖങ്ങൾക്കുമായി കുട്ടിയെ തുറന്നു കൊടുക്കുന്നു. ശാരീരികമായി, കുട്ടിയ്ക്കും പിന്നീട് മുതിർന്ന ആളിനും ക്ഷീണം അനുഭവപ്പെടുന്നു; ജലദോഷം, പനി, ഉദരരോഗങ്ങൾ എന്നിവയ്ക്കുള്ള സാധ്യത കൂടുന്നു. മാനസിക രോഗങ്ങൾക്കും.

മുതിർന്നവരുടെ ജീവിതത്തിലെ അസന്തുഷ്ടി, നിരാശ, വിഷാദം എന്നിവയുടെ പ്രധാന ഉറവിടങ്ങളായ വിവിധ നിഷേധാത്മക വികാരങ്ങളോടുള്ള സംവേദനക്ഷമതയാൽ വൈകാരിക പ്രതിരോധ സംവിധാനത്തിലെ ബലഹീനതകൾ പ്രകടമാണ്.

വർഷങ്ങളോളം വിട്ടുമാറാത്ത വയറുവേദനയും തലവേദനയും കൊണ്ട് ക്രിസ്റ്റീന പോരാടി. വേദന മാറ്റാൻ അവൾ എല്ലാം പരീക്ഷിച്ചു. ഭക്ഷണക്രമം മാറ്റുകയും വ്യത്യസ്തമായ പരിഹാരങ്ങൾ സ്വീകരിയ്ക്കുകയും കൂടാതെ അവളുടെ അനുഭവങ്ങളെ പ്രവർത്തിപ്പിച്ച് വർഷങ്ങളോളം ചികിത്സയിൽ ചിലവഴിയ്ക്കുകയും ചെയ്തു. പിന്നീട് ജീവിതത്തെ മാറ്റിമറിച്ച ഒരു കാര്യം അവൾ കണ്ടെത്തി. ചിന്തിയ്ക്കുന്നതോ തോന്നുന്നതോ ആയ എന്തെങ്കിലും സത്യം തുറന്നു പറയാതിരിക്കുമ്പോഴെല്ലാം തനിയ്ക്ക് തലവേദനയുണ്ടാകുമെന്ന് അവൾ മനസ്സിലാക്കി. ഒരു കാര്യത്തെക്കുറിച്ച് ശരിയല്ല എന്നു തോന്നുകയും ആ സാഹചര്യത്തെ സഹിയ്ക്കുന്നത് തുടരുകയും ചെയ്താലോ അനാരോഗ്യകരമായ ഒരു ബന്ധത്തിൽ തുടർന്നാലോ അവൾക്ക് വയറുവേദനയും അനുഭവപ്പെട്ടുമായിരുന്നു.

തന്നെക്കുറിച്ച് ഈ വസ്തുത കണ്ടെത്തിയതു മുതൽ തന്റെ ശരീരത്തെ കേൾക്കുന്നതിനെക്കുറിച്ചും കഴിയുന്നത്ര സത്യസന്ധമായും ആധികാരികമായും നിലകൊള്ളുന്നതിനെക്കുറിച്ചും അവൾ അവിശ്വസനീയമാം വിധം ബോധവതിയായി. ഇപ്പോൾ അവളുടെ വയറുവേദനയും തലവേദനയും ഒരിക്കലും രണ്ട് മിനിറ്റിലധികം നീണ്ടു നിൽക്കാറില്ല, അവൾ അവയെ ഓർമ്മപ്പെടുത്തലായി കാണുന്നു. അവൾ മനസ്സിലാക്കിയത് നാമെല്ലാവരും നമ്മുടെ ശരീരം ശ്രദ്ധിക്കുകയും വികാരങ്ങളെക്കുറിച്ച് ബോധവാന്മാരാവുകയും വേണമെന്നാണ്. തങ്ങളുടെ വൈകാരികജീവിതത്തിൽ ഏതെങ്കിലും തരത്തിലുള്ള സമനില തെറ്റലുകൾ ഉണ്ടാകുമ്പോൾ പലരും ശാരീരികമായി മൃദുപ്രകൃതിയുള്ളവർ ആകുന്നു. മനസ്സും ശരീരവും സങ്കീർണ്ണമായി ബന്ധപ്പെട്ടാണിരിയ്ക്കുന്നത്. നിങ്ങളുടെ ശാരീരിക സ്വഭാവത്തെക്കുറിച്ച് കൂടുതൽ ബോധവാന്മാരാകുമ്പോൾ, വൈകാരിക ആവശ്യങ്ങളുമായി നിങ്ങൾ കൂടുതൽ പൊരുത്തപ്പെടുന്നു.

നഷ്ടത്തെയും വിമർശനത്തെയും കുറിച്ചുള്ള ഭയം

ധാരാളം നിഷേധാത്മകവികാരങ്ങൾ ഉണ്ട്. എന്നാൽ അവയിൽ 99 ശതമാനവും ഏറ്റവും വലിയ രണ്ടു ഭയങ്ങൾക്കു ചുറ്റും പരൽ രൂപം പ്രാപിയ്ക്കുന്നു : പരാജയ ഭയവും നിരസിയ്ക്കപ്പെട്ടുമോ എന്ന ഭയവും.

പരാജയത്തെക്കുറിച്ചുള്ള ഭയം പ്രായപൂർത്തിയായ ആളുകളിൽ *നഷ്ടത്തെക്കുറിച്ചുള്ള ഭയ*മായിട്ടാണ് പ്രകടമാകുന്നത്. കുട്ടിക്കാലത്ത് വിനാശകരമായി വിമർശിയ്ക്കപ്പെട്ട ആളുകൾ ധനനഷ്ടം, ആരോഗ്യ നഷ്ടം, സ്ഥാനനഷ്ടം, സുരക്ഷിതത്വനഷ്ടം, മറ്റുള്ളവരുടെ സ്നേഹനഷ്ടം, എന്നിവയെ ഭയപ്പെടുന്നു. തങ്ങളുടെ ഔദ്യോഗിക ജീവിതത്തിൽ എത്ര നേട്ടങ്ങൾ കൈവരിച്ചാലും അതെല്ലാം എടുത്തുമാറ്റപ്പെട്ട്, ഒന്നുമില്ലാതെ വീണ്ടും തുടങ്ങേണ്ടി വരുമോ എന്ന ഭയം അവരെ വേട്ടയാടുന്നു.

നിരസിക്കപ്പെടുമെന്ന ഭയം വിമർശനത്തെക്കുറിച്ചുള്ള ഭയമായി അനുഭവപ്പെടുന്നു. ചിന്തകളോടും വാക്കുകളോടും അഭിപ്രായങ്ങളോടും അപരിചിതർ ഉൾപ്പെടെയുള്ള മറ്റ് ആളുകളുടെ നോട്ടങ്ങളോട് പോലും അതിമൃദുപ്രകൃതിയുള്ളവർ ആയിത്തീരുന്ന വിധത്തിൽ ചില വ്യക്തികളിൽ ഈ ഭയം അങ്ങേയറ്റം തീവ്രമായേക്കാം. കൂടാതെ ആളുകൾക്ക് അംഗീകാരമില്ലായ്മയെക്കുറിച്ച്, തങ്ങൾ ആകർഷിയ്ക്കണമെന്ന് ആഗ്രഹിയ്ക്കുന്ന ആളുകളാൽ ഉള്ള അംഗീകാര മില്ലായ്മയെക്കുറിച്ചുള്ള ഭയം അനുഭവപ്പെടുന്നു. നിരസിയ്ക്കപ്പെടുമോ എന്ന ഭയം തങ്ങൾ പ്രധാനികളായി കാണുന്ന ആളുകളുടെ ബഹുമാനം നഷ്ടപ്പെടുമോ എന്ന ഭയത്തിലേയ്ക്ക് നയിക്കുന്നു. ഇത്തര ക്കാർ ഏതെങ്കിലും തരത്തിലുള്ള അപമാനങ്ങളെയും പരിഹാസങ്ങ ളെയും ഭയക്കുന്നു, പ്രത്യേകിച്ച് മറ്റുള്ളവരുടെ സാന്നിധ്യത്തിൽ. ജീവിതത്തിലെ പ്രധാന ഭയങ്ങളിൽ മരണഭയത്തേക്കാൾ മുൻപായി വിലയിരുത്തപ്പെടുന്ന പൊതുവേദിയിലെ സംസാരത്തിനുള്ള ഭയത്തിന്റെ മൂലകാരണം നിരസിയ്ക്കപ്പെടുമെന്ന ഭയമാണ്.

ജീവിതത്തിലും തീരുമാനങ്ങളിലും ഭയം വഹിയ്ക്കുന്ന പങ്ക് കാണാൻ ആളുകളെ സഹായിക്കുന്നതിന് പലപ്പോഴും സെമിനാറുകളിൽ ഞങ്ങൾ രണ്ട് ചോദ്യങ്ങൾ ചോദിയ്ക്കാറുണ്ട് :

- *ചോദ്യം 1 :* നിങ്ങൾ ഇന്ന് സാമ്പത്തികമായി സ്വതന്ത്രനാണെങ്കിൽ, ജീവിതകാലം മുഴുവൻ ചിലവഴിയ്ക്കാൻ വേണ്ട അത്രയും പണമുണ്ടെങ്കിൽ വ്യത്യസ്തമായി നിങ്ങൾ എന്തു ചെയ്യും? നിങ്ങൾ എന്തിലേക്കായിരിക്കും പ്രവേശിയ്ക്കുന്നത്? അല്ലെങ്കിൽ എന്തിൽ നിന്നായിരിക്കും പുറത്തു കടക്കുന്നത്? എന്തായിരിക്കും ചെയ്യാൻ തുടങ്ങുന്നത്? അല്ലെങ്കിൽ എന്ത് ചെയ്യുന്നതായിരിക്കും നിർത്തുന്നത്?

ദാരിദ്ര്യത്തെക്കുറിച്ചുള്ള ഭയം ഇല്ലായിരുന്നുവെങ്കിൽ, ആവശ്യമുള്ളതോ ആഗ്രഹിയ്ക്കുന്നതോ ആയ എല്ലാ പണവും നിങ്ങളുടെ കൈവശം ഉണ്ടെങ്കിൽ, ജീവിതത്തിൽ നിങ്ങൾ നാടകീയമായ മാറ്റങ്ങൾ വരുത്തിയേക്കാം എന്നതാണ് കാര്യം.

ആളുകൾ അവരുടെ ഭയം നികത്താൻ ജീവിതം രൂപകൽപ്പന ചെയ്യുന്നു. സുരക്ഷിതത്വം പകരമെടുത്ത് അവർക്ക് യഥാർത്ഥത്തിൽ കഴിയുന്നതിനേക്കാൾ താഴ്ന്ന തലത്തിലുള്ള ജോലികൾ അവർ സ്വീകരിയ്ക്കുന്നു. ഒറ്റയായിരിക്കുന്നതിലെ അപകടസാധ്യതയ്ക്ക് പകരം അവർ അസന്തുഷ്ടമായ ബന്ധങ്ങളിൽ തുടരുന്നു.

ഒരിക്കലും വിമർശിയ്ക്കപ്പെടുകയോ അപമാനിക്കപ്പെടുകയോ നിരസിയ്ക്കപ്പെടുകയോ ചെയ്യില്ലെന്ന് ഉറപ്പ് വരുത്തുവാനായി നിഷ്ക്രിയരും നിസ്സംഗരുമായ സുഹൃത്തുക്കളെ അവർ തിരഞ്ഞെടുക്കുന്നു.

- *ചോദ്യം 2:* "നിങ്ങൾക്ക് പരാജയപ്പെടാനേ കഴിയില്ലെന്ന് അറിയാമെങ്കിൽ, എന്ത് മഹത്തായ കാര്യമാണ് നിങ്ങൾ സ്വപ്നം കാണാൻ ധൈര്യപ്പെടുന്നത്?"

  ചെറുതോ വലുതോ, ദീർഘകാലമോ ഹ്രസ്വകാലമോ ആയ ഏതൊരു ലക്ഷ്യത്തിലും നിങ്ങൾക്ക് വിജയം ഉറപ്പുണ്ടെങ്കിൽ, ഏത് വലിയ, ആവേശകരമായ, വെല്ലുവിളി നിറഞ്ഞ ലക്ഷ്യമാണ് നിങ്ങൾക്കായി സ്വയം സജ്ജീകരിയ്ക്കുക?

  ഈ ചോദ്യം, അവരെ തടഞ്ഞു നിർത്തുന്ന ഭയത്തെ തിരിച്ചറിയാൻ ആളുകളെ സഹായിയ്ക്കുന്നു. ശ്രമിയ്ക്കുന്ന ഏതെങ്കിലും ഒരു കാര്യത്തിൽ നിങ്ങൾക്ക് വിജയം വാഗ്ദാനം ചെയ്യപ്പെട്ടിട്ടുണ്ടെങ്കിൽ "ഹൃദയത്തിന്റെ ആഗ്രഹത്തിന്" ആയിരിക്കും നിങ്ങൾ പ്രതിജ്ഞാബദ്ധനായിരിക്കുന്നത്. ജീവിതത്തിൽ ചെയ്യാനായി നിങ്ങൾ ജനിച്ച, മഹത്തായ, അത്ഭുതകരമായ കാര്യം.

പൂർണ്ണമായും പ്രവർത്തിയ്ക്കുന്ന വ്യക്തി

മനഃശാസ്ത്രജ്ഞനായ കാൾ റോജേഴ്സ് മനഃശാസ്ത്രപരമായ പരിണാമത്തിന്റെ ഉയർന്ന തലങ്ങൾ കൈവരിച്ച ഒരു വ്യക്തിയെ "പൂർണ്ണമായി പ്രവർത്തിയ്ക്കുന്ന വ്യക്തി" എന്ന് നിർവ്വചിയ്ക്കുന്നു. ഉയർന്ന അളവിലുള്ള

ആത്മാഭിമാനവും വ്യക്തിപരമായ നിറവും ആസ്വദിയ്ക്കുന്ന, സ്വയവും ഈ ലോകത്തെക്കുറിച്ചും ആത്മവിശ്വാസം പുലർത്തുന്ന വ്യക്തിയാണിത്. പൂർണ്ണമായി പ്രവർത്തിയ്ക്കുന്ന ഒരു വ്യക്തിയുടെ ഏറ്റവും തിരിച്ചറിയാവുന്ന സ്വഭാവം അവൾ പൂർണ്ണമായും പ്രതിരോധങ്ങൾ ഇല്ലാത്തവളായിരിക്കും.

പൂർണ്ണമായും പ്രവർത്തിയ്ക്കുന്ന ഒരു വ്യക്തിയ്ക്ക്, അവൾ സ്വയം ന്യായീകരിയ്ക്കുകയോ മറ്റുള്ളവരോട് വിശദീകരിയ്ക്കുകയോ ചെയ്യണമെന്ന് തോന്നുന്നതേയില്ല. മറ്റുള്ളവരുടെ അഭിപ്രായങ്ങളെ പരിഗണിയ്ക്കുന്നുണ്ടെങ്കിലും, സ്വന്തം ചിന്തകൾ, വികാരങ്ങൾ, മൂല്യങ്ങൾ, ആദർശങ്ങൾ എന്നിവയ്ക്ക് അനുസൃതമായിട്ടാണ് അവൾ ജീവിതം നയിക്കുന്നത്. അവൾ സ്നേഹമയിയും ഉദാരമതിയും സന്തോഷവതിയും ആകർഷകത്വമുള്ളവളും പൂർണ്ണപക്വമതിയെന്നും മുഴുവനായ സംഗ്രതയുള്ളയാൾ എന്നും വിളിക്കപ്പെടുന്നവളുമാണ്. മറ്റുള്ളവരോട് തെളിയിക്കാൻ തനിയ്ക്ക് ഒന്നുമില്ലെന്നാണ് അവൾ കരുതുന്നത്. വ്യക്തിപരമായ ശക്തിയുടെയും സംതൃപ്തിയുടെയും ഈ തലത്തിലെത്തുക എന്നതായിരിക്കണം എല്ലാവരുടെയും ലക്ഷ്യം.

ഇപ്പോൾ ഇത് ചെയ്യുക

നിങ്ങൾ സമ്പന്നനും വിജയിയും ശക്തനും ജനപ്രിയൻമാണെന്ന് സങ്കൽപ്പിയ്ക്കുക. നിങ്ങളുടെ എല്ലാ ലക്ഷ്യങ്ങളും നേടിയെന്നും ഇപ്പോൾ നിങ്ങൾ സാമ്പത്തികമായി സ്വതന്ത്രനായിരിക്കുന്നുവെന്നുമുള്ള വ്യക്തമായ മാനസിക ചിത്രം സൃഷ്ടിയ്ക്കുക.

സ്വയം ആയിത്തീരുന്നത് സങ്കല്പിയ്ക്കാൻ കഴിയുന്ന ഏറ്റവും നല്ല വ്യക്തിയായി നിങ്ങൾ മാറിയെങ്കിൽ, നിങ്ങൾക്ക് നിങ്ങളെക്കുറിച്ച് എന്താണ് തോന്നുക? മറ്റ് ആളുകളോട്ടും സഹപ്രവർത്തകരോട്ടും ഒപ്പം ജോലിയെടുക്കുന്നവരോട്ടും ജീവനക്കാരോട്ടും നിങ്ങൾ എങ്ങനെ പെരുമാറും?

9

നിങ്ങളുടെ വൃത്തികെട്ട തവളകളെ ചുംബിച്ചുകൊണ്ട് വിടപറയുക

ആകാൻ കഴിവുള്ള എല്ലാം ആകുന്നതിൽ നിന്ന് നിങ്ങളെ തടയുന്ന കാര്യങ്ങളെക്കുറിച്ച് സംസാരിയ്ക്കുമ്പോൾ, *കുറ്റബോധത്തിന്റെയും അയോഗ്യതയുടെയും* വികാരങ്ങൾ നമ്മൾ കൈകാര്യം ചെയ്യണം. എങ്ങനെ ഒഴിവാക്കാമെന്ന് പഠിച്ചില്ലെങ്കിൽ ഈ വികാരങ്ങൾ വിജയത്തിനും സന്തോഷത്തിനുമുള്ള നിങ്ങളുടെ എല്ലാ പ്രതീക്ഷകളെയും സ്വപ്നങ്ങളെയും അട്ടിമറിയ്ക്കും.

കുറ്റബോധത്തിന്റെ വികാരങ്ങളെ പഠിയ്ക്കുന്നു

കുട്ടികൾ ജനിയ്ക്കുന്നത് കുറ്റബോധത്തോടെയല്ല. പ്രായപൂർത്തിയായ നിങ്ങൾക്കുള്ള എല്ലാ കുറ്റബോധവും പഠിപ്പിച്ചത്, വളരുന്നതോടൊപ്പം നിങ്ങളുടെ മാതാപിതാക്കളും സഹോദരങ്ങളും മറ്റുള്ളവരുമാണ്. കുറ്റബോധത്തിന്റെ വികാരങ്ങൾ പഠിച്ചെടുത്തവ ആയതിനാൽ, അവ മറന്നുകളയാനും കഴിയേണ്ടതാണ്.

ഒരാൾക്കുള്ളിൽ അടങ്ങിയിരിയ്ക്കുന്ന ശക്തി പ്രകൃതിയിൽ തന്നെ പുതിയതാണ്. തനിയ്ക്കെന്താണ് ചെയ്യാൻ കഴിയുക എന്നത് അയാൾക്കല്ലാതെ മറ്റാർക്കും അറിയാൻ സാധിയ്ക്കുകയില്ല. എന്നാൽ ശ്രമിയ്ക്കുന്നതുവരെ അയാൾക്കും അതറിയുക സാധ്യമല്ല.

റാൽഫ് വാൽഡോ എമേഴ്സൺ

മാതാപിതാക്കൾ സാധാരണയായി കുട്ടികളിൽ കുറ്റബോധം പ്രയോഗിയ്ക്കുന്നു, കാരണം അവരുടെ മാതാപിതാക്കളും പലപ്പോഴും അവരുടെ മുത്തശ്ശിമാരും തലമുറകളിലൂടെ കുറ്റബോധം അവരിൽ പ്രയോഗിച്ചിരുന്നു. തങ്ങൾ കുറ്റബോധം പ്രയോഗിയ്ക്കുന്നുണ്ടെന്ന് ആളുകൾ അറിയാത്തവിധത്തിൽ അത് ഇടപഴകലുകളുടെ ഒരു സാധാരണ ഭാഗമായിത്തീരുന്നു.

ചില സഭകൾ "നിഷേധാത്മക മതം" ആചരിയ്ക്കുന്നു. ഈ സഭകളിലും സോഷ്യലിസം, കമ്മ്യൂണിസം തുടങ്ങിയ ചിന്താധാര കളിലും വികാരങ്ങളെ തുരങ്കം വെയ്ക്കാനും വ്യക്തിത്വങ്ങളെ നശിപ്പിയ്ക്കാനും കുറ്റബോധം പ്രയോഗിയ്ക്കുന്ന ആളിനാൽ മനുഷ്യരെ എളുപ്പത്തിൽ *നിയന്ത്രിയ്ക്കുന്നതിനും* കുറ്റബോധം മനഃപൂർവ്വവും വ്യവസ്ഥാപിതവുമായി ഉപയോഗിയ്ക്കുന്നു.

കൃത്രിമത്വവും നിയന്ത്രണവും

കുറ്റബോധം ബോധപൂർവ്വം പ്രയോഗിയ്ക്കുമ്പോൾ, അത് രണ്ട് ഉദ്ദേശ്യങ്ങൾക്കായിട്ടാണ് ഉപയോഗിയ്ക്കുന്നത് : കൃത്രിമത്വവും നിയന്ത്രണവും. മറ്റുള്ളവരിൽ എന്തെങ്കിലും കുറ്റബോധം ഉണ്ടാക്കിയെടുക്കാൻ കഴിഞ്ഞാൽ അവരുടെ വികാരങ്ങളെ എളുപ്പത്തിൽ നിയന്ത്രിച്ചെടുക്കാമെന്ന് നൂറ്റാണ്ടുകളിൽ ഉടനീളം ആളുകൾ (രക്ഷിതാക്കൾ ഉൾപ്പെടെ) കണ്ടെത്തിയിട്ടുണ്ട്. അവരുടെ വികാരങ്ങളെ നിയന്ത്രിയ്ക്കാൻ കഴിയുമെങ്കിൽ, എന്തെങ്കിലും പ്രവർത്തിയ്ക്കാനും ഇല്ലാതിരിയ്ക്കാനുമായി അവരെ കൈകാര്യം ചെയ്യാനും സാധിയ്ക്കും. ഇക്കാരണത്താൽ കുറ്റബോധം, ആളുകളെ ഉള്ളിൽ നിന്ന് നശിപ്പിയ്ക്കാനും പുറത്തുള്ള മറ്റുള്ളവരുടെ നിയന്ത്രണത്തോടുള്ള അവരുടെ പ്രതിരോധം കുറയ്ക്കാനും മാത്ര മായി ഉപയോഗിയ്ക്കുന്ന വഞ്ചനാപരവും ദൂഷിച്ചതുമായ ഒരു വികാരമാണ്.

വിനാശകരമായ വിമർശനത്തിന്റെയും സ്നേഹമില്ലായ്മയുടെയും ഫലമായി കുട്ടികൾ കുറ്റബോധത്തിന് അടിമപ്പെടുന്നു. കൂടാതെ കുട്ടികളോട് അവർ നല്ലവരല്ലെന്നോ വിഡ്ഢികൾ ആണെന്നോ മാതാപിതാക്കൾക്ക് ഒരു നിരാശയാണെന്നോ വളരെ കഴിവുള്ളവർ അല്ല എന്നൊക്കെ പറയുമ്പോൾ അവർ ഉടനെ തന്നെ അയോഗ്യതയുടെ വികാരങ്ങൾ വളർത്തിയെടുക്കാൻ തുടങ്ങുന്നു.

മികച്ചത് അല്ലെങ്കിൽ മോശമായത്

കുട്ടികൾ വളർന്നു വരുമ്പോൾ തുടർച്ചയായി വിമർശിക്കപ്പെടുകയാണെങ്കിൽ അവർ *സ്വയമായിത്തന്നെ* വിമർശിക്കാൻ തുടങ്ങും. കായികമേഖലയിലോ പഠനത്തിലോ സാമൂഹിക പ്രവർത്തനങ്ങളിലോ ആയാലും തങ്ങളേക്കാൾ മികച്ച പ്രകടനം നടത്തുന്ന ആളുകളെ അവർ ചുറ്റിലും കാണുന്നു. തങ്ങൾക്ക് അപകർഷതാ വികാരം ഉള്ളതിനാൽ, ഏതെങ്കിലും മേഖലയിൽ ആരെങ്കിലും അവരേക്കാൾ നന്നായി പ്രവർത്തിക്കുകയാണെങ്കിൽ, ആ വ്യക്തി തങ്ങളേക്കാൾ മികച്ചതായിരിക്കണം എന്ന് അവർ സ്വാഭാവികമായും നിഗമനത്തിലെത്തുന്നു.

മറ്റുള്ളവരുമായി തങ്ങളെ നിഷേധാത്മകമായി താരതമ്യപ്പെടുത്തിയതിനു ശേഷം, കുറ്റബോധമുള്ള ആളുകൾ ഉപസംഹരിക്കുന്നു : "ആരെങ്കിലും എന്നേക്കാൾ നന്നായി പ്രവർത്തിക്കുന്നുവെങ്കിൽ, ആ വ്യക്തി എന്നെക്കാൾ *കൂടുതൽ* വിലയുള്ളവനായിരിക്കണം. ആ വ്യക്തിക്ക് കൂടുതൽ മൂല്യമുണ്ടെങ്കിൽ, ഞാൻ *വിലകെട്ടവൻ* ആയിരിക്കണം."

ഇക്കാരണത്താൽ, കുറ്റബോധത്തിന്റെ തീവ്രമായ വികാരങ്ങൾ മിക്കവാറും അനിവാര്യമെന്നോണം *വിലയില്ലായ്മയുടെ* തോന്നലുകളിലേയ്ക്ക് നയിക്കുന്നു. മൂല്യമില്ലായ്മയും ചെറുതാക്കപ്പെടലും വിലയില്ലായ്മയും അനുഭവിക്കുന്ന ഒരു വ്യക്തി അരക്ഷിതനും അശുഭാപ്തിവിശ്വാസിയും കോപിഷ്ഠനും അതൃപ്തനമായിത്തീരുന്നു. ഉദാഹരണത്തിന്, ഇന്നത്തെ ജയിൽ ജനസംഖ്യയിൽ പലർക്കും ഉത്തരവാദിത്തബോധമോ ആത്മാഭിമാനമോ *ഇല്ല*. അവരിൽ പലർക്കും സ്വന്തം അച്ഛനോ അമ്മയോ തങ്ങൾ നല്ലവരല്ലെന്നും ജയിലിൽ കിടക്കേണ്ടിവരുമെന്നും ആവർത്തിച്ചു പറഞ്ഞത് വ്യക്തമായി ഓർക്കാൻ കഴിയും.

ഇരയുടെ വികാരങ്ങൾ

ജീവിതം, സാഹചര്യങ്ങൾ, വിധി, സമൂഹം, മറ്റ് ഘടകങ്ങൾ എന്നിവയുടെ *ഇരകളായി* ആളുകൾ സ്വയം കാണുന്നതിന് കുറ്റബോധം വളരെ വേഗത്തിൽ നയിക്കുന്നു. "ഞാൻ മതിയായവനല്ല" എന്ന വാക്കുകളിലാണ് ഈ വികാരം പ്രകടിപ്പിക്കുന്നത്. ഈ വ്യക്തികൾ നിരന്തരം മറ്റുള്ളവരുമായി താരതമ്യപ്പെടുത്തുകയും പറയുകയും ചെയ്യുന്നു "ഞാൻ വേണ്ടത്ര മിടുക്കനല്ല," "എനിക്ക്

വേണ്ടത്ര ബുദ്ധിയില്ല," "എനിയ്ക്ക് വേണ്ടത്ര കഴിവില്ല," "ഞാൻ നല്ലവനല്ല," "എനിയ്ക്ക് കഴിയില്ല! എനിയ്ക്ക് കഴിയില്ല! എനിയ്ക്ക് കഴിയില്ല!"

ഇപ്പോൾ ഇത് ചെയ്യുക

കുറ്റബോധത്തിന്റെ വികാരം പലപ്പോഴും നിങ്ങളുടെ സ്വന്തം ആവശ്യത്തിന് മുൻപോ പകരമോ മറ്റൊരാളുടെ ആവശ്യങ്ങളോ വികാരങ്ങളോ നിങ്ങൾ ശ്രദ്ധിയ്ക്കണമെന്ന തോന്നലിലേയ്ക്ക് നയിക്കുന്നു. ഒരു തീരുമാനമെടുക്കുന്നതിന് മുൻപ് അനുമതിയോ അംഗീകാരമോ തേടേണ്ടതുണ്ടെന്ന് നിങ്ങൾക്ക് തോന്നുന്നു. കുറ്റബോധം തോന്നുന്ന ഒരു സാഹചര്യം മുൻകൂട്ടി കാണുകയും ആദ്യം തന്നെ ഒരു അതിർത്തി നിശ്ചയിക്കുകയും ചെയ്യേുക.

ഉദാഹരണത്തിന്, മുൻകാലങ്ങളിൽ, ക്രിസ്റ്റീന തന്റെ ഭർത്താവ് ഒരു സാമൂഹിക പരിപാടിയുടെയോ ഒത്തുചേരലിന്റെയോ അസൗകര്യമുണ്ടാക്കുന്ന ഭാരം ഏല്പിച്ച് കൊടുക്കുമ്പോൾ സഹകരിയ്ക്കുമായിരുന്നു. പക്ഷേ സ്വന്തം ആവശ്യങ്ങൾക്ക് പ്രഥമസ്ഥാനം നൽകുന്നതിൽ കുറ്റബോധം തോന്നിയതുകൊണ്ട് അവൾ പോകുന്നതിൽ നീരസം കാണിച്ചിരുന്നു. ഇപ്പോൾ അവൾ വ്യക്തമായ അതിരുകൾ മുൻകൂട്ടി നിശ്ചയിക്കുന്നു. ഒരു വിവാഹനിശ്ചയം വരുമ്പോൾ ഭർത്താവ് അവളോട് ചോദിയ്ക്കുകയും അവൾ പങ്കെടുക്കണോ വേണ്ടയോ എന്ന് തീരുമാനിയ്ക്കാൻ അവളെ അനുവദിയ്ക്കുകയും വേണം. ഈ രീതിയിൽ അവർ പരസ്പരം രണ്ടുപേരുടെയും ഇടങ്ങളെ ബഹുമാനിയ്ക്കുന്നു, കുറ്റബോധത്തിന് ക്രിസ്റ്റീനയുടെ പെരുമാറ്റത്തെ സ്വാധീനിയ്ക്കാൻ കഴിയില്ല.

ഇരയുടെ ഭാഷ ഒഴിവാക്കുക

ആളുകൾക്ക് കുറ്റബോധം, അയോഗ്യത, അപകർഷത തുടങ്ങിയ വികാരങ്ങൾ വളർന്നു കഴിഞ്ഞാൽ, *ഇരയുടെ ഭാഷ* ഉപയോഗിച്ച് അവർ ആ വികാരങ്ങളെ ശക്തിപ്പെടുത്തുന്നത് തുടരുന്നു. നിങ്ങളെക്കുറിച്ച് നിങ്ങൾ ചിന്തിയ്ക്കുകയും അനുഭവിയ്ക്കുകയും ചെയ്യുന്ന രീതിയുടെ 95 ശതമാനവും നിർണ്ണയിക്കുന്നത് നിങ്ങൾ നിങ്ങളോട് സംസാരിയ്ക്കുന്ന രീതിയാണ്, ദിവസം മുഴുവനുള്ള നിങ്ങളുടെ ആന്തരികസംഭാഷണം. തങ്ങളെത്തന്നെ ഇരകളായി കാണുന്ന,

കുറ്റബോധമുള്ള ആളുകളുടെ ആന്തരികസംഭാഷണം മറ്റുള്ളവരെക്കുറിച്ച് പരാതിപ്പെടുകയും വിമർശിക്കുകയും കുറ്റപ്പെടുത്തുകയും ചെയ്യുന്ന രീതിയിൽ ആണ്.

അവരുടെ ജോലിയിലും വ്യക്തിബന്ധങ്ങളിലും "ഞാൻ ശ്രമിക്കാം" അല്ലെങ്കിൽ "ഞാൻ എന്റെ പരമാവധി ചെയ്യും" എന്ന് അവർ പറയുന്നു. ഇത് പരാജയപ്പെടുന്നതിനുള്ള *മുൻകൂട്ടിയുള്ള* ഒഴിവുകഴിവ് മാത്രമാണ്. ആളുകൾ ഈ വാക്കുകൾ പറയുമ്പോഴെല്ലാം അവർ പരാജയപ്പെടുകയും നിരാശപ്പെടുകയും ചെയ്യുമെന്ന് നിങ്ങൾക്കറിയാം. അവർക്കും അതറിയാം. *സ്റ്റാർ വാർസിലെ* യോഡ പറഞ്ഞതു പോലെ "*ചെയ്യുക* അല്ലെങ്കിൽ ചെയ്യാതിരിക്കുക. *ശ്രമിക്കുക* എന്ന ഒന്നില്ല."

വിമർശിക്കുകയും പരാതി പറയുകയും ചെയ്യുന്നത് ഇരകളുടെ ഭാഷയുടെ രൂപമാണ്. വിമർശിക്കുകയും പരാതിപ്പെടുകയും ചെയ്യുമ്പോൾ നിങ്ങൾ, ആരെക്കുറിച്ചാണോ വിമർശിക്കുകയും പരാതിപ്പെടുകയും ചെയ്യുന്നത്, അവരുടെ ഇരയായി സ്വയം സ്ഥാപിക്കുന്നു.

ഇരകളാണെന്ന് സ്വയം തോന്നുന്ന ആളുകൾ നിരന്തരം ഒഴിവുകഴിവുകൾ പറയുന്നു. ശ്രമിക്കാതിരിക്കുന്നതിനും ലക്ഷ്യങ്ങൾ സ്ഥാപിക്കാതിരിക്കുന്നതിനും കൃത്യനിഷ്ഠ പാലിക്കാത്തതിനും ഉത്തരവാദിത്തങ്ങൾ നിറവേറ്റാതിരിക്കുന്നതിനും തങ്ങളെ ഏൽപ്പിച്ച ജോലി ചെയ്യാതിരിക്കുന്നതിനും അവർ ന്യായീകരണങ്ങളും വിശദീകരണങ്ങളും നൽകുന്നു. അവർ എപ്പോഴും തങ്ങളെ ഇരകളായി കാണുന്നു. ഒന്നും അവരുടെ കുറ്റമല്ല.

കുറ്റബോധത്തിൽ നിന്ന് സ്വയം മോചിപ്പിക്കുക

ചെറുപ്പം മുതലേ നിങ്ങളിൽ പ്രോഗ്രാം ചെയ്യപ്പെട്ടിട്ടുള്ള കുറ്റബോധത്തിൽ നിന്ന് മുക്തി നേടാൻ സ്വീകരിക്കാവുന്ന നാലു കാര്യങ്ങൾ ഇവയാണ് :

സ്റ്റെപ്പ് 1 : ഈ നിമിഷം മുതൽ *ഒരിക്കലും ഒന്നിനും സ്വയം വിമർശിക്കാതിരിക്കുക.* സത്യമായിരിക്കാൻ നിങ്ങൾ ആത്മാർത്ഥമായി ആഗ്രഹിക്കാത്ത ഒന്നും ഒരിക്കലും നിങ്ങളെക്കുറിച്ച് പറയരുത്. ഓർക്കുക, നിങ്ങളുടെ പദാവലിയിലെ ഏറ്റവും ശക്തമായ വാക്കുകൾ നിങ്ങൾ സ്വയം പറയുകയും വിശ്വസിക്കുകയും ചെയ്യുന്ന വാക്കുകളാണ്. അവ ഗുണപരവും പ്രസാദാത്മകവുമാണെന്ന് ഉറപ്പുവരുത്തുക.

"എനിയ്ക്ക് എന്നെത്തന്നെ ഇഷ്ടമാണ്!" "എനിയ്ക്കിത് ചെയ്യാൻ കഴിയും!" കൂടാതെ "ഞാൻ ഉത്തരവാദിയാണ്!" എന്നിവയാണ് നിങ്ങൾക്ക് സ്വയം പിന്നെയും പിന്നെയും പറയാൻ സാധിയ്ക്കുന്ന ഏറ്റവും മികച്ച വാക്കുകൾ. ഈ സ്ഥിരീകരണങ്ങൾ ആവർത്തിയ്ക്കുകയും, നിഷേധാത്മകതയും കുറ്റബോധവും തോന്നുകയും ഒരേ സമയം സാധ്യമല്ല.

സ്റ്റെപ്പ് 2. ഒന്നിനുവേണ്ടിയും *ആരെയും വിമർശിയ്ക്കാൻ തയ്യാറാവാതിരിയ്ക്കുക.* നിങ്ങളുടെ പദാവലിയിൽ നിന്ന് 'വിനാശകരമായ വിമർശനം' നീക്കം ചെയ്യുക. നിരാശപ്പെടുത്തുന്ന ഒരു വാക്ക് ഒരാളെയും കേൾപ്പിയ്ക്കാത്ത തരം വ്യക്തി ആയിരിക്കുക.

മറ്റുള്ളവരിലെ പോസിറ്റീവ് ആയ കാര്യങ്ങൾ തുടർച്ചയായി തിരയുകയും അവയെക്കുറിച്ച് അഭിപ്രായം പറയുകയും ചെയ്യുന്നത് ശീലമാക്കുക. ഏതു കാരണത്താലും മറ്റൊരു വ്യക്തിയോട് എന്തെങ്കിലും നല്ലതു പറയുമ്പോൾ, നിങ്ങൾ ആ വ്യക്തിയുടെ ആത്മാഭിമാനം ഉയർത്തുന്നു. മറ്റൊരാളുടെ ആത്മാഭിമാനം ഉയർത്തുമ്പോൾ നിങ്ങളുടെ സ്വന്തം ആത്മാഭിമാനം തുല്യ അളവിൽ ഉയരുന്നു.

സ്റ്റെപ്പ് 3. ഒരു കാരണവശാലും *മറ്റുള്ളവരുടെ മേൽ കുറ്റബോധം പ്രയോഗിയ്ക്കാൻ വിസമ്മതിയ്ക്കുക.* നിങ്ങളുടെ പദാവലിയിൽ നിന്നും കുടുംബത്തിൽ നിന്നും സൗഹൃദങ്ങളിൽ നിന്നും കുറ്റബോധത്തിന്റെ ഉപയോഗം നിർത്തലാക്കുക. ആളുകൾ ചെയ്തതോ ചെയ്യാത്തതോ ആയ എന്തെങ്കിലും കാര്യത്തിന് ഒരിക്കലും കുറ്റബോധം ഉണ്ടാക്കാൻ ശ്രമിയ്ക്കരുത്.

നിരുപാധികമായ സ്നേഹവും അംഗീകാരവുമാണ് മറ്റുള്ളവർക്കായി നിങ്ങൾക്ക് നല്കാൻ കഴിയുന്ന ഏറ്റവും വലിയ സമ്മാനം. ഇതിനർത്ഥം, അവർ ചെയ്യുന്നതോ ചെയ്യാത്തതോ ആയ ഒന്നിനെക്കുറിച്ചും നിങ്ങൾ അവരെ ഒരിക്കലും വിമർശിക്കില്ല എന്നാണ്. നിങ്ങൾ പ്രശംസിയ്ക്കുക, അംഗീകരിയ്ക്കുക അല്ലെങ്കിൽ ഏറ്റവും കുറഞ്ഞത് നിശ്ശബ്ദത പാലിയ്ക്കുക.

സ്റ്റെപ്പ് 4. മറ്റൊരാളിൽ നിന്ന് വരുന്ന *കുറ്റബോധത്താൽ കൈകാര്യം ചെയ്യപ്പെടാൻ വിസമ്മതിയ്ക്കുക.* ഈ ദിവസം മുതൽ, ഏതെങ്കിലും കാരണത്താൽ നിങ്ങളിൽ കുറ്റബോധം ഉണ്ടാക്കുവാനുള്ള ഏതൊരു ശ്രമവും നിരസിയ്ക്കുക.

നിങ്ങളുടെ അമ്മയോ അച്ഛനോ മറ്റാരെങ്കിലുമോ നിങ്ങളിൽ കുറ്റബോധം ഉണ്ടാക്കാൻ ശ്രമിയ്ക്കുകയാണെങ്കിൽ, "നിങ്ങൾ എന്നിൽ കുറ്റബോധം ഉണ്ടാക്കാൻ ശ്രമിയ്ക്കുന്നില്ല, അല്ലേ?" എന്നു ചോദിയ്ക്കുക. നിശ്ശബ്ദത പാലിയ്ക്കുകയും ചെയ്യുക.

കുറ്റബോധം ഉപയോഗിച്ച് മറ്റൊരു വ്യക്തിയെ കൈകാര്യം ചെയ്യാൻ ശ്രമിയ്ക്കുന്നത് മിക്ക ആളുകളും സമ്മതിയ്ക്കില്ല. "തീർച്ചയായും ഇല്ല" എന്ന് അവർ പറയുമായിരിക്കും.

പക്ഷേ "നിങ്ങൾ എന്നിൽ കുറ്റബോധമുണ്ടാക്കാൻ ശ്രമിയ്ക്കുകയാണോ?" എന്ന് നിങ്ങൾ ചോദിയ്ക്കുകയും മറ്റേയാൾ "അതേ" എന്ന് പ്രതികരിയ്ക്കുകയുമാണെങ്കിൽ നിങ്ങൾ ലളിതമായി പറയുക "ശരി, പക്ഷേ അത് നടക്കാൻ *പോകുന്നില്ല.*"

കുറ്റബോധം ഉപയോഗിച്ച് നിങ്ങളെ കൈകാര്യം ചെയ്യാൻ ശീലിച്ച ആളുകളോട് ഇനി ഇത് വിലപ്പോവില്ലെന്ന് പറയുമ്പോൾ സംഭവിയ്ക്കുന്നത് അതിശയകരമാണ്. അവർക്ക് ആദ്യം ദേഷ്യവും ആശയക്കുഴപ്പവും ഉണ്ടാകാം. എന്നാൽ കുറ്റബോധം നിങ്ങളുടെ പെരുമാറ്റത്തെ ബാധിയ്ക്കില്ലെന്ന് മനസ്സിലാക്കുന്നതോടെ അവർ കൂടുതൽ ക്രിയാത്മകമായ രീതിയിൽ നിങ്ങളുമായി ഇടപെടാൻ തുടങ്ങും. ശ്രമിച്ചു നോക്കൂ.

ജീവിതത്തിലെ നിങ്ങളുടെ ഏറ്റവും വലിയ ലക്ഷ്യം എല്ലാത്തരം നിഷേധാത്മക വികാരങ്ങളും ഇല്ലാതാക്കുക എന്നതായിരിക്കണം. ഏറ്റവും ശക്തമായ രണ്ട് ഗുണപരവികാര സൃഷ്ടാക്കൾ "എനിയ്ക്ക് എന്നെത്തന്നെ ഇഷ്ടമാണ്!" കൂടാതെ "ഞാൻ ഉത്തരവാദിയാണ്" എന്നീ ശൈലികൾ ആണ്.

നിങ്ങൾ സ്വയം എത്രത്തോളം ഇഷ്ടപ്പെടുന്നുവോ, അത്രയും ഉത്തരവാദിത്വം നിങ്ങൾ സ്വീകരിയ്ക്കും. എത്രത്തോളം ഉത്തരവാദിത്വം സ്വീകരിയ്ക്കുന്നുവോ അത്രയധികം നിങ്ങൾ സ്വയം ഇഷ്ടപ്പെടും. ഓരോന്നും മറ്റൊന്നിനെ പോഷിപ്പിയ്ക്കുകയും ശക്തിപ്പെടുത്തുകയും ചെയ്യുന്നു.

ഇപ്പോൾ ഇത് ചെയ്യുക

കുറ്റബോധംകൊണ്ട് നിങ്ങളെ കൈകാര്യം ചെയ്യുന്ന ഒരു വ്യക്തിയെ തിരിച്ചറിയുകയും അടുത്ത തവണ ഇത് സംഭവിയ്ക്കുമ്പോൾ ഈ നെഗറ്റീവ് പാറ്റേൺ നിർത്താൻ തീരുമാനിയ്ക്കുകയും ചെയ്യുക. ഒരു അതിർത്തി മുൻകൂട്ടി നിശ്ചയിച്ചുകൊണ്ട് നിങ്ങൾക്ക് ഇത് ചെയ്യാൻ

കഴിയും. ഉദാഹരണത്തിന്, ആരെങ്കിലും ഒരു മീറ്റിംഗിൽ നിങ്ങളുടെ സമയത്തെ ബഹുമാനിക്കുന്നില്ല എങ്കിൽ, അനുവദിച്ചിരിക്കുന്ന സമയം കവിയുന്ന പ്രവണതയുണ്ടെങ്കിൽ, അയാൾക്ക് പതിനഞ്ചു മിനിറ്റ് മുന്നറിയിപ്പ് നൽകുക. പതിനഞ്ചു മിനിറ്റിനുള്ളിൽ നിങ്ങൾക്ക് പോവുകയോ മറ്റെന്തെങ്കിലും ചെയ്യേണ്ടി വരികയോ വേണമെന്ന് അവനോട് പറയുകയും തുടർന്ന് നിങ്ങളുടെ സമയപരിധി പാലിക്കുകയും ചെയ്യുക.

ഒരു വ്യക്തിയുടെ കുറ്റബോധം എറിയുന്ന സ്വഭാവം നിങ്ങൾ തകർത്തു കഴിഞ്ഞാൽ, ജീവിതത്തിലെ എല്ലാവരുമായും ഇത് പരിശീലിക്കുന്നതിൽ നിങ്ങൾക്ക് ആത്മവിശ്വാസം തോന്നും.

ഒരു സാഹചര്യത്തിന്റെയോ ബന്ധത്തിന്റെയോ അതിരുകൾ പരീക്ഷിക്കുകയും സാധിക്കുന്നത്ര സമ്മർദ്ദം ചെലുത്തുകയും ചെയ്യുന്നത് മനുഷ്യസ്വഭാവമാണ്. കുറ്റബോധം എറിയുന്നവരുടെ വൃത്തികെട്ട തവളകൾക്കു നേർക്ക് ശക്തരായിരിക്കാനും സംരക്ഷിക്കപ്പെടാനുമുള്ള ഏറ്റവും നല്ല മാർഗ്ഗം നിങ്ങളുടെ അതിരുകൾ തുടക്കം മുതലേ വ്യക്തമാക്കുക എന്നതാണ്. മറ്റുള്ളവരുമായിട്ടുള്ള നിങ്ങളുടെ ഇടപഴകലുകളിൽ നിങ്ങൾക്ക് വൈകാരികമായും ശാരീരികമായും എന്താണ് സുഖകരമായിട്ടുള്ളതെന്ന് തീരുമാനിക്കുക. വ്യക്തമായ അതിരുകൾ ഉള്ളപ്പോൾ ആളുകൾ നിങ്ങളെ പരീക്ഷിച്ചേക്കാമെങ്കിലും ഒടുവിൽ അവർ നിങ്ങളുടെ പരിധികൾ അംഗീകരിക്കും. നിങ്ങളുടെ അതിരുകൾ അവ്യക്തമാകുമ്പോൾ, ആളുകൾ പലപ്പോഴും പരിധികൾ മറികടക്കുകയും നിങ്ങളിൽ നിന്ന് കഴിയുന്നത്ര നേടാൻ ശ്രമിക്കുകയും ചെയ്യും. വ്യക്തത അനിവാര്യമാണ്.

ഇപ്പോൾ ഇത് ചെയ്യുക

നിങ്ങളിൽ കുറ്റബോധം ജനിപ്പിക്കുന്ന ഒരാളെ നേരിട്ട് കൈകാര്യം ചെയ്യാൻ കഴിയുന്നില്ലെങ്കിൽ, ഒഴിഞ്ഞ ഒരു കസേരയുടെ മുന്നിൽ ഇരിക്കാൻ ശ്രമിക്കുകയും കസേരയിൽ ആ വ്യക്തി ഇരിക്കുന്നതായി സങ്കല്പിക്കുകയും ചെയ്യുക. നിങ്ങൾക്ക് എന്താണ് അനുഭവപ്പെടുന്നതെന്ന് അവളോട് പറയുകയും നിങ്ങളിൽ കുറ്റബോധം ഉണ്ടാക്കാൻ ഇനി അവളെ അനുവദിക്കുകയില്ലെന്ന് അറിയിക്കുകയും ചെയ്യുക. സ്വന്തം ജീവിതം, വികാരങ്ങൾ, അനുഭവങ്ങൾ എന്നിവയുടെ ഉത്തരവാദിത്വം ഏറ്റെടുക്കേണ്ടി വരുമെന്ന് അവളോട് പറയുക. നിങ്ങൾ സ്വയം പരിപാലിക്കാനും നിങ്ങൾക്ക് സന്തോഷം നൽകുന്ന

10

നിങ്ങളുടെ തവളയിൽ നിന്ന് ഏറ്റവും മികച്ചത് പ്രതീക്ഷിയ്ക്കുക

ആളുകൾ ഇന്ന് അസന്തുഷ്ടരായിരിക്കുന്നതിന്റെ പ്രധാന കാരണം, തങ്ങളോടോ തങ്ങൾക്കു വേണ്ടിയോ എന്തെങ്കിലും ചെയ്തതോ ചെയ്യാത്തതോ ആയ ഒരാളോട് അവർ ഇപ്പോഴും ദേഷ്യത്തിലാണ് എന്നുള്ളതാണ്. മറ്റൊരാളോട് ആ വ്യക്തി ചെയ്ത തെറ്റിന്, അല്ലെങ്കിൽ അയാൾ തന്നോട് ചെയ്ത കുറ്റത്തിന് അവർ ഇപ്പോഴും ക്ഷമിച്ചിട്ടില്ല.

വികസിക്കുന്ന വ്യക്തിത്വം

നിങ്ങൾ കുട്ടിയായിരുന്നപ്പോൾ, നിങ്ങളുടെ മാതാപിതാക്കൾ എല്ലാം ശ്രദ്ധിച്ചിരുന്നു. അവർ ഭക്ഷണം കഴിപ്പിയ്ക്കുകയും കുളിപ്പിയ്ക്കുകയും വസ്ത്രമുടുപ്പിയ്ക്കുകയും, സ്കൂളിലേയ്ക്ക് കൊണ്ടുപോവുകയും, തിരിച്ചു കൊണ്ടുവരികയും നിങ്ങളെ നിരീക്ഷിയ്ക്കുകയും ചെയ്തു. ചെറിയ പ്രായത്തിൽ, മിക്ക കുട്ടികൾക്കും എല്ലാം അറിയുന്ന, സർവ്വശക്തനും സർവ്വജ്ഞാനിയുമായ ഒരു സംരക്ഷകന്റെ കൈകളാൽ ചുറ്റപ്പെട്ടിരിക്കുന്നു എന്ന

> തെളിച്ചമുള്ളതും സന്തോഷകരവുമായ പ്രതീക്ഷകളുടെ ഒരു ചിത്രം നിങ്ങൾ മനസ്സിൽ വരയ്ക്കുകയാണെങ്കിൽ, നിങ്ങളുടെ ലക്ഷ്യത്തിന് അനുയോജ്യമായ ഒരു സ്ഥാനത്ത് നിങ്ങൾ സ്വയം സ്ഥാപിയ്ക്കുകയാണ്.
>
> **നോർമാൻ വിൻസെന്റ് പീൽ**

തോന്നൽ ലഭിയ്ക്കും. തത്ഫലമായി കുട്ടികൾ, എല്ലാം അറിയുന്ന മാതാപിതാക്കൾ അവരെ പരിപാലിയ്ക്കുകയും സംരക്ഷിയ്ക്കുകയും അവർക്കായി ഏറ്റവും മികച്ച തീരുമാനങ്ങൾ എടുക്കുകയും ചെയ്യുന്ന വിവേകമുള്ളതും യുക്തിസഹമായതും ചിട്ടയുള്ളതുമായ ഒരു പ്രപഞ്ചത്തിലാണ് തങ്ങൾ ജീവിയ്ക്കുന്നതെന്ന് പ്രതീക്ഷിയ്ക്കുന്നു.

കൺസ്ട്രക്ഷൻ ഓഫ് റിയാലിറ്റി ഇൻ ദി ചൈൽഡ് എഴുതിയ ചൈൽഡ് സ്പെഷ്യലിസ്റ്റ് ജീൻ പിയാഗെറ്റ് പറയുന്നതനുസരിച്ച്, കുട്ടികൾ പരിണമിയ്ക്കുകയും പക്വത പ്രാപിയ്ക്കുകയും മനുഷ്യരുടെ ഇടപെടലുകളെക്കുറിച്ചുള്ള കൂടുതൽ സങ്കീർണ്ണമായ ധാരണകളിലൂടെ മുകളിലേക്ക് നീങ്ങുകയും ചെയ്യുന്നു. ഈ വികസനപ്രക്രിയയുടെ നാലാം ഘട്ടത്തിൽ, ജീവിതത്തിന്റെ തുടക്കത്തിൽ, കുട്ടികൾ എല്ലാം *ന്യായാധിഷ്ഠിതവും നീതിയുക്തവുമാണെന്ന്* പ്രതീക്ഷിയ്ക്കുന്നു. ഏതെങ്കിലും കാരണത്താൽ, സ്വന്തം ലോകത്ത് അനീതിയായി കരുതുന്നത് കാണുകയോ അനുഭവിയ്ക്കുകയോ ചെയ്താൽ, അവർ ദേഷ്യപ്പെടുകയോ നിരാശപ്പെടുകയോ ചെയ്യാം. വളരെ വികാര ഭരിതരായി അവർ പറയും, “ഇത് ശരിയല്ല.”

നിരാശാജനകമായ പ്രതീക്ഷകളിൽ നിന്നാണ് പല നിഷേധാത്മകവികാരങ്ങളും ഉണ്ടാകുന്നത്. ഒരു വ്യക്തി പ്രതീക്ഷിച്ചതിൽ നിന്ന് *വ്യത്യസ്തമായി* കാര്യങ്ങൾ സംഭവിയ്ക്കുമ്പോൾ ഇങ്ങനെ ഉണ്ടാകാം. തത്ഫലമായി വ്യക്തി തിരിച്ചടിയ്ക്കുകയും അവന്റെ പ്രതീക്ഷകൾ നിറവേറ്റണമെന്ന് ആവശ്യപ്പെടുകയും ചെയ്യുന്നു. സാഹചര്യം തന്റെ ഇഷ്ടത്തിനനുസരിച്ച് തിരുത്തിയില്ലെങ്കിൽ, അവൻ കൂടുതൽ ദേഷ്യപ്പെടുകയും അതിലും കൂടുതൽ നിരാശനാവുകയും ചെയ്യും. ഇത് ന്യായമല്ല.

ഒരു സാഹചര്യത്തിന്റെ ഫലവുമായി അടുത്തുപോകുന്നത് ഒരു പ്രതീക്ഷയാണ്. നമ്മൾ ആഗ്രഹിയ്ക്കുന്ന ഫലം മുൻകൂട്ടി നിശ്ചയിയ്ക്കുന്നത് നിയന്ത്രണബോധവും ഭാവി ആസൂത്രണം ചെയ്യാനുള്ള കഴിവും നൽകുമെന്ന് നമ്മൾ കരുതുന്നു, അത് ഭാഗികമായെങ്കിലും പ്രവചനാതീതമാണ്. നിങ്ങൾക്ക് എന്താണ് വേണ്ടത് എന്നതിനെക്കുറിച്ച് വ്യക്തതയുണ്ടായിരിക്കുക, എന്നാൽ അത് നേടുന്ന പ്രക്രിയയെക്കുറിച്ച് വഴക്കമുള്ളവരായിരിക്കുക എന്നതാണ് നിയമം. നിങ്ങൾ ആഗ്രഹിയ്ക്കുന്ന *അതേ രീതിയിൽ* സാഹചര്യങ്ങൾ മാറുമെന്ന് പ്രതീക്ഷിയ്ക്കാതിരിയ്ക്കാൻ ശ്രമിയ്ക്കുക. സാധാരണയായി ഉള്ളതുപോലെ അവ അപ്രതീക്ഷിതമായ വഴികളിലേക്ക് തിരിയുമ്പോൾ പിന്നെ നിങ്ങൾക്ക് നിരാശപ്പെടേണ്ടി വരില്ല.

ജീവിക്കൂ പഠിക്കൂ

കുട്ടികൾ വളരുകയും പക്വത പ്രാപിക്കുകയും ചെയ്യുമ്പോൾ ജീവിതം കറുപ്പോ വെളുപ്പോ അല്ലെന്നും ചാര നിറത്തിലുള്ള നിരവധി ഷേഡുകളാണെന്നും അവർ മനസ്സിലാക്കുന്നു. അവർ ഉയർച്ച താഴ്ചകളുടെ ഒരു പരമ്പര അനുഭവിക്കുന്നു. ചിലപ്പോൾ അവരുടെ മാതാപിതാക്കൾ ശരിയായ തീരുമാനങ്ങൾ എടുക്കുകയും ചിലപ്പോൾ അങ്ങനെ അല്ലാതിരിക്കുകയും ചെയ്യുന്നു.

ജീവിതം ന്യായവും നീതിയുമുള്ളതും സ്ഥിരവും പ്രവചിക്കാൻ കഴിയുന്നതുമാണെന്ന് പ്രതീക്ഷിക്കുകയും ആവശ്യപ്പെടുകയും ചെയ്തു കൊണ്ട്, പല കുട്ടികളും ഒരു പ്രത്യേക തലത്തിലുള്ള വൈകാരിക വികാസത്തിൽ *ഉറച്ചു നിൽക്കുന്നു.* ഈ തലത്തിൽ ഉറപ്പിച്ചു കഴിഞ്ഞാൽ ജീവിതം സ്ഥിരവും പ്രവചിക്കാവുന്നതുമായിരിക്കണമെന്ന് ആവശ്യപ്പെടുന്ന മുതിർന്നവരായി അവർക്ക് വളരാൻ കഴിയും. അങ്ങനെ അല്ലാതെ വരുമ്പോൾ, അവർ ദേഷ്യപ്പെടുകയും നിരാശപ്പെടുകയും പലപ്പോഴും വിഷാദത്തിലാവുകയും ചെയ്യുന്നു.

വികസിപ്പിക്കേണ്ട ഏറ്റവും പ്രധാനപ്പെട്ട ഗുണങ്ങളിലൊന്ന് നിരാശയെ സഹിക്കാനുള്ള കഴിവാണ്. തങ്ങളുടെ കുട്ടികൾ എങ്ങനെ എന്തെങ്കിലും ചെയ്യുന്നുവെന്ന് കാത്തിരുന്നു കാണാൻ പല രക്ഷിതാക്കളെയും പഠിപ്പിക്കുന്നുണ്ട്. മാതാപിതാക്കൾ വളരെ വേഗം തിരക്കു കൂട്ടുമ്പോൾ തങ്ങളുടെ കുട്ടികൾക്ക് നിരാശ തോന്നാനും പ്രശ്നം പരിഹരിക്കാൻ സ്വന്തം വിമർശനാത്മക ചിന്തകൾ ഉപയോഗിക്കാനും അവസരം കിട്ടാതെ ആ കുട്ടികൾ സ്ഥിരത കൈവരിക്കുകയും സ്വന്തം പ്രശ്നങ്ങൾ പരിഹരിക്കാനുള്ള നിരാശ സഹിക്കാൻ ഒരിക്കലും പഠിക്കാതെ പോവുകയും ചെയ്യുന്നു. കാര്യങ്ങൾ ആസൂത്രണം ചെയ്തതു പോലെ നടക്കാതെ വരുമ്പോൾ, അവർ പലപ്പോഴും ഉത്കണ്ഠയും ദേഷ്യവും കാണിക്കുന്നു.

മനുഷ്യർ *അപൂർണ്ണരാണ്* എന്നതാണ് വസ്തുത. ഓരോ വ്യക്തിയും വ്യക്തികൾ അടങ്ങുന്ന സ്ഥാപനവും അപൂർണ്ണമാണ്. നമ്മൾ എല്ലാവരും തെറ്റുകൾ വരുത്തുന്നുണ്ട്. നാം അധാർമ്മികവും അനുചിതവും ബുദ്ധിശൂന്യവും വിവേകരഹിതവും ക്രൂരവുമായ കാര്യങ്ങൾ ചെയ്യുന്നു. ലോകം എന്നും എപ്പോഴും അങ്ങനെതന്നെ ആയിരിക്കും. അല്ലാത്തവിധം പ്രതീക്ഷിക്കുന്നത് ശാശ്വതമായ നിരാശയ്ക്കും സംശയത്തിനും അപേക്ഷിക്കുന്നതു പോലെയാണ്.

പലർക്കും, വളർന്നു വരുമ്പോൾ, ലോകം ഒരു പ്രത്യേകരീതിയിൽ വെളിവാക്കപ്പെടുമെന്ന ആശയമാണ് ലഭിക്കുന്നത്. അങ്ങനെ

യല്ലെങ്കിൽ, പൊരുത്തപ്പെടുന്നതിനും സഹകരിയ്ക്കുന്നതിനും പകരം അവർ ദേഷ്യമുള്ളവരോ നിരാശപ്പെട്ടവരോ സ്വന്തം ഇഷ്ടം അവരുടെ ലോകത്ത് അടിച്ചേൽപ്പിയ്ക്കാനോ അല്ലെങ്കിൽ മറ്റുള്ളവരെ തങ്ങൾ പ്രതീക്ഷിയ്ക്കുന്നതിനോട് യോജിച്ച് പെരുമാറുന്നവർ ആക്കുവാനോ തീരുമാനിച്ചവർ ആവുകയും ചെയ്യുന്നു.

നാം ജീവിയ്ക്കുന്ന ലോകം

ലോകം ന്യായമുള്ളതും നീതിയുക്തവുമാണെന്ന് കരുതപ്പെടേണ്ടതാണെന്ന ആശയം, അവയുടെ നിർവ്വചനങ്ങൾ നിരന്തരം മാറിക്കൊണ്ടിരിയ്ക്കുകയും ഒരിയ്ക്കലും വ്യക്തമല്ലാതിരിയ്ക്കുകയുമാണെന്നിരിയ്ക്കെ, വ്യക്തിപരവും രാഷ്ട്രീയവും സാമൂഹികവുമായ അതൃപ്തിയിൽ പൊട്ടിപ്പുറപ്പെടുന്ന നിഷേധാത്മകവികാരങ്ങളിലേയ്ക്ക് നയിക്കുന്നു. ജീവിതം സുന്ദരമല്ലെന്നും ആരെയെങ്കിലും കുറ്റപ്പെടുത്തണമെന്നും തോന്നുന്നതിനാൽ പലരും ശാശ്വതമായി അസന്തുഷ്ടരാണ്. എല്ലായ്പ്പോഴും ഏതെങ്കിലും തരത്തിൽ കുറ്റക്കാരനാണെന്ന് കരുതുന്ന ഒരാളിലേയ്ക്ക് നയിക്കുന്ന ഏറ്റവും മോശമായ രണ്ട് നിഷേധാത്മകവികാരങ്ങളുടെ, *അസൂയയുടെയും നീരസത്തിന്റെയും* വികാസത്തിലേക്ക് ഇത് വഴി വെയ്ക്കുന്നു.

അസൂയയും നീരസവും, മറ്റുള്ളവരെ ലക്ഷ്യം വെച്ചുള്ളതാണെങ്കിലും യഥാർത്ഥത്തിൽ അത്തരം തോന്നലുകൾ അനുഭവിയ്ക്കുന്ന വ്യക്തിയുടെ അപര്യാപ്തതയുടെയും അപകർഷതയുടെയും ആഴത്തിലുള്ള വികാരങ്ങളിൽ നിന്നാണ് ഉണ്ടാകുന്നത്. അസൂയയും നീരസവും ഒന്നിച്ച് ഇരട്ടക്കുട്ടികളെപ്പോലെ ചുറ്റിക്കറങ്ങുന്നതായി കാണുന്നു. അവർ പരസ്പരം പോഷിപ്പിയ്ക്കുകയും ശക്തിപ്പെടുത്തുകയും ചെയ്യുന്നു.

ഏഴ് മാരകമായ പാപങ്ങളിൽ ഏറ്റവും മോശമായത്

പ്രസ്തുത വികാരം കൊണ്ടുനടക്കുന്ന വ്യക്തിയ്ക്ക് പ്രതിഫലം ലഭിയ്ക്കാത്ത, “ഏഴ് മാരകമായ പാപങ്ങളിൽ” ഒന്നാണ് അസൂയ. ആർക്കും മറ്റൊരു വ്യക്തിയോട് ഉള്ളിൽ കഠിനമായി ദേഷ്യം തോന്നുന്ന രീതിയിലോ, തെരുവുകളിൽ അതിന്റെ പ്രകടനം നടത്തുന്ന വിധത്തിലോ അസൂയപ്പെടാം. പക്ഷേ അത് ലക്ഷ്യത്തെ ബാധിയ്ക്കുന്നതേ ഇല്ലെന്നു മാത്രമല്ല, അസൂയയുള്ള വ്യക്തിയ്ക്ക് അത് പ്രയോജനമോ സന്തോഷമോ നൽകുന്നുമില്ല.

സാധാരണയായി, ഒരു വ്യക്തി മാതാപിതാക്കളിൽ നിന്നോ മറ്റുള്ളവരിൽ നിന്നോ അസൂയ പഠിയ്ക്കുന്നത് കൂടുതൽ വിജയിച്ചവരോ സന്തോഷിയ്ക്കുന്നവരോ ആയ മറ്റ് ആളുകൾ അടിസ്ഥാനപരമായി മോശമോ സത്യസന്ധത ഇല്ലാത്തവരോ ആണെന്ന് തുടർച്ചയായി പറയുന്നതിന്റെ ഫലമായിട്ടാണ്. കഷ്ടം! ചിലർക്ക് ആരോഗ്യമുള്ളതു കൊണ്ട് മറ്റ ചിലർ രോഗികളാകുന്നുവെന്ന് പറയുന്നത് പോലെയാണിത്.

നമ്മുടെ സമൂഹത്തിൽ അസൂയയാണ് ദേശീയമായും അന്തർ ദേശീയമായും ഏറ്റവും സാമൂഹികവും രാഷ്ട്രീയവുമായ നയങ്ങളെ നയിക്കുന്നത്. അസൂയ എപ്പോഴും ബാഹ്യമായി മറ്റുള്ളവരിലേക്ക്, അസൂയ അനുഭവിയ്ക്കുന്ന വ്യക്തിയേക്കാൾ നന്നായി പ്രവർത്തിയ്ക്കുന്ന "ശത്രു"വിലേയ്ക്ക് നയിക്കപ്പെടുന്നു. ഈ ആളുകളെയാണ് സാധാരണ യായി "സമ്പന്നർ" എന്നു വിളിയ്ക്കുന്നത്.

നിർവ്വചനം അനുസരിച്ച് വിജയിച്ച ആളുകൾ മോശമാണെന്നിരിയ്ക്കെ, അവരെ താഴെയിറക്കുകയോ ഏതെങ്കിലും വിധത്തിൽ ശിക്ഷിയ്ക്കുകയോ ചെയ്യണം. അസൂയയെക്കുറിച്ചുള്ള ദൗർഭാഗ്യകരമായ കാര്യം അതിനെ ഒരിയ്ക്കലും തൃപ്തിപ്പെടുത്താൻ കഴിയില്ല എന്നതാണ്. എന്തെങ്കിലുമുണ്ടെങ്കിൽ അസൂയ വളരുകയും കാലക്രമേണ മോശമാവുകയും ചെയ്യും. മാത്രമല്ല പ്രസ്തുത വികാരം ഉന്നംവെച്ച വ്യക്തിയ്ക്കോ സംഘത്തിനോ ഉള്ളതിനേക്കാൾ വളരെയേറെ നാശനഷ്ടം ആ വികാരത്തിന്റെ ഉടമയ്ക്ക് അത് വരുത്തുന്നു.

പ്രശംസയും അസൂയയും

മറ്റൊരാൾ നേടിയെടുത്തതോ കൈവരിച്ചതോ ആയ ഒരു കാര്യത്തെ വിസ്മയത്തോടെ കാണുന്നത് അസൂയയ്ക്ക് തുല്യമാകുന്നില്ല. മറ്റുള്ളവരുടെ പക്കലുള്ള കാര്യങ്ങൾ ആഗ്രഹിയ്ക്കുന്നത് നല്ലതാണ്, കാരണം അത് കൂടുതൽ കഠിനാദ്ധ്വാനം ചെയ്യാനും ചെയ്യുന്ന കാര്യങ്ങളിൽ മികച്ചവരാകാനും നിങ്ങളെ സഹായിക്കുന്നു. മികച്ച വിജയത്തിനും നേട്ടത്തിനുമുള്ള ആഗ്രഹം നിങ്ങളിൽ നിന്ന് ഏറ്റവും നല്ലത് പുറത്തു കൊണ്ടുവരുന്നു. മാനസിക ആകർഷണ നിയമം കാരണം, മറ്റുള്ളവരുടെ വിജയത്തെയും നേട്ടങ്ങളെയും അഭിനന്ദിയ്ക്കുക എന്നതാണ് നിങ്ങൾക്ക് ഏർപ്പെടാൻ കഴിയുന്ന ഏറ്റവും മെച്ചപ്പെട്ട സമ്പ്രദായങ്ങളിലൊന്ന്. ഇത് നിങ്ങളുടെ ജീവിതാവസരങ്ങളെ വിജയകരമാക്കാനും നേട്ടങ്ങൾ കൈവരിയ്ക്കാനുമുള്ള അവസരങ്ങളിലേയ്ക്ക് ആകർഷിയ്ക്കുന്ന ഊർജ്ജത്തിന്റെ ഒരു ഗുണബലമേഖല സജ്ജമാക്കുന്നു.

വികർഷണത്തിന്റെ മാനസിക നിയമത്താൽ, നിങ്ങൾക്ക് ചെയ്യാൻ കഴിയുന്ന ഏറ്റവും മോശമായ കാര്യങ്ങളിലൊന്ന് മറ്റുള്ള വരോട് അസൂയപ്പെടുകയോ നീരസപ്പെടുകയോ ചെയ്യുക എന്ന താണ്. അങ്ങനെ ചെയ്യുമ്പോൾ, സ്വന്തം ജീവിതത്തിൽ നിന്ന് വിജയത്തെയും സന്തോഷത്തെയും അകറ്റുകയും പിന്തിരിപ്പിക്കുകയും ചെയ്യുന്ന നിഷേധാത്മകമായ ഊർജ്ജത്തിന്റെ ഒരു ശക്തിമണ്ഡലം നിങ്ങൾ സജ്ജമാക്കുന്നു. ഈ അടിസ്ഥാന ആശയത്തിന്റെ തെറ്റി ദ്ധാരണയാണ് നിരവധി ആളുകളുടെ ജീവിതത്തിൽ നിരാശയ്ക്കും പരാജയത്തിനും അസന്തുഷ്ടിയ്ക്കും പ്രധാന കാരണമാകുന്നത്. മറ്റുള്ളവരെക്കുറിച്ചുള്ള അവരുടെ നിഷേധാത്മകചിന്തയാൽ അവർ യഥാർത്ഥത്തിൽ തങ്ങളെത്തന്നെ നശിപ്പിക്കുകയാണ്.

നീരസപ്പെടുന്നത് നിങ്ങളെ ഉള്ളിൽ തിന്നുകൊണ്ടിരിക്കുന്നു

അസൂയയുടെ ഇരട്ട സഹോദരിയാണ് *നീരസം*. തങ്ങളേക്കാൾ മെച്ചപ്പെട്ട സാഹചര്യങ്ങൾ മറ്റൊരാൾ നേടിയെന്നോ ആസ്വദിക്കുന്നു വെന്നോ ആളുകൾക്ക് തോന്നുമ്പോഴും നീരസം ഉയർന്നു വരുന്നു. ചില രാഷ്ട്രീയ തത്വചിന്തകൾക്ക്, പാർട്ടി നേതാക്കളുടെയും അനു ഭാവികളുടെയും രാഷ്ട്രീയ നയങ്ങളെയോ വേദിയെയോ ന്യായീകരി യ്ക്കാൻ, അസൂയപ്പെടാനും നീരസപ്പെടാനും കഴിയുന്ന ഒരു *ശത്രുവിനെ* ആവശ്യമുണ്ട്. മറ്റുള്ളവർ പറയുന്നത് കേട്ട് നീരസത്തിന്റെ ചുഴിമണ ലിൽ പെട്ടു പോകാൻ നിങ്ങൾ സ്വയം അനുവദിക്കരുത്.

അസൂയയുടെയും നീരസത്തിന്റെയും നിഷേധാത്മക വികാര ങ്ങൾ ഇല്ലാതാക്കുന്നതിനുള്ള താക്കോൽ *നിങ്ങൾക്കായി നിങ്ങൾ ആഗ്രഹിക്കുന്നത് മറ്റുള്ളവർക്കായും എപ്പോഴും ആഗ്രഹിക്കുക* എന്ന താണ്. ഏതെങ്കിലും വിധത്തിൽ ആളുകൾ നിങ്ങളേക്കാൾ നന്നായി പ്രവർത്തിക്കുന്നു എങ്കിൽ അവർക്ക് ആശംസകൾ നേരുകയും അവരുടെ വിജയത്തെ അഭിനന്ദിക്കുകയും ചെയ്യുക. അതേ നിലവാര ത്തിലുള്ള നേട്ടം കൈവരിക്കാൻ അവരെ അനുകരിക്കാൻ നിങ്ങൾക്ക് എന്തു ചെയ്യാനാകുമെന്ന് ചിന്തിക്കുക. ഈ രീതിയിൽ, മറ്റുള്ളവരിൽ നിങ്ങൾ അഭിനന്ദിക്കുന്ന അതേ വിജയങ്ങൾ നേടുന്നതിന് നിങ്ങളുടെ ജീവിതത്തിലേയ്ക്ക് ആശയങ്ങളെയും ആളുകളെയും വിഭവങ്ങളെയും ആകർഷിക്കുന്ന പോസിറ്റീവ് എനർജിയുടെ ഒരു ശക്തിമണ്ഡലം നിങ്ങൾ സജ്ജമാക്കുന്നു.

ഇപ്പോൾ ഇത് ചെയ്യുക

നിങ്ങൾ സമ്പന്നനും വിജയിയും ശക്തനും ജനപ്രിയനുമാണെന്ന് സങ്കൽപ്പിയ്ക്കുക. നിങ്ങളുടെ എല്ലാ ലക്ഷ്യങ്ങളും നേടിയെന്നും ഇപ്പോൾ നിങ്ങൾ സാമ്പത്തികമായി സ്വതന്ത്രനായിരിക്കുന്നുവെന്നുമുള്ള വ്യക്തമായ മാനസിക ചിത്രം സൃഷ്ടിയ്ക്കുക.

11

വേദന തന്ന ആ തവളകളെ വിട്ടയക്കക

നിങ്ങൾക്ക് കഴിയുന്നത്ര സമയം സന്തോഷത്തോടെയും ആനന്ദത്തോടെയും വൈകാരികമായി സ്വതന്ത്രനായി ഇരിയ്ക്കുക എന്നതാണ് ജീവിതത്തിലെ ലക്ഷ്യം. അതിനാൽ ലെഡ് ഭാരം പോലെ നിങ്ങളെ തടഞ്ഞു നിർത്തുകയും സാധ്യമായതെല്ലാം നേടുന്നതിൽ നിന്ന് നിങ്ങളെ തടയുകയും ചെയ്യുന്ന പഴയ ബാഗുകളും നിഷേധാത്മകതയും നിങ്ങൾ ഒഴിവാക്കണം.

ഒരുപക്ഷേ വിജയത്തിന്റെയും സന്തോഷത്തിന്റെയും ഏറ്റവും പ്രധാനപ്പെട്ട തത്വം ക്ഷമയുടെ നിയമത്തിലാണ് അടങ്ങിയിരിക്കുന്നത്. ഏത് നിഷേധാത്മക ഭൂതകാല അനഭവങ്ങളോടും സ്വതന്ത്രമായി ക്ഷമിയ്ക്കുവാനും മറക്കുവാനും ഉപേക്ഷിയ്ക്കുവാനും സാധിയ്ക്കുന്ന അളവിലുള്ള മാനസിക ആരോഗ്യം നിങ്ങൾക്കുണ്ടെന്ന് അത് പറയുന്നു. അസന്തുഷ്ടമായ അനഭവങ്ങളിൽ നിന്ന് നിങ്ങൾക്ക് വിലപ്പെട്ട പാഠങ്ങൾ പഠിയ്ക്കാൻ കഴിയില്ലെന്ന് ഇതിന് അർത്ഥമില്ല. എന്നാൽ നിങ്ങൾ ഗോതമ്പിനെ പതിരിൽ നിന്ന് വേർതിരിയ്ക്കേണ്ടിയിരിക്കുന്നു. പഠിയ്ക്കുന്ന

> നാം കടന്നുപോകുന്ന ഓരോ അനഭവവും ആത്യന്തികമായി നമ്മുടെ നന്മയ്ക്കായി പ്രവർത്തിയ്ക്കുന്നു. ഇത് സ്വീകരിയ്ക്കേണ്ടതായ ശരിയായ മനോഭാവമാണ്. ആ വെളിച്ചത്തിൽ അതിനെ നാം ആത്യന്തികമായി കാണേണ്ടതുണ്ട്.
>
> **റെമോണ്ട് ഹോളിവെൽ**

പാഠങ്ങളെ ഹൃദയത്തിലേക്ക് എടുക്കുകയും ബാക്കിയുള്ളവ വിടുകയും ചെയ്യുക. ജോൺ എഫ്. കെന്നഡി ഒരിക്കൽ പറഞ്ഞു, "നിങ്ങളുടെ ശത്രുക്കളോട് ക്ഷമിയ്ക്കുക, പക്ഷേ അവരുടെ പേരുകൾ ഒരിയ്ക്കലും മറക്കരുത്."

മിക്കവാറും എല്ലാ മഹത്തായ മതങ്ങളും ആന്തരിക സമാധാനത്തിന്റെ താക്കോലായി ക്ഷമയുടെ പ്രാധാന്യത്തെ പഠിപ്പിയ്ക്കുന്നു. ക്ഷമിയ്ക്കുവാൻ കഴിയുന്നില്ലെങ്കിൽ നിങ്ങൾ സന്തോഷത്തിന്റെയും സംതൃപ്തിയുടെയും താഴ്ന്ന തലത്തിൽ കുടുങ്ങിപ്പോകും. മുൻപുണ്ടായിരുന്ന ഒരു വേദന ഉപേക്ഷിയ്ക്കാനുള്ള മനസ്സില്ലായ്മയാലോ വിസമ്മതത്താലോ നിങ്ങൾ വർഷാവർഷം പിറകോട്ട് പോയിക്കൊണ്ടിരിക്കും.

പകരം വെയ്ക്കലിന്റെ നിയമമനുസരിച്ച്, നിങ്ങളെ ഇപ്പോഴും അസന്തുഷ്ടനാക്കുന്ന കോപത്തിന്റെയോ വേദനയുടെയോ ഏതെങ്കിലും ചിന്തയ്ക്ക് പകരമായി മനസ്സിനെ സ്വതന്ത്രമാക്കുന്ന ക്ഷമയെക്കുറിച്ചുള്ള ഒരു ആലോചനയെക്കുറിച്ച് ചിന്തിയ്ക്കാൻ നിങ്ങൾക്ക് മനഃപൂർവ്വം തീരുമാനിയ്ക്കാം.

നിങ്ങളുടെ തലച്ചോറിലെ രണ്ട് സംവിധാനങ്ങൾ

എന്നാൽ അപ്രതീക്ഷിതമായ ഒരു കാര്യം ഇതാണ്: തലച്ചോറിൽ നിങ്ങൾക്ക് ഒരു വിജയ സംവിധാനവും പരാജയ സംവിധാനവും ഉണ്ട്. സ്വയവും മറ്റുള്ളവരെക്കുറിച്ചും ഗുണപരവും സ്നേഹസമ്പന്നവും ക്ഷമിയ്ക്കുന്നതുമായ കാര്യങ്ങൾ ചിന്തിയ്ക്കുകയും നിങ്ങളുടെ ലക്ഷ്യങ്ങളിൽ ശ്രദ്ധ കേന്ദ്രീകരിയ്ക്കുകയും ചെയ്യുമ്പോൾ വിജയ സംവിധാനം സജീവമാകുന്നു. ഈ പോസിറ്റീവ് ചിന്തകൾക്ക് നിങ്ങളുടെ ഭാഗത്തുനിന്ന് ബോധപൂർവ്വവും സ്ഥിരവും മനഃപൂർവ്വവുമായ ശ്രമം ആവശ്യമാണ്. അവ ആകസ്മികമായിട്ടല്ല, *തിരഞ്ഞെടുപ്പിലൂടെയാണ്* സംഭവിയ്ക്കുന്നത്.

നിങ്ങൾ ആഗ്രഹിയ്ക്കുന്നതിനെക്കുറിച്ച് ചിന്തിയ്ക്കുന്നത് നിർത്തുമ്പോൾ, നിർഭാഗ്യവശാൽ നിങ്ങളുടെ പരാജയസംവിധാനം യാന്ത്രികമായി പ്രവർത്തിയ്ക്കുന്നു. സന്തോഷിപ്പിയ്ക്കുന്ന ചിന്തകൾ നിങ്ങൾ *മനഃപൂർവ്വം* തിരഞ്ഞെടുക്കുന്നില്ലെങ്കിൽ, മനസ്സ് നിങ്ങളെ അസന്തുഷ്ടമാക്കുന്ന നിഷേധാത്മക ചിന്തകളിലേക്ക് മാറ്റും.

ഭാഗ്യവശാൽ, ശീലത്തിന്റെ നിയമമനുസരിച്ച്, മനസ്സിനെ പോസിറ്റീവ് ചിന്തകളിൽ നിലനിർത്താൻ സ്വയം ശിക്ഷണം നൽകിയാൽ, ഇത് ഒടുവിൽ ഒരു യാന്ത്രിക ചിന്താരീതിയായി മാറുന്നു. പോസിറ്റീവ് ചിന്ത ഒരു ശീലമാകുമ്പോൾ അവനവനെയും

ജീവിതത്തെയും കുറിച്ച് നിങ്ങൾക്ക് ശുഭാപ്തി വിശ്വാസം തോന്നാൻ തുടങ്ങും.

ഇപ്പോൾ ഇത് ചെയ്യുക

ഒരു ദിവസത്തേയ്ക്ക് ഒരു ചെറിയ നോട്ട് ബുക്ക് കൂടെ കരുതുക. ഓരോ തവണയും ഒരു നെഗറ്റീവ് കാര്യത്തെക്കുറിച്ച് ചിന്തിയ്ക്കുമ്പോഴും, നിർത്തിയിട്ട്, പകരം ഒരു പോസിറ്റീവ് ചിന്തയോടെ അത് റദ്ദാക്കാൻ തീരുമാനിയ്ക്കുകയും നിങ്ങളുടെ പ്രവർത്തനത്തെക്കുറിച്ച് ഒരു കുറിപ്പ് ഉണ്ടാക്കുകയും ചെയ്യുക. എത്ര തവണ നിങ്ങൾക്ക് ഇങ്ങനെ ചെയ്യേണ്ടി വരുന്നുവെന്ന് നിരീക്ഷിയ്ക്കുകയും നിങ്ങൾ നെഗറ്റീവ് ചിന്തകൾ നൽകാതിരിയ്ക്കുമ്പോൾ ഉണ്ടാകുന്ന വികാര ങ്ങളെ ശ്രദ്ധിയ്ക്കുകയും ചെയ്യുക.

നിരാശയിൽ നിന്നോ സംഭവിയ്ക്കാവുന്ന വൈകാരിക വേദന യിൽ നിന്നോ തങ്ങളെത്തന്നെ സംരക്ഷിയ്ക്കുന്നതിനുള്ള ഒരു മാർഗ്ഗ മായി പലരും അവരുടെ നെഗറ്റീവ് ചിന്തകളെ സ്വയമേവ പോഷിപ്പി യ്ക്കുന്നു. ഇത് അനുഭവത്തിൽ നിന്ന് പഠിച്ചെടുക്കുന്ന ഒരു പെരുമാറ്റ മാണ്. ഭാഗ്യവശാൽ പ്രതികരണങ്ങളിൽ മാറ്റം വരുത്താൻ ബോധ പൂർവ്വമായ ശ്രമം നടത്തിയാൽ, നിങ്ങൾ പഠിച്ചവ തിരുത്താ വുന്നതാണ്.

വിട്ടയക്കേണ്ടതിന്റെ ആവശ്യകത

നമ്മൾ നേരത്തേ പറഞ്ഞതു പോലെ, ഇന്ന് ആളുകൾ അസന്തുഷ്ട രായിരിയ്ക്കുന്നതിന്റെ പ്രധാനകാരണം, മറ്റൊരു വ്യക്തി ചെയ്തുവെന്ന് അവർക്ക് തോന്നുന്ന ഒരു തെറ്റിനോ തങ്ങളുടെമേൽ അയാൾ കാരണം വന്നുപതിച്ച ശരിയല്ലാത്ത ഒരു കാര്യത്തിനോ അവരോട് ക്ഷമിച്ചിട്ടില്ലാത്തതു കൊണ്ടാണ്.

ക്ഷമ പരിശീലിയ്ക്കുവാനുള്ള തീരുമാനം ഒരു കുട്ടിയിൽ നിന്ന് മുതിർന്നവരിലേയ്ക്ക് മാറുന്നതിന് അത്യന്താപേക്ഷിതമാണ്. ക്ഷമിയ്ക്കുമ്പോൾ നിങ്ങൾ നിഷേധാത്മക വികാരങ്ങളിൽ നിന്നും കുറ്റബോധത്തിൽ നിന്നും സ്വയവും മറ്റുള്ളവരെയും മോചിപ്പിയ്ക്കുന്നു. നിങ്ങൾ ഭൂതകാലത്തിന്റെ ഭാരത്തിൽ നിന്ന് മുക്തി നേടുകയും ഭാവിയുടെ സാക്ഷാത്ക്കാരത്തിലേയ്ക്ക് നിങ്ങളുടെ കഴിവുകൾ അഴിച്ചുവിടുകയും ചെയ്യുന്നു.

ആന്തരികസമാധാനത്തിന്റെയും സന്തോഷത്തിന്റെയും ആനന്ദത്തിന്റെയും താക്കോൽ ക്ഷമിയ്ക്കുക എന്നതാണ്. പൂർണ്ണമായി പ്രവർത്തിയ്ക്കുന്ന ഒരു വ്യക്തിയായി നിങ്ങൾ എത്രത്തോളം വികസിച്ചു എന്നതിന്റെ അടയാളമാണ് മറ്റുള്ളവരോട് സ്വതന്ത്രമായി ക്ഷമിയ്ക്കുവാനുള്ള നിങ്ങളുടെ കഴിവ്.

യുഗങ്ങളിലേയ്ക്കും വെച്ച് ഏറ്റവും മഹത്തായ ആത്മാക്കൾ ഒരു കാരണവശാലും ആരോടും ശത്രുത പുലർത്താത്ത നിലയിലേയ്ക്ക് സ്വയം വികസിച്ചവരാണ്. നിങ്ങളുടെ ലക്ഷ്യവും അതു തന്നെ ആയിരിക്കണം.

മാപ്പു കൊടുക്കൽ പൂർണ്ണമായും വ്യക്തിപരമാണ്

മറ്റൊരു വ്യക്തിയോട് ക്ഷമിയ്ക്കുന്നത് അയാളുടെ പെരുമാറ്റത്തെ *അംഗീകരിയ്ക്കുന്നതിനോ* അവന്റെ ദയയില്ലാത്തതോ ക്രൂരമോ ആയ പ്രവൃത്തിയെ ശരിവെയ്ക്കുന്നതിനോ തുല്യമാണെന്ന് ചിലർ കരുതുന്നു. ക്ഷമിയ്ക്കുന്നതിലൂടെ, തങ്ങൾക്ക് ഹാനികരമോ ഉപദ്രവകരമോ ആയ എന്തെങ്കിലും ചെയ്തുവെന്നോ പറഞ്ഞുവെന്നോ വ്യക്തമായിരുന്നിട്ടും അവനെ വെറുതെ വിടുകയാണെന്ന് അവർ കരുതുന്നു.

എന്നാൽ പ്രധാന കാര്യം ഇതാണ് : ക്ഷമയ്ക്ക് അപ്പുറത്തുള്ള വ്യക്തിയുമായി യാതൊരു ബന്ധവുമില്ല. മാപ്പു നൽകൽ നിങ്ങളുമായി മാത്രം ബന്ധപ്പെട്ടിരിയ്ക്കുന്നു. അത് തികച്ചും *സ്വാർത്ഥമായ* ഒരു പ്രവൃത്തിയാണ്. മറ്റൊരാളോട് ക്ഷമിയ്ക്കുന്നതിലൂടെ നിങ്ങൾ അയാളെ സ്വതന്ത്രനാക്കുന്നില്ല, മറിച്ച് സ്വയം സ്വതന്ത്രനാകുന്നു.

ക്ഷമിയ്ക്കുവാനുള്ള നിങ്ങളുടെ വിസമ്മതം മറ്റേ വ്യക്തിയെ ബാധിയ്ക്കുകയേ ഇല്ല. തുടർച്ചയായ കോപം നിങ്ങളെത്തന്നെയാണ് അസന്തുഷ്ടനും വിഷാദിയുമാക്കുന്നത്. സത്യത്തിൽ നിങ്ങൾ ഇപ്പോഴും കാലുഷ്യപ്പെട്ട് ഇരിയ്ക്കുന്ന വ്യക്തി, ഇപ്പോഴും നിങ്ങൾ അയാളെക്കുറിച്ച് ചിന്തിച്ച് ആകുലപ്പെടുന്നുവെന്ന് കേൾക്കുമ്പോൾ, ഒരുപക്ഷേ സന്തോഷിച്ചുവെന്നിരിയ്ക്കും. നിങ്ങൾ അത് ആഗ്രഹിയ്ക്കുന്നുണ്ടോ?

നിങ്ങളുടെ ജീവിതത്തിലെ ഏറ്റവും വലിയ പ്രശ്നങ്ങൾ

ജീവിതത്തിലെ പ്രശ്നങ്ങളിൽ 85 ശതമാനവും വരുന്നത് മറ്റുള്ളവരുമായുള്ള നമ്മുടെ ബന്ധത്തിൽ നിന്നാണെന്ന് പറയപ്പെടുന്നു. നിങ്ങളുടെ മിക്കവാറും എല്ലാ നിഷേധാത്മക വികാരങ്ങളും,

പ്രത്യേകിച്ച് കോപവും കുറ്റബോധവും മറ്റൊരു വ്യക്തിയുമായോ അനേകം വ്യക്തികളുമായോ ബന്ധപ്പെട്ടാണിരിക്കുന്നത്. "ഇന്നത്തെ നിങ്ങളുടെ ഏറ്റവും വലിയ പ്രശ്നം, ആകുലത അല്ലെങ്കിൽ ആധി എന്താണ്?" എന്ന് ആളുകളോട് ചോദിക്കുമ്പോൾ, അവരുടെ ഉത്തരങ്ങൾ മിക്കവാറും മറ്റുള്ളവരെക്കുറിച്ച് ആണ്—അവർ എന്താണ് ചെയ്തത് അല്ലെങ്കിൽ ഇപ്പോൾ എന്ത് ചെയ്യുന്നു എന്നത്.

ജിം ന്യൂമാൻ PACE എന്ന പേരിൽ (Personal And Corporate Effectiveness) വ്യക്തിവികാസത്തിനും ഫലപ്രാപ്തിക്കുമായി ഒരു ത്രിദിന സെമിനാർ നടത്തുമായിരുന്നു. സന്തോഷത്തിന്റെയോ അസന്തുഷ്ടിയുടെയോ ഓർമ്മകൾ ഉണർത്തുന്ന പച്ചയോ ചുവപ്പോ ബട്ടണുകളുടെ ശ്രേണികൾ നമ്മുടെയൊക്കെ നെഞ്ചിലുണ്ടെന്ന് അദ്ദേഹം വിശദീകരിച്ചു. ശീലമനുസരിച്ച്, പച്ച ബട്ടൺ അമർത്തുമ്പോളെല്ലാം നിങ്ങൾ പുഞ്ചിരിക്കുകയും സന്തോഷിക്കുകയും ചെയ്യുന്നു. ചുവന്ന ബട്ടൺ അമർത്തുമ്പോഴെല്ലാം തന്നെ കോപാകുലനാവുകയും പ്രഹരിക്കാൻ ആഗ്രഹിക്കുകയും ചെയ്യുന്നു.

പച്ച ബട്ടൺ സന്തോഷകരമായ ഓർമ്മകളുമായും ജീവിതപങ്കാളിയെയും കുട്ടികളെയും പോലെ നിങ്ങൾ സ്നേഹിക്കുകയും ആസ്വദിക്കുകയും ചെയ്യുന്ന ആളുകളുമായുള്ള സഹവാസവുമായും ബന്ധപ്പെട്ടിരിക്കുന്നു. നിങ്ങളെ വേദനിപ്പിച്ച ആളുകളുടെ പേരുകൾ പരാമർശിക്കുമ്പോൾ തന്നെ സ്വാഭാവികമായി ദേഷ്യം തോന്നുന്നവരുടെയും ഓർമ്മകളിലേക്ക് ചുവന്ന ബട്ടണുകൾ ഘടിപ്പിച്ചിരിക്കുന്നു.

പ്രീപ്രോഗ്രാമിങ്ങ് വഴി നിങ്ങളുടെ ബട്ടണുകൾ വിദ്യുത്ക്രമീകരിക്കുക

റെഡ് ബട്ടണുകളിലൊന്ന് അമർന്നു പോകുമ്പോഴെല്ലാം നിഷേധാത്മകമായിട്ടുള്ളതിനേക്കാൾ ഗുണപരമായി ചിന്തിക്കാൻ *പ്രീപ്രോഗ്രാം* ചെയ്തുകൊണ്ട് ഈ ബട്ടണുകൾ വിദ്യുത് ക്രമീകരിക്കുക എന്നതാണ് നിങ്ങളുടെ വികാരങ്ങളുടെ പൂർണ്ണനിയന്ത്രണത്തിനായുള്ള താക്കോലായി ജിം പഠിപ്പിച്ചത്.

നിങ്ങളുടെ വികാരങ്ങൾ അവിശ്വസനീയമായ വേഗതയിൽ പ്രവർത്തിക്കുന്നതിനാൽ, അവ ഒരു നെഗറ്റീവ് ഓർമ്മയാൽ പ്രചോദിപ്പിക്കപ്പെടുന്ന നിമിഷത്തിൽ നിങ്ങൾക്ക് അവയുടെ നിയന്ത്രണം നേടാൻ കഴിയില്ല. അത് മുൻകൂട്ടി പദ്ധതിപ്പെടുത്തണം. "ആ വ്യക്തിയെക്കുറിച്ച് ചിന്തിക്കുമ്പോഴെല്ലാം ഞാൻ അനുഗ്രഹിക്കു

കയും ക്ഷമിയ്ക്കുകയും വിട്ടയക്കുകയും ചെയ്യും" എന്ന് പറഞ്ഞുകൊണ്ടാണ് നിങ്ങൾ ഇത് ചെയ്യേണ്ടത്.

ക്ഷമയുടെ താക്കോൽ "ദൈവം അവനെ അനുഗ്രഹിയ്ക്കട്ടെ, ഞാൻ അവനോട് ക്ഷമിയ്ക്കുകയും നന്മ നൽകുകയും ചെയ്യുന്നു" അല്ലെങ്കിൽ "ദൈവം അവളെ അനുഗ്രഹിയ്ക്കട്ടെ, ഞാൻ അവളോട് ക്ഷമിയ്ക്കുകയും ആശംസകൾ നേരുകയും ചെയ്യുന്നു" എന്ന ലളിതമായ പ്രസ്താവനയാണെന്ന് ഞങ്ങൾ കണ്ടെത്തിയിട്ടുണ്ട്.

ഒരു വ്യക്തിയ്ക്ക് വേണ്ടി പ്രാർത്ഥിയ്ക്കുമ്പോഴും ആശംസകൾ നേരുമ്പോഴും അയാളോട് ദേഷ്യപ്പെടാൻ കഴിയില്ല. നിങ്ങൾ ഈ വാക്കുകൾ പിന്നെയും പിന്നെയും ആവർത്തിയ്ക്കുമ്പോൾ യഥാർത്ഥത്തിൽ നിങ്ങളുടെ വികാരങ്ങളെ പുനഃക്രമീകരിക്കുകയാണ്. ചുരുങ്ങിയ സമയത്തിനുള്ളിൽ, ആ വ്യക്തിയുമായി ബന്ധപ്പെട്ട നിങ്ങളുടെ നെഗറ്റീവ് വികാരങ്ങൾ അവസാനിയ്ക്കും. മുൻപ് ചിന്തയോ ചിത്രമോ ദേഷ്യം പിടിപ്പിച്ചിരുന്നുവെങ്കിൽ, ഇപ്പോൾ നിങ്ങളുടെ പ്രതികരണം പൂർണ്ണമായും നിഷ്പക്ഷമാണ്. നിങ്ങൾക്ക് ഒന്നും തന്നെ തോന്നുന്നില്ല.

അതിനുശേഷം, ആ വ്യക്തിയുടെ പേരോ ചിത്രമോ പ്രത്യക്ഷപ്പെടുമ്പോഴെല്ലാം "ദൈവം അവനെ അനുഗ്രഹിയ്ക്കട്ടെ; ഞാൻ അവനോട് ക്ഷമിയ്ക്കുകയും അയാൾക്ക് നല്ലത് ആശംസിയ്ക്കുകയും ചെയ്യുന്നു" എന്ന് പറയുക. അങ്ങനെ ചെയ്യുമ്പോൾ സാധ്യമായ അത്ഭുതകരമായ ജീവിതം നയിക്കാൻ നിങ്ങൾ സ്വയം സ്വതന്ത്രനാകും.

മാപ്പു നൽകലിന്റെ കല

മാപ്പു കൊടുക്കലിന്റെ കലയാണ് നിങ്ങളുടെ ഭാവിയുടെ താക്കോൽ. ഇനി മുതൽ നിങ്ങളെ ഇപ്പോഴും അസന്തുഷ്ടനാക്കുന്ന ഒരാളെക്കുറിച്ച് ചിന്തിയ്ക്കുമ്പോൾ മാപ്പു കൊടുക്കാനും വിട്ടയക്കാനുമുള്ള കാരണങ്ങളെക്കുറിച്ച് ചിന്തിയ്ക്കാൻ നിങ്ങളുടെ അത്ഭുതകരമായ ബുദ്ധി ഉപയോഗിയ്ക്കുക. നിങ്ങളെ വേദനിപ്പിയ്ക്കാൻ ആ വ്യക്തി ചെയ്ത ദയയില്ലാത്ത കാര്യങ്ങളെക്കുറിച്ച് സ്വയം ഓർമ്മിപ്പിക്കുന്നതിനു പകരം നിങ്ങൾ അനുഗ്രഹിയ്ക്കുകയും ക്ഷമിയ്ക്കുകയും വിട്ടയക്കുകയും ചെയ്യുക. താമസിയാതെ ഇത് ഒരു ശീലമാവുകയും നിങ്ങളുടെ മുഴുവൻ വ്യക്തിത്വവും മികച്ചതായി മാറുകയും ചെയ്യുന്നു.

ഓർക്കുക, ഭൂതകാലത്തിൽ സംഭവിച്ചതും മാറ്റാൻ കഴിയാത്തതു

മായ ഒരു കാര്യത്തെക്കുറിച്ച് നിരന്തരം ദേഷ്യപ്പെടാൻ സ്വയം അനുവദിയ്ക്കുന്നതിന് നിങ്ങൾക്ക് ബുദ്ധിയുടെ ആവശ്യമില്ല. ഭൂതകാലത്തിൽ നിന്ന് അവനവനെ മോചിപ്പിയ്ക്കാനും അനുഗ്രഹിയ്ക്കാനും ക്ഷമിയ്ക്കാനും വിട്ടയയ്ക്കാനുമാണ് ഗണ്യമായ ബുദ്ധിയും വ്യക്തിത്വവും ആവശ്യമാകുന്നത്.

ഇപ്പോൾ ഇത് ചെയ്യുക

നിങ്ങൾ ഇപ്പോഴും ദേഷ്യപ്പെടുന്നവരും മുൻപ് നിങ്ങളെ വേദനിപ്പിച്ചതിന് നിങ്ങൾ ക്ഷമിച്ചിട്ടില്ലാത്തവരുമായ മൂന്നോ അഞ്ചോ ആളുകളുടെ പട്ടിക ഉണ്ടാക്കുക. ഇപ്പോൾ ഓരോ വ്യക്തിയുടെ കാര്യത്തിലും, സ്വയം പറയുക "ഇത് വിട്ടു കളയാൻ ഞാൻ തീരുമാനിയ്ക്കുകയും സംഭവിച്ചതിനെല്ലാം മാപ്പു നൽകുകയും ചെയ്യുന്നു." ഈ വാക്കുകൾ പറയുമ്പോൾ നിങ്ങൾക്ക് എത്രത്തോളം പോസിറ്റീവ് ആയി അനുഭവപ്പെടുന്നു എന്നു നോക്കുക.

മാപ്പു നൽകേണ്ട നാലു കൂട്ടം ആളുകൾ

ഞങ്ങളുടെ സെമിനാറുകളിൽ ക്ഷമയെക്കുറിച്ച് സംസാരിക്കുമ്പോൾ, ക്ഷമ ഒരു നല്ല നയമാണെന്ന് മിക്കവാറും എല്ലാവരും *സമ്മതിയ്ക്കാറുണ്ട്.* അവരെല്ലാവരും തലയാട്ടി, പുഞ്ചിരിച്ച്, തങ്ങളെ വേദനിപ്പിച്ച ആളുകളോട് ഭാവിയിൽ സ്വതന്ത്രമായി ക്ഷമിയ്ക്കാൻ പോവുകയാണെന്ന് പറയും. എന്നാൽ അവർ ക്ഷമിയ്ക്കേണ്ട നിർദ്ദിഷ്ട വ്യക്തികളിലേയ്ക്ക് വരുമ്പോൾ വൈകാരിക തടസ്സങ്ങൾ പ്രത്യക്ഷപ്പെടുന്നു.

നിങ്ങൾ യഥാർത്ഥത്തിൽ സന്തോഷവാനായിരിക്കണമെങ്കിൽ ക്ഷമിയ്ക്കാൻ പഠിയ്ക്കേണ്ട നാലു കൂട്ടം ആളുകളാണ് നിങ്ങളുടെ മാതാപിതാക്കൾ, അടുത്ത ബന്ധങ്ങൾ, മറ്റെല്ലാവരും പിന്നെ നിങ്ങളും.

നിങ്ങളുടെ മാതാപിതാക്കൾ

നിങ്ങൾ ആദ്യം ക്ഷമിയ്ക്കേണ്ടത് മാതാപിതാക്കളോടാണ്. പ്രായപൂർത്തിയായ പലരും അവരുടെ മാതാപിതാക്കളിൽ ഒരാൾ അവരോട് അല്ലെങ്കിൽ അവർക്കു വേണ്ടി ചെയ്തതോ ചെയ്യാത്തതോ ആയ ഒരു കാര്യത്തെക്കുറിച്ച് ഇപ്പോഴും ദേഷ്യത്തിലാണ്. തങ്ങളുടെ മാതാപിതാക്കൾ ഒരു നിശ്ചിത രീതിയിൽ പെരുമാറുമെന്ന് പ്രതീക്ഷിയ്ക്കുകയും അവർ വ്യത്യസ്തമായ നിലയിൽ പ്രവർത്തിയ്ക്കുകയുമാണ് ഉണ്ടായത്.

എത്ര നാൾ നിങ്ങൾ കോപിക്കും? ഒർലാണ്ടോയിൽ നടന്ന ഒരു സെമിനാറിൽ വെച്ച്, അതിൽ പങ്കെടുത്തവരിൽ ഒരാളായ ബില്ലിനൊപ്പം ബ്രയാൻ ഉച്ച ഭക്ഷണം കഴിച്ചിരുന്നു. ഇരുപത് വർഷത്തിലേറെ നീണ്ട ദാമ്പത്യത്തിന് ശേഷം വിവാഹമോചനം നേടിയ തന്റെ മുൻഭാര്യയെക്കുറിച്ച് ബിൽ ബ്രയാനോട് പറഞ്ഞു. അവൾ മുഴുവൻ സമയവും നിഷേധാത്മകതയും ദേഷ്യവും പരാതിയും പ്രകടിപ്പിച്ചിരുന്നു. അങ്ങനെയുള്ള ഒരാളുമായി ജീവിതകാലമാകെ ചെലവഴിക്കാൻ താൻ തയ്യാറല്ലെന്ന് ഒടുവിൽ അയാൾ തീരുമാനിക്കുകയായിരുന്നു.

കഴിഞ്ഞ ആഴ്ച തന്റെ മുൻഭാര്യയോടൊപ്പം ഉച്ചഭക്ഷണം കഴിച്ച കാര്യം ബിൽ പരാമർശിച്ചു. അവളുടെ നിഷേധാത്മകതയെക്കുറിച്ചും മറ്റുള്ളവരെ നിരന്തരം വിമർശിച്ചിരുന്നതിനെയും സ്വന്തം ജീവിതത്തെയും ജോലിയെയും കുറിച്ച് പരാതിപ്പെട്ടിരുന്നതിനെയും കുറിച്ച് തനിയ്ക്ക് ആശങ്കയുണ്ടായിരുന്നു എന്ന് അയാൾ അവരോട് പറഞ്ഞു.

ഇങ്ങനെ പറഞ്ഞു കൊണ്ട് അവർ പ്രതികരിച്ചു. "നോക്ക്.. കൗമാരക്കാരിയായിരുന്നപ്പോൾ എന്റെ അമ്മ എന്നോട് പെരുമാറിയിരുന്നതു പോലെ നിങ്ങളുടെ അമ്മ പെരുമാറിയിരുന്നെങ്കിൽ താങ്കളും നിഷേധാത്മകത ഉള്ള ആളായിരുന്നേനെ."

ബിൽ പറഞ്ഞു, "സൂസൻ, ഇരുപത്തിയഞ്ച് വർഷത്തിലേറെയായി നീ നിന്റെ അമ്മയുടെ കൂടെ ജീവിച്ചിട്ടില്ല. മുതിർന്ന ഒരാളെന്ന നിലയിൽ നിന്റെ പ്രശ്നങ്ങൾക്ക് എത്ര കാലമാണ് അവരെ ഒരു ഒഴിവുകഴിവായി ഉപയോഗിക്കാൻ പോകുന്നത്?"

ഇത് നിങ്ങൾക്കു കൂടിയുള്ള പ്രധാനപ്പെട്ട ഒരു ചോദ്യമാണ്. വിദൂര ഭൂതകാലത്തിൽ സംഭവിച്ച ഒരു കാര്യത്തെക്കുറിച്ച് നിങ്ങൾ എത്ര കാലത്തോളമാണ് ദേഷ്യത്തിൽ തുടരാൻ പോകുന്നത്?

കടിച്ചു തൂങ്ങുക വർഷങ്ങൾക്കു മുൻപ് നടന്ന ഒരു കാര്യത്തിന്റെ പേരിൽ ദേഷ്യപ്പെടുന്നതിൽ കടിച്ചു തൂങ്ങിക്കിടക്കുകയാണ് പലരും. ചിലപ്പോഴൊക്കെ മാതാപിതാക്കൾ മരിച്ച് വളരെക്കാലം കഴിഞ്ഞിട്ടും ആളുകൾ അവരോടുള്ള കോപത്തിൽ തുടരാറുണ്ട്. തത്ഫലമായി അവർ സ്വന്തം മനസ്സിൽ കുട്ടികളായി തന്നെ നിലനിൽക്കാറുണ്ട്. അവർ തങ്ങളെത്തന്നെ ഇരകളായി കാണുകയാണ്. അവർക്ക് ക്രോധവും നിരാശയും തോന്നുകയും പലപ്പോഴും സ്വന്തം ഇണകളുമായും കുട്ടികളുമായുമുള്ള ബന്ധം നശിപ്പിക്കുകയും ചെയ്യുന്നു.

നിങ്ങളുടെ മാതാപിതാക്കൾ ജീവിച്ചിരിയ്ക്കുന്നവരോ മരിച്ചവരോ ആയാലും ഒരേ നഗരത്തിലോ ദൂരെയോ ആയിരുന്നാലും വളർന്നു വരുമ്പോൾ നിങ്ങളെ വേദനിപ്പിച്ച, അല്ലെങ്കിൽ പറഞ്ഞ എല്ലാ കാര്യങ്ങൾക്കും നിങ്ങൾ സ്വതന്ത്രമായി ക്ഷമിയ്ക്കണം. നിങ്ങൾ പറയണം, "ദൈവം അവരെ അനുഗ്രഹിയ്ക്കട്ടെ; ഞാൻ അവരോട് ക്ഷമിയ്ക്കുകയും നന്മകൾ നേരുകയും ചെയ്യുന്നു."

അവർ അവരുടെ പരമാവധി ചെയ്തിട്ടുണ്ട് നിങ്ങളുടെ മാതാപിതാക്കൾ അവർ ആരാണെന്നതിന്റെയും അവർക്ക് എന്താണ് ഉള്ളത് എന്നതിന്റെയും അടിസ്ഥാനത്തിൽ നിങ്ങൾക്ക് ചെയ്തുതരാൻ കഴിയുന്നതിന്റെ ഏറ്റവും മികച്ചത് ചെയ്തിട്ടുണ്ട്. നൽകേണ്ടിയിരുന്ന എല്ലാ സ്നേഹവും അവർ നിങ്ങൾക്ക് നൽകി. നിങ്ങൾക്ക് ലഭിച്ചതിനേക്കാൾ കൂടുതൽ അവരുടെ പക്കൽ നൽകാൻ ഇല്ലായിരുന്നു.

അവർ സ്വന്തം ബാല്യകാലത്തിന്റെയും ശിക്ഷണത്തിന്റെയും ഉത്പന്നങ്ങളായിരുന്നു. (അവരുടെ മാതാപിതാക്കളാവട്ടെ, നിങ്ങളുടെ പ്രപിതാക്കളുടെ വളർത്തലിന്റെ ഉത്പന്നങ്ങളായിരുന്നു.) അവർ ചെയ്തതല്ലാതെ മറ്റൊന്നും അവർക്ക് ചെയ്യാൻ കഴിയുമായിരുന്നില്ല. നിങ്ങളെ വ്യത്യസ്തമായി വളർത്താൻ അവർക്ക് കഴിയുമായിരുന്നില്ല.

നിങ്ങൾ പൂർണ്ണരല്ല എന്നതുപോലെ നിങ്ങളുടെ മാതാപിതാക്കളും എല്ലാം തികഞ്ഞവരായിരുന്നില്ല. അവർക്ക് ഭയങ്ങളും സംശയങ്ങളും ഉണ്ടായിരുന്നു. അവർ തെറ്റുകൾ വരുത്തുകയും നിസ്സാരവും ദുഷിച്ചതും വിഡ്ഢിത്തം നിറഞ്ഞതും ക്രൂരവും ബുദ്ധിശൂന്യവുമായ കാര്യങ്ങൾ ചെയ്യുകയുമുണ്ടായി. അവർ നിങ്ങളെ ഏറ്റവും മികച്ച ഉദ്ദേശ്യത്തോടെ ഈ ലോകത്തേയ്ക്ക് കൊണ്ടു വരികയും അവർക്ക് അറിയാവുന്നതു വെച്ച് അവർക്കാവുന്നത് പോലെ പ്രവർത്തിയ്ക്കുകയും ചെയ്തു.

മാതാപിതാക്കൾ ചെയ്തതോ ചെയ്യാത്തതോ ആയ എന്തെങ്കിലും നിങ്ങളെ അലട്ടുമ്പോഴെല്ലാം, അവർ നിങ്ങളെ വേദനിപ്പിയ്ക്കുന്ന എന്തെങ്കിലും പറഞ്ഞുവെന്നോ ചെയ്തുവെന്നോ മാതാപിതാക്കൾക്ക് അറിയാമായിരുന്നു എങ്കിൽ അവർക്ക് അതിനെക്കുറിച്ച് ഭയങ്കരമായി അനുഭവപ്പെട്ടുമായിരുന്നു എന്ന് *അനുമാനിയ്ക്കുക*. മിക്ക അവസരങ്ങളിലും അവർ അത് മനഃപൂർവ്വം ചെയ്തതായിരിക്കില്ല. നിങ്ങൾക്ക് കുട്ടികളുണ്ടെങ്കിൽ, നിങ്ങൾ അവരെ ഏതെങ്കിലും വിധത്തിൽ വേദനിപ്പിച്ചതായി കുട്ടികൾ നിങ്ങളോട് പറഞ്ഞാൽ എങ്ങനെ തോന്നുമെന്ന് സങ്കൽപ്പിയ്ക്കുക.

ഒരു പക്ഷേ ആശ്ചര്യപ്പെട്ടും. നിങ്ങളുടെ കുട്ടികളെ വേദനിപ്പിയ്ക്കാൻ നിങ്ങളൊരിക്കലും മനഃപൂർവ്വം ആഗ്രഹിയ്ക്കുന്നില്ല. നിങ്ങളുടെ മാതാപിതാക്കളും അങ്ങനെ ആയിരുന്നിരിയ്ക്കില്ല.

അവരെ വെറുതെ വിടാം നിങ്ങളെ വളർത്തിക്കൊണ്ടുവരുന്നതിനിടയിൽ അവർ ചെയ്ത ഓരോ തെറ്റിനും ഇപ്പോൾ അവരോട് പൂർണ്ണമായും ക്ഷമിയ്ക്കണം. ക്ഷമയുടെ പരിശീലനത്തിലൂടെ മാതാപിതാക്കളെ സ്വതന്ത്രരാക്കുന്നതിലൂടെ മാത്രമേ നിങ്ങൾക്ക് സ്വയം സ്വതന്ത്രനാകാൻ കഴിയൂ എന്നതിനാൽ അവരെ വെറുതെ വിടണം. മാതാപിതാക്കൾക്ക് മാപ്പ് കൊടുക്കുന്നതിലൂടെ മാത്രമേ നിങ്ങൾക്ക് പൂർണ്ണ പക്വതയുള്ള ഒരു മുതിർന്ന വ്യക്തിയാകാൻ കഴിയൂ.

മുകളിൽ പഠിച്ച തത്വങ്ങൾ പഠിച്ച സെമിനാറിന്റെ ആദ്യദിവസം കഴിഞ്ഞ് ബ്രയാന്റെ സെമിനാറിൽ പങ്കെടുത്തവരിൽ ഒരാൾ മാതാപിതാക്കളുടെ വീട്ടിലേയ്ക്ക് പോയി. മുപ്പത്തിയഞ്ചാം വയസ്സിലും പതിനഞ്ചു വയസ്സുള്ളപ്പോൾ തന്നോട് ചെയ്ത ഒരു കാര്യത്തെക്കുറിച്ച് അയാൾ രോഷാകുലനായിരുന്നു. ഈ കോപം ഭാര്യയുമായും കുട്ടികളുമായുമുള്ള ബന്ധത്തെ ബാധിച്ചിരുന്നു. അയാൾക്ക് അത് നെഞ്ചിൽ നിന്ന് എടുത്തു കളയേണ്ടിയിരുന്നു.

ഹൃദയം മിടിയ്ക്കുന്നുണ്ടായിരുന്നെങ്കിലും അയാൾ തന്റെ പിതാവിന്റെ അടുത്തേയ്ക്ക് ചെന്ന് പറഞ്ഞു : "അച്ഛാ..., എനിയ്ക്ക് പതിനഞ്ച് വയസ്സുള്ളപ്പോൾ നിങ്ങൾ എന്താണ് ചെയ്തതെന്ന് ഓർക്കുന്നുണ്ടോ? അതിനും എന്റെ കുട്ടിക്കാലത്ത് നിങ്ങൾ ചെയ്ത എല്ലാ തെറ്റുകൾക്കും ഞാൻ നിങ്ങളോട് പൂർണ്ണമായും ക്ഷമിയ്ക്കുന്നുവെന്നും ഞാൻ നിങ്ങളെ സ്നേഹിയ്ക്കുന്നുവെന്നും നിങ്ങൾ അറിയണമെന്ന് ഞാൻ ആഗ്രഹിയ്ക്കുന്നു."

അയാളുടെ പിതാവ് ഒരു പരുക്കനും കർക്കശക്കാരനുമായിരുന്നു. അദ്ദേഹം തന്റെ മകന്റെ കണ്ണുകളിലേയ്ക്ക് നോക്കി പ്രകോപിതമായ സ്വരത്തിൽ പറഞ്ഞു, "നീ എന്താണ് സംസാരിയ്ക്കുന്നതെന്ന് എനിയ്ക്കറിയില്ല. എന്റെ ജീവിതത്തിൽ നീ മാപ്പ് നൽകേണ്ടതായ ഒന്നും തന്നെ ഞാൻ ചെയ്തിട്ടില്ല."

ഞെട്ടലോടെ മകൻ പിതാവിനെ നോക്കിപ്പോയി. അയാൾ സ്തംഭിച്ചു പോയിരുന്നു. അച്ഛൻ അറിഞ്ഞിട്ടു പോലുമില്ലാത്ത ഒരു കാര്യത്തെക്കുറിച്ചാണ് ഇരുപത് വർഷമായി താൻ ക്രുദ്ധനും അസ്വസ്ഥനുമായി ഇരുന്നതെന്ന് അയാൾക്ക് പൊടുന്നനെ

മനസ്സിലായി. അയാൾ തലയാട്ടിക്കൊണ്ട്, പിതാവിന് കൈകൊടുത്ത് യാത്രയായി. ഒരു വലിയ ഭാരം ചുമലുകളിൽ നിന്ന് ഇറക്കി വെച്ച തോന്നലോടെ അയാൾ രാത്രിയിലേയ്ക്ക് ഇറങ്ങി നടന്നു.

കത്ത് എഴുതുക, അല്ലെങ്കിൽ ഒരു സംഭാഷണം നടത്തുക

മാതാപിതാക്കളുമായുള്ള നിങ്ങളുടെ ബന്ധം പ്രത്യേകിച്ച് മോശമായിരുന്നെങ്കിൽ, അവർ ഇപ്പോഴും ജീവിച്ചിരിയ്ക്കുന്നുണ്ടെങ്കിൽ, വളർന്നു വരുമ്പോൾ നിങ്ങൾക്ക് അസന്തുഷ്ടിയോ സങ്കടമോ ഉണ്ടാക്കിയ, ഓർത്തു വെയ്ക്കാൻ കഴിയുന്ന ഓരോ കാര്യങ്ങളും പരാമർശിച്ചുകൊണ്ട് അവർക്ക് ഒരു കത്തെഴുതാൻ നിങ്ങൾ ആഗ്രഹിച്ചേക്കാം. "ഈ പറയുന്ന കാര്യങ്ങളിൽ ഞാൻ നിങ്ങളോട് ക്ഷമിയ്ക്കാൻ ആഗ്രഹിക്കുന്നു" എന്ന് പറഞ്ഞുകൊണ്ട് നിങ്ങൾക്ക് കത്ത് ആരംഭിയ്ക്കാം. കത്തിന്റെ അവസാനം നിങ്ങൾക്ക് ഇങ്ങനെ പറയാം : "എല്ലാത്തിനും ഞാൻ നിങ്ങളോട് സ്വതന്ത്രമായി ക്ഷമിയ്ക്കുന്നു. നിങ്ങളെ സ്നേഹിയ്ക്കുകയും ആശംസകൾ നേരുകയും ചെയ്യുന്നു." നിങ്ങളുടെ മാതാപിതാക്കൾ ഇപ്പോൾ ജീവിച്ചിരിയ്ക്കുന്നില്ലെങ്കിൽ പോലും ഈ രീതി വളരെ സഹായകരമാണ്.

മാതാപിതാക്കളുമായി നിങ്ങൾ സമ്പർക്കം പുലർത്തുന്നുണ്ടെങ്കിൽ, അവരോടൊപ്പം ഇരുന്നുകൊണ്ട്, ആ സാഹചര്യത്തെക്കുറിച്ചുള്ള നിങ്ങളുടെ വീക്ഷണം മാറ്റാൻ സഹായിക്കുന്നതിനായി, അവർ പറഞ്ഞതോ ചെയ്തതോ ആയ എന്തെങ്കിലും കാര്യത്തിനു പിറകിലുള്ള പ്രചോദനത്തെ സൂക്ഷ്മനിരീക്ഷണം നടത്തുക. പലപ്പോഴും നമ്മുടെ മാതാപിതാക്കളുടെ ചിന്തകളും ഉദ്ദേശ്യങ്ങളും മനസ്സിലാക്കുന്നത് ഒരു അനുഭവത്തെക്കുറിച്ചുള്ള നമ്മുടെ വികാരത്തെ പൂർണ്ണമായി മാറ്റിക്കളയുന്നു. എന്നാൽ കുറ്റപ്പെടുത്തലിനു പകരം ജിജ്ഞാസ പ്രകടിപ്പിയ്ക്കാൻ നിങ്ങൾ ശ്രദ്ധിയ്ക്കണം. അല്ലെങ്കിൽ അവർക്ക് ആക്രമിയ്ക്കപ്പെടുന്നതായി തോന്നുകയും പ്രതിരോധത്തിലാവുകയും ചെയ്തേക്കാം.

സ്വന്തം അനുഭവത്തിന്റെ വിശദീകരണത്തോടെ സംഭാഷണം ആരംഭിച്ച് മാതാപിതാക്കളെ സമീപിയ്ക്കാൻ ക്രിസ്റ്റീന തന്റെ അടുത്തു വരുന്നവരെ പ്രോത്സാഹിപ്പിയ്ക്കുന്നു. ഉദാഹരണത്തിന്, "ഞാൻ ഒരു സ്വയം പര്യവേക്ഷണം നടത്തുകയായിരുന്നു, ____________ തോന്നലിനെക്കുറിച്ച് ഞാൻ ജാഗരൂകയാണ്. ____________ സംഭവിച്ചപ്പോൾ എനിക്ക് അങ്ങനെ അനുഭവപ്പെട്ടത് ഞാൻ ഓർക്കുന്നു. എനിയ്ക്ക് എന്നെത്തന്നെ നന്നായി മനസ്സിലാക്കാനായി ആ സാഹചര്യത്തിൽ എന്താണ് സംഭവിച്ചതെന്ന് കൂടുതൽ

മനസ്സിലാക്കാൻ നിങ്ങൾക്ക് എന്നെ സഹായിക്കാനാകുമോ എന്ന് ഞാൻ ആശ്ചര്യപ്പെടുന്നുണ്ട്." അവരെക്കുറിച്ചല്ല, എല്ലാം നിങ്ങളെക്കുറിച്ച് പ്രതിപാദിക്കുക.

മാതാപിതാക്കൾ തന്നേക്കാൾ കൂടുതൽ സഹോദരിയെ ആണ് സ്നേഹിച്ചതെന്ന് കരുതിയ ഒരു സുഹൃത്ത് ക്രിസ്റ്റീനയ്ക്ക് ഉണ്ട്. അവർ അവളുടെ സഹോദരിയോട് വളരെ വ്യത്യസ്തമായി പെരുമാറുകയും അവളുമായി കൂടുതൽ അടുത്ത ബന്ധം പുലർത്തുകയും ചെയ്തു. കുട്ടിയായിരുന്നപ്പോൾ മുതൽ തന്നെ മാതാപിതാക്കൾ തന്റെ സഹോദരിയുമായി ബന്ധപ്പെടുന്ന വിധവും താനുമായി ബന്ധപ്പെടുന്ന രീതിയും തമ്മിലുള്ള വ്യത്യാസത്തെക്കുറിച്ച് അവൾ ബോധവതിയായിരുന്നു.

അംഗീകാരത്തിനായി അവൾക്ക് കൂടുതൽ കഠിനാധ്വാനം ചെയ്യേണ്ടിയിരുന്നു. അവളുടെ സഹോദരിയ്ക്ക് ലഭിയ്ക്കുന്നത്ര പ്രത്യേക അവകാശങ്ങൾ നൽകിയതുമില്ല. വർഷങ്ങൾ കഴിയുന്തോറും, തനിയ്ക്ക് എന്താണ് കുഴപ്പമെന്നും എന്തുകൊണ്ടാണ് തന്റെ മാതാപിതാക്കൾ രണ്ട് സഹോദരിമാരെയും തുല്യമായി സ്നേഹിയ്ക്കാത്തത് എന്നും എപ്പോഴും ആശ്ചര്യപ്പെട്ട് അവൾക്ക് കൂടുതൽ കൂടുതൽ വേദന തോന്നി. എന്തുകൊണ്ടാണ് അവർ സഹോദരിയ്ക്കു വേണ്ടി ചില കാര്യങ്ങൾ ചെയ്യുകയും തനിയ്ക്കു വേണ്ടി ചെയ്യാതിരിയ്ക്കുന്നതും എന്ന് ചോദിയ്ക്കാനായി ഒടുവിൽ ഒരു രാത്രി അവൾ അവരെ അഭിമുഖീകരിയ്ക്കാൻ തീരുമാനിച്ചു. അവർ അവളെ സ്നേഹിയ്ക്കാതിരിയ്ക്കാൻ അവൾ എന്താണ് ചെയ്തത്?

രണ്ട് കുട്ടികളോടും വ്യത്യസ്തമായാണ് പെരുമാറിയതെന്ന ചിന്തയ്ക്കു നേരെ അവർ ഞെട്ടലോടെയും ആശ്ചര്യത്തോടെയും പ്രതികരിച്ചു. രണ്ടു കുട്ടികളോടും ഒരു പോലെയാണ് പെരുമാറിയതെന്ന ബോധ്യം അവർക്കുണ്ടായിരുന്നു. മാത്രമല്ല ക്രിസ്റ്റീനയുടെ സുഹൃത്തിന്റെ വികാരം അവർക്ക് മനസ്സിലായതുമില്ല.

ഈ പൊരുത്തക്കേട് തന്റെ മാതാപിതാക്കൾ മാറ്റുകയോ സമ്മതിയ്ക്കുകയോ ചെയ്യില്ലെന്ന് മനസ്സിലാക്കിയാണ് അവൾ അന്നു രാത്രി വീട്ടിലേയ്ക്ക് പോയത്. എങ്കിലും അവൾക്ക് മോചനം കിട്ടിയതു പോലെ തോന്നുകയും തന്റെ വികാരങ്ങൾ മാതാപിതാക്കളോട് പറഞ്ഞതിൽ ആശ്വാസം അനുഭവപ്പെടുകയും ചെയ്തു. അവർ അവളുടെ ആശങ്കകളെ സാധൂകരിച്ചതേ ഇല്ലെങ്കിലും അവളെ കേട്ടു. അവൾക്ക് വേണ്ടത് അത്ര മാത്രമായിരുന്നു.

ചിലപ്പോൾ, അസന്തുഷ്ടമായ വികാരങ്ങളെ അഭിമുഖീകരിയ്ക്കുകയും അവ നിങ്ങളുടെ നെഞ്ചിൽ നിന്ന് ഒഴിവാക്കുകയും

ചെയ്യുന്നത് ഇപ്പോഴും നിങ്ങൾക്കനുഭവപ്പെടുന്ന ഏത് കോപത്തിൽ നിന്നും നിങ്ങളെ മോചിപ്പിയ്ക്കും.

മാതാപിതാക്കളോട് ക്ഷമിച്ചു കഴിഞ്ഞാൽ നിങ്ങൾ വലിയ ഒരു മുന്നേറ്റമായിരിക്കും നടത്തുന്നത്. കുറച്ച് ആളുകൾ അവരുടെ മുഴുവൻ ജീവിതത്തിലും ചെയ്യാത്ത എന്തെങ്കിലും നിങ്ങൾ ചെയ്തു കഴിഞ്ഞിരിക്കും. മാതാപിതാക്കളോട് ക്ഷമിയ്ക്കുന്ന പ്രവൃത്തി വ്യക്തി വിമോചന പ്രക്രിയ തുടങ്ങിവെയ്ക്കും. നിങ്ങൾക്ക് കൂടുതൽ സന്തോഷവും സമാധാനവും അനുഭവപ്പെടാൻ തുടങ്ങും. ഒരു കുട്ടിയിൽനിന്ന് മുതിർന്നയാളിലേയ്ക്ക് മാനസികമായും വൈകാരികമായും നീങ്ങുകയും ചെയ്യും.

അടുപ്പമുള്ള ബന്ധങ്ങൾ

നിങ്ങൾ ക്ഷമിയ്ക്കേണ്ട രണ്ടാമത്തെ കൂട്ടം ആളുകളിൽ നിങ്ങളുടെ മുൻകാലത്തെ *അടുപ്പമുള്ള ബന്ധങ്ങളിലുള്ള* എല്ലാവരും ഉൾപ്പെടുന്നു. അടുത്ത ബന്ധങ്ങൾ നമ്മെ ആളുകളോട് വളരെ ദുർബലരാക്കുന്നു. സ്നേഹത്തിന്റെയും അഭിനിവേശത്തിന്റെയും മൂർദ്ധന്യാവസ്ഥയിൽ നാം കാര്യങ്ങൾ പറയുകയും പ്രവർത്തിയ്ക്കുകയും ചെയ്യുന്നത് നമ്മെ തുറന്നു വെയ്ക്കുകയും നമ്മുടെ ആത്മാവിനെ പൊളിച്ചു കാട്ടുകയും ചെയ്യുന്നു. ജീവിതത്തിലെ ഏറ്റവും തീവ്രമായ ചില നിമിഷങ്ങളിൽ നാം നമ്മുടെ മനസ്സും ഹൃദയവും ശരീരവും നൽകിപ്പോകുന്നു.

ഒരു പ്രണയബന്ധം തകരുമ്പോൾ പലപ്പോഴും നമ്മൾ പലവിധ നിഷേധാത്മക വികാരങ്ങളാൽ തളർന്നു പോകുന്നു. നമുക്ക് ദേഷ്യവും കുറ്റബോധവും തോന്നുന്നു. നാം അസൂയയും നീരസവും അനുഭവിയ്ക്കുന്നു. നമ്മൾ ന്യായീകരിയ്ക്കുകയും യുക്തിവൽക്കരിയ്ക്കുകയും ചെയ്യുന്നു. കുറ്റപ്പെടുത്തുകയും വിമർശിയ്ക്കുകയും അപലപിയ്ക്കുകയും ചെയ്യുന്നു. നമ്മുടെ വികാരങ്ങൾ നിയന്ത്രണവിധേയമായില്ലെങ്കിൽ നേരിയതോ ഭീകരമോ ആയ വിധത്തിലുള്ള ഭ്രാന്ത് അനുഭവപ്പെടാം. വൈകാരികജീവിതം ഒരു തമോഗർത്തത്തിൽ അകപ്പെട്ടതായിട്ടായിരിക്കും തോന്നുക.

എന്നാൽ ഇവിടെ വീണ്ടും, ഈ നിഷേധാത്മക വികാരങ്ങളെ നിർവീര്യമാക്കാനും സാഹചര്യങ്ങളെ ഏതെങ്കിലും വിധത്തിൽ പരിഹരിയ്ക്കാനും ജീവിതവുമായി മുന്നോട്ടു പോകാനും നിങ്ങളുടെ അത്ഭുതകരമായ മനസ്സ് ഉപയോഗിയ്ക്കേണ്ടതുണ്ട്.

എന്താണ് അവരെ പിടിച്ചു നിർത്തുന്നത്? ഒരുവനിൽ നിന്നോ

ഒരുവളിൽ നിന്നോ നിങ്ങൾ എന്തെങ്കിലും ആഗ്രഹിയ്ക്കുന്നില്ല എങ്കിൽ അവരിൽ ആർക്കും നിങ്ങളെ നിയന്ത്രിയ്ക്കാൻ സാധിയ്ക്കുകയില്ല. മനഃശ്ശാസ്ത്രത്തിൽ ഇതിനെ "പൂർത്തിയാകാത്ത ബിസിനസ്സ്" എന്ന വിളിയ്ക്കുന്നു. ഒന്നോ അതിൽ അധികമോ പ്രശ്നങ്ങൾ ഇതുവരെ പരിഹരിച്ചിട്ടില്ലാത്തതിനാൽ മുൻകാല ബന്ധത്തെക്കുറിച്ച് നമ്മൾ പലപ്പോഴും ദേഷ്യപ്പെടുകയും അസ്വസ്ഥരാവുകയും ചെയ്യുന്നു. ഒരു വ്യക്തി ഇപ്പോഴും പ്രണയത്തിലായിരിക്കുകയും ബന്ധം പുനരുജ്ജീവിപ്പിയ്ക്കുവാൻ ആഗ്രഹിയ്ക്കുകയും ചെയ്യുമ്പോഴാണ് പൂർത്തിയാകാത്ത ബിസിനസ്സിന്റെ ഏറ്റവും മോശം കാര്യങ്ങളിലൊന്ന് സംഭവിയ്ക്കുന്നത്. എന്നാൽ മറ്റേയാൾ വൈകാരികമായി മുന്നോട്ട് പോവുകയും, മുൻപങ്കാളിയോട് പ്രണയബന്ധം പുലർത്താതിരിയ്ക്കുകയും ചെയ്താൽ, വൈകാരികമായി പിറകോട്ട് പോയ വ്യക്തിയ്ക്ക് അവിശ്വസനീയമാം വിധം സങ്കീർണ്ണമായ കോപം, കുറ്റബോധം, അയോഗ്യത, അർഹതയില്ലായ്മ, ആകർഷകത്വമില്ലായ്മ എന്നിവ അനുഭവപ്പെടാം, ഒപ്പം അപകർഷതയും.

ഒരു മുൻകാലബന്ധത്തിൽ മാപ്പ് നൽകൽ പരിശീലിച്ചു നോക്കുവാനുള്ള മാർഗ്ഗം സംഭവിച്ചതോ സംഭവിയ്ക്കാത്തതോ ആയവകളുടെ ഉത്തരവാദിത്വം ഏറ്റെടുക്കുക എന്നതാണ്. മറ്റേയാളിനെ കുറ്റപ്പെടുത്തുന്നതിനു പകരം, ആ ബന്ധത്തിലേക്ക് നിങ്ങളെത്തന്നെ എത്തിച്ചതിനും അതിൽ നിങ്ങളെ നിലനിർത്തിയതിനും നിങ്ങൾ തന്നെയാണ് ഉത്തരവാദികളെന്ന് അംഗീകരിയ്ക്കണം. നിലനിൽക്കാൻ കഴിയാത്ത തരത്തിലുള്ള തെറ്റായ ഒരു ബന്ധമാണ് അതെന്ന് ഒരുപക്ഷേ കുറച്ചു കാലമായി നിങ്ങൾക്കറിയാമായിരുന്നു. പുറത്തു കടക്കേണ്ടതാണെന്ന് ഒരുപക്ഷേ നിങ്ങൾക്ക് കാലങ്ങളായി അറിയുമായിരുന്നു.

വിവാഹത്തിന് മുന്നോടിയായി നടത്തുന്ന മാര്യേജ് കൗൺസിലിംഗിൽ പങ്കെടുത്ത ആയിരക്കണക്കിന് ദമ്പതികളുടെ ഒരു പഠനത്തിൽ വായിച്ചതായി ഓർമ്മിയ്ക്കുന്നത്, അവരിലെ മുഴുവൻ 38 ശതമാനത്തിലെ ഒന്നോ രണ്ടോ ആളുകൾ വീതവും, പ്രസ്തുത വ്യക്തികളെ വിവാഹം കഴിയ്ക്കാൻ ആഗ്രഹിയ്ക്കുന്നില്ല എന്ന് മാര്യേജ് കൗൺസിലറിനോട് സ്വകാര്യമായി പറഞ്ഞിട്ടുണ്ട് എന്നതാണ്. അതൊരു അബദ്ധമായിരുന്നു എന്നാണ് അവർക്ക് തോന്നുന്നത്. എന്നാൽ വീട്ടുകാരും സുഹൃത്തുക്കളും തങ്ങൾ വിവാഹിതരാകുമെന്ന് പ്രതീക്ഷിച്ചിരുന്നതിനാൽ അവർ എങ്ങനെയോ വിവാഹത്തിലെത്തി.

ഒരു വ്യക്തിയെ എങ്കിലും സന്തോഷിപ്പിയ്ക്കുക പ്രധാനപ്പെട്ട

ഒരു നിയമമുണ്ട്: *മറ്റുള്ളവർ* നിങ്ങളെക്കുറിച്ച് എന്ത് വിചാരിച്ചേക്കും എന്ന് ആശങ്കപ്പെടുന്നതിനാൽ ഒരിക്കലും എന്തെങ്കിലും ചെയ്യുകയോ ചെയ്യാതിരിക്കുകയോ അരുത്. ആരും സത്യത്തിൽ നിങ്ങളെക്കുറിച്ച് ചിന്തിക്കുന്നതേ ഉണ്ടായിരുന്നില്ലെന്ന് കാലക്രമേണ നിങ്ങൾ മനസ്സിലാക്കും. വാസ്തവത്തിൽ, മറ്റുള്ളവർ നിങ്ങളെക്കുറിച്ച് എത്ര മാത്രം കുറച്ചാണ് ചിന്തിക്കുന്നതെന്ന് അറിയാമെങ്കിൽ നിങ്ങൾക്ക് അപമാനം തോന്നും.

നിങ്ങൾ ചെയ്യുന്നതോ ചെയ്യാത്തതോ ആയ എന്തു കാര്യമാണ് മറ്റുള്ളവരെ സന്തോഷിപ്പിക്കുക എന്ന് ഒരിക്കലും ഉറപ്പിക്കാൻ സാധിക്കുകയില്ല. വിവാഹവും മറ്റ് അഗാധമായ ബന്ധങ്ങളും നിങ്ങൾക്ക് കാലെടുത്തു വെയ്ക്കാവുന്ന ഏറ്റവും സ്വകാര്യമായ ഇടപെടൽ ആയതു കൊണ്ടു തന്നെ, അവ എല്ലായ്പ്പോഴും കുറഞ്ഞത് നിങ്ങളെ എങ്കിലും സന്തോഷോപ്പിക്കുമെന്ന് നിങ്ങൾക്കുറപ്പുണ്ടായിരിക്കണം. തികച്ചും സ്വാർത്ഥരായിരിക്കുക. നിങ്ങളുടെ സന്തോഷത്തിന് ആദ്യം പ്രാധാന്യം നൽകുക. ശരിയെന്ന് തോന്നുന്നവ മാത്രം നിങ്ങൾക്കായി ചെയ്യുക. മറ്റുള്ളവരുടെ പോസിറ്റീവോ നെഗറ്റീവോ ആയ അഭിപ്രായങ്ങളാൽ സ്വാധീനിക്കപ്പെടാൻ നിങ്ങളെ ഒരിക്കലും അനുവദിക്കാതിരിക്കുക.

ആളുകൾ തങ്ങളാൽ കഴിയുന്നത് ചെയ്യുന്നു പലരും മോശമായ ദാമ്പത്യത്തിലൂടെയും വിവാഹമോചനത്തിലൂടെയും കടന്നു പോവുകയും പത്തോ ഇരുപതോ വർഷങ്ങൾക്കു ശേഷവും അസ്വസ്ഥരും കുപിതരുമായിരിക്കുകയും ചെയ്യുന്നു. അത്രയുമധികം സ്വയം നിക്ഷേപിച്ച വിവാഹം പരാജയപ്പെട്ടു കഴിഞ്ഞു, എന്ന സത്യത്തെ വിട്ടുകൊടുക്കാൻ അവർക്ക് സാധിക്കുന്നില്ല. അയാൾ അല്ലെങ്കിൽ അവൾ ചെയ്തതോ ചെയ്യാത്തതോ ആയ കാര്യങ്ങൾക്ക് ക്ഷമിക്കുവാനും അവർക്ക് കഴിയുന്നില്ല.

എന്നാൽ മാതാപിതാക്കളുടെ കാര്യത്തിലെന്ന പോലെ വിവാഹിതരാകുമ്പോഴും ആളുകൾ അവർക്ക് അറിയാവുന്നതിൽ മികച്ചതാണ് ചെയ്യുന്നത്. ആരും ദാമ്പത്യ ബന്ധത്തിൽ ഏർപ്പെടുന്നത് അത് പരാജയപ്പെടുത്തുക എന്ന ഉദ്ദേശ്യത്തോടെയല്ല. ഏറ്റവും നല്ല പ്രതീക്ഷകളോടും സ്വപ്നങ്ങളോടും അഭിലാഷങ്ങളോടും കൂടിയാണ് ആളുകൾ എപ്പോഴും വിവാഹത്തിലേക്ക് പ്രവേശിക്കുന്നത്. പിന്നീട് സമയം കഴിയുമ്പോൾ ആളുകൾ മാറുകയും വിവാഹം പരാജയപ്പെടുകയും ചെയ്താൽ, അത് ഇരു കൂട്ടരുടെയും തെറ്റല്ല.

ആരും കുറ്റക്കാരല്ല *ഗുഡ് വിൽ ഹണ്ടിങ്ങ്* എന്ന സിനിമയിൽ, രോഗിയായ വിൽ ഹണ്ടിങ്ങും മനഃശാസ്ത്രജ്ഞനായ സീൻ മാഗ്വെയറും തമ്മിലുള്ള ബന്ധത്തിലെ നിർണ്ണായകമായ പോയിന്റ് വരുന്നത് വിൽ തന്റെ ചെറുപ്പത്തിലെ ക്ലേശകരമായ അനുഭവങ്ങൾ വിശദീകരിക്കുകയും സീൻ അയാളോട് "അത് നിങ്ങളുടെ തെറ്റല്ല" എന്ന് പറയുകയും ചെയ്യുമ്പോഴാണ്.

സിനിമയുടെ ഈ ഭാഗം വളരെ ഹൃദയസ്പർശിയും പ്രസക്തവുമാണ്. വിൽ പറയുന്നു, "അതെ എനിക്കറിയാം" എന്നാൽ സീൻ ആവർത്തിക്കുന്നു. "ഇത് നിങ്ങളുടെ തെറ്റല്ല. ഇത് നിങ്ങളുടെ തെറ്റല്ല, ഇത് നിങ്ങളുടെ തെറ്റല്ല." ഒടുവിൽ മനഃശാസ്ത്രജ്ഞൻ എന്താണ് പറയുന്നതെന്ന് വിൽ മനസ്സിലാക്കുന്നു. കുട്ടിക്കാലത്ത് എന്ത് സംഭവിച്ചാലും, അതെത്ര ആഘാതകരമായിരുന്നാലും, അത് അയാളുടെ തെറ്റായിരുന്നില്ല. അവസാനം ആ നിമിഷത്തിൽ അവൻ സ്വതന്ത്രനാവുകയാണ്.

അസന്തുഷ്ടമായ ദാമ്പത്യം നിങ്ങളുടെ തെറ്റല്ല; അത് മറ്റേയാളുടെയും കുറ്റമല്ല. ഒരു കാലത്ത് വിവാഹം കഴിക്കാൻ പര്യാപ്തരായിരുന്ന രണ്ട് പേർ ഇപ്പോൾ പൊരുത്തപ്പെടുന്നില്ല. പൊരുത്തക്കേട് ഒരു തിരഞ്ഞെടുപ്പല്ല. കാലാവസ്ഥ പോലെ അത് സംഭവിക്കുന്നു. രണ്ട് വ്യക്തികൾ അകന്നു പോവുകയും തങ്ങളെക്കുറിച്ചും അവരുടെ ജീവിതത്തെക്കുറിച്ചും ജോലിയെക്കുറിച്ചും കുട്ടികളെക്കുറിച്ചും സമൂഹത്തിലെ അവരുടെ സ്ഥാനത്തെക്കുറിച്ചും വ്യത്യസ്ത ചിന്തകളും വികാരങ്ങളും ആശയങ്ങളും ഉള്ളവരായി മാറുന്നു. ഓരോ വർഷവും ദശലക്ഷക്കണക്കിന് ദമ്പതികൾക്ക് ഇത് സംഭവിക്കുന്നു. ആളുകൾ നിരന്തരം വളരുകയും പരിണമിക്കുകയും ചെയ്യുന്നു. ബന്ധങ്ങളിൽ നമ്മൾ ഒന്നുകിൽ പൊതുവായ ലക്ഷ്യങ്ങളും സ്വപ്നങ്ങളുമായി ഒരുമിച്ച് വളരുകയോ അല്ലെങ്കിൽ വേറിട്ടു വളർന്ന് വ്യത്യസ്തമായ കാര്യങ്ങൾ ആഗ്രഹിക്കുകയും ചെയ്യുന്നു. അത് ആരുടേയും കുറ്റമല്ല.

വിട്ടു കളയാൻ തീരുമാനിക്കുക വിജയിക്കാത്ത ഒരു ബന്ധത്തെക്കുറിച്ചോ വിവാഹത്തെക്കുറിച്ചോ നിങ്ങൾ ഇപ്പോഴും ദേഷ്യത്തിലാണെങ്കിൽ അത് ഉപേക്ഷിക്കാൻ ആദ്യം മനസ്സിൽ തീരുമാനിക്കണം. അത് എങ്ങനെയെങ്കിലും ശരിയാക്കാമെന്ന പ്രതീക്ഷയിൽ നിങ്ങൾ മുറുകെ പിടിക്കുന്നിടത്തോളം, നിങ്ങൾക്കൊരിക്കലും സ്വതന്ത്രരാകാൻ കഴിയില്ല. വേർപിരിയലിന് അയാൾ അല്ലെങ്കിൽ അവളാണ് അപരാധിയെന്ന് മറ്റേയാൾ അംഗീകരിക്കണമെന്ന് നിർബന്ധിക്കുന്നിടത്തോളം, നിങ്ങൾ ഒരിക്കലും തൃപ്തരാകില്ല. നിങ്ങൾക്ക് ഒരിക്കലും

ജീവിതവുമായി മുന്നോട്ടു പോകാൻ കഴിയില്ല. ഒരിക്കലും സന്തോഷി യ്ക്കുവാൻ സാധിയ്ക്കുകയേ ഇല്ല.

നിങ്ങളുടെ മനസ്സിലുള്ള ആ ബന്ധത്തെ ഉപേക്ഷിച്ചു കഴിഞ്ഞാൽ, ഒരു കത്ത് എഴുതുക. സ്വയം സ്വതന്ത്രമാക്കാനും ശാശ്വതമായ സന്തോഷവും പൂർണ്ണതയും നേടാനും എക്കാലത്തേക്കും ഉപയോഗിയ്ക്കാവുന്ന ഏറ്റവും ശക്തമായ ഉപകരണങ്ങളിലൊന്നാണിത്.

നിങ്ങൾക്ക് കത്ത് ഒരു കടലാസിലോ ഇ-മെയിൽ ആയോ എഴുതാം. അപ്പുറത്തുള്ള വ്യക്തിയെ അഭിസംബോധന ചെയ്തുകൊണ്ട് ആരംഭിയ്ക്കുക. പ്രാരംഭ ഖണ്ഡിക ഇതാണ്, "നമ്മുടെ വിവാഹം വിജയിക്കാത്തത് നിർഭാഗ്യകരമാണ്; എന്നിരുന്നാലും വിവാഹ ത്തിലെ എന്റെ പങ്കിന്റെയും അതിന്റെ പരാജയത്തിലേക്ക് നയിച്ച, ഞാൻ ചെയ്തതോ ചെയ്യാത്തതോ ആയ എല്ലാ കാര്യങ്ങളുടെയും പൂർണ്ണ ഉത്തരവാദിത്വം ഞാൻ ഏറ്റെടുക്കുന്നു."

കത്തിന്റെ മധ്യ ഭാഗം ഇങ്ങനെ ആയിരിക്കണം, "കൂടാതെ എന്നെ വേദനിപ്പിച്ച, നിങ്ങൾ ചെയ്തതോ പറഞ്ഞതോ ആയ എല്ലാത്തിനും ഞാൻ നിങ്ങളോട് ക്ഷമിയ്ക്കുന്നു." ഈ ഘട്ടത്തിൽ മറ്റേയാൾ ചെയ്തതായി ചിന്തിയ്ക്കാൻ കഴിയുന്നതും, ആലോചിയ്ക്കുമ്പോൾ ഇപ്പോഴും ദേഷ്യം വരുന്നതുമായ എല്ലാ കാര്യങ്ങളുടെയും ഒരു ലിസ്റ്റ് പലരും ഉണ്ടാക്കാറുണ്ട്.

അവസാന വരി ഇങ്ങനെയാണ്, "ദൈവം നിങ്ങളെ അനുഗ്രഹി യ്ക്കട്ടെ, ഞാൻ നിങ്ങൾക്ക് നല്ലതു നേരുന്നു."

ഇനി ഈ കത്ത് ഒരു കവറിൽ ഇട്ട്, ശരിയായ വിലാസം രേഖപ്പെടുത്തി, തപാൽ കൂലിയോടെ ഏറ്റവും അടുത്തുള്ള മെയിൽ ബോക്സിൽ ഇടുക. അല്ലെങ്കിൽ ശരിയായ ഇ-മെയിൽ വിലാസം നൽകി, അയക്കുന്നതിനുള്ള ബട്ടൺ അമർത്തുക.

കത്ത് നിങ്ങൾ അയച്ച നിമിഷത്തിൽ, അത് വീണ്ടെടുക്കാനാ വില്ലെന്ന് അറിയാവുന്നതു കൊണ്ടു തന്നെ നിങ്ങളിൽ നിന്ന് വലിയൊരു ഭാരം നീക്കിയതു പോലെ അനുഭവപ്പെടും. സന്തോഷവും ആശ്വാസവും തോന്നും. നിങ്ങൾ പുഞ്ചിരിയ്ക്കുകയും സമാധാനത്തി ലാവുകയും ചെയ്യും.

ഇങ്ങനെ ഒരു വ്യായാമം ചെയ്യുമ്പോൾ, കത്തെഴുതുന്നതിന്റെ ഉദ്ദേശ്യം *വ്യക്തിപരമായ മോചനമാണെന്ന്* നിങ്ങൾക്ക് വ്യക്തമായിരിക്കണം. ഇത് നേടുന്നതിന് ആ ബന്ധത്തെക്കുറിച്ചുള്ള നിങ്ങളുടെ എല്ലാ ചിന്തകളും വികാരങ്ങളും കത്തിൽ പ്രകടിപ്പിയ്ക്കണം.

ഒരു പ്രതികരണവും പ്രതീക്ഷിയ്ക്കാതെ നിങ്ങൾ പിന്നീട് ഈ കത്ത് അയയ്ക്കുന്നു. ഒരു പ്രത്യുത്തരത്തിന് വേണ്ടിയല്ല നിങ്ങൾ ഇത് ചെയ്യുന്നത്; വിമോചനത്തിനു വേണ്ടിയാണ്.

വിഷമിയ്ക്കാതിരിയ്ക്കുക ഇവിടെ ആളുകൾ പലപ്പോഴും ചോദിയ്ക്കും, "എന്നാൽ, മറ്റേയാൾ കത്ത് തെറ്റായി വ്യാഖ്യാനിയ്ക്കുകയും വീണ്ടും ഒത്തുചേരാൻ ആഗ്രഹിയ്ക്കുകയും ചെയ്താൽ?"

ഉത്തരം ലളിതമാണ്. വിഷമിയ്ക്കാതിരിയ്ക്കുക. നിങ്ങൾ ഈ കത്ത് എഴുതുന്നത് മറ്റേയാളിന് വേണ്ടിയല്ല. നിങ്ങളിത് *നിങ്ങൾക്കായി* എഴുതുകയാണ്. അപ്പുറത്തുള്ളയാൾ സന്തുഷ്ടനോ അസന്തുഷ്ടനോ കുപിതനോ ശാന്തനോ തൃപ്തനോ അതൃപ്തനോ ആണോ എന്നത് കാര്യമാക്കേണ്ടതേയില്ല.

പല കേസുകളിലും, ഒരാൾക്ക് ഉത്തരവാദിത്വം ഏറ്റെടുക്കാനും സംഭവിച്ച എല്ലാത്തിനും മറ്റേയാളിനോട് ക്ഷമിയ്ക്കാനും ധൈര്യമുണ്ടാകുമ്പോൾ, മറ്റേയാൾ പൂർണ്ണമായും മാറുന്നു. അവന് അല്ലെങ്കിൽ അവൾക്ക് എല്ലാ വിദ്വേഷവും നഷ്ടപ്പെടുകയും കൂടാതെ ആ ബന്ധത്തിന്റെ ഓർമ്മയിൽ നിന്ന് എല്ലാ നിഷേധാത്മക വികാരങ്ങളും ചോർന്നു പോവുകയും ചെയ്യുന്നു. ഇത്തരത്തിലൊരു കത്ത് ഒരു കക്ഷി എഴുതിയതിനു ശേഷം, രണ്ടു പേരും കാലക്രമേണ നല്ല സുഹൃത്തുക്കളായി മാറിയെന്നും അവരുടെ കുട്ടികൾക്ക് മികച്ച രക്ഷിതാക്കളാകാൻ കഴിഞ്ഞുവെന്നും പല ദമ്പതികളും പറഞ്ഞിട്ടുണ്ട്.

മറ്റുള്ളവരെല്ലാം

ജീവിതത്തിൽ, ഏതെങ്കിലും വിധത്തിൽ നിങ്ങളെ വേദനിപ്പിച്ച *എല്ലാവരുമാണ്* നിങ്ങൾ മാപ്പ് നൽകേണ്ട, മൂന്നാമത്തെ കൂട്ടം ആളുകൾ. വളർന്നു വരുമ്പോൾ നിങ്ങളോട് ദയയില്ലാത്തവർ ആയിരുന്നിട്ടുള്ള സഹോദരങ്ങളോട് നിങ്ങൾ ക്ഷമിയ്ക്കേണ്ടതുണ്ട്. നിങ്ങളോട് ദയയില്ലാത്തതോ ക്രൂരമോ ആയ കാര്യങ്ങൾ ചെയ്തിട്ടുണ്ടായേക്കാവുന്ന എല്ലാ പ്രായത്തിലുമുള്ള സുഹൃത്തുക്കളോടും നിങ്ങൾ ക്ഷമിയ്ക്കേണ്ടതായുണ്ട്. നിങ്ങളോട് അന്യായമായി പെരുമാറിയ മുൻ തൊഴിലുടമകളോട് നിങ്ങൾ ക്ഷമിക്കണം. വഞ്ചിയ്ക്കുകയോ നിങ്ങളുടെ പണം ചിലവാക്കുകയോ ചെയ്ത നിങ്ങളുടെ ബിസിനസ്സ് പങ്കാളികളോടും സഹകാരികളോടും നിങ്ങൾ ക്ഷമിച്ചേക്കണം. നിങ്ങൾ ഇപ്പോഴും ദേഷ്യപ്പെടുന്നവരോടും ചെയ്ത ഒരു കാര്യത്തിന് നിങ്ങൾ ഇപ്പോഴും കുറ്റപ്പെടുത്തുന്നവരോടും നിങ്ങൾ ക്ഷമിയ്ക്കണം.

ഓർക്കുക, നിങ്ങൾ അവരോട് *നിങ്ങൾക്കുവേണ്ടിയാണ്* ക്ഷമിയ്ക്കുന്നത്. നിങ്ങൾ അവരോട് ക്ഷമിച്ചുവെന്ന് പോലും പറയേണ്ട തില്ല. ഹൃദയത്തിൽ നിങ്ങൾക്ക് അവരോട് ക്ഷമിയ്ക്കാൻ കഴിയും.

ഇവരിൽ ഒരാളെക്കുറിച്ചുള്ള ചിന്ത നിങ്ങളുടെ മനസ്സിൽ വരുമ്പോഴെല്ലാം, അവനെ അനുഗ്രഹിച്ചും ആശംസിച്ചും അത് റദ്ദാക്കുക. വ്യക്തിയെക്കുറിച്ചോ സാഹചര്യത്തെക്കുറിച്ചോ മറ്റുള്ളവരുമായി ചർച്ച ചെയ്യാൻ വിസമ്മതിയ്ക്കുക. ഇത് തീയിൽ ഇന്ധനം കുന്നുകൂട്ടുകയും രോഗശാന്തിപ്രക്രിയ വൈകിപ്പിയ്ക്കുകയും ചെയ്യുന്നു. പകരം ചിന്ത റദ്ദാക്കുകയും നിങ്ങളുടെ മനസ്സിൽ നിന്ന് അത് മായ്ക്കുകയും ചെയ്യുക. ക്രമേണ നിങ്ങൾ ആ വ്യക്തിയെക്കുറിച്ചോ സാഹചര്യത്തെക്കുറിച്ചോ കുറച്ചു മാത്രം ചിന്തിയ്ക്കുകയും പിന്നീട് അവനെക്കുറിച്ച് ചിന്തിയ്ക്കാതിരിയ്ക്കുകയും ചെയ്യും.

നിങ്ങൾ സ്വയം

നിങ്ങൾ ക്ഷമിയ്ക്കേണ്ട നാലാമത്തെ വ്യക്തി *നിങ്ങൾ തന്നെയാണ്.* ജീവിതത്തിൽ എപ്പോഴെങ്കിലും നിങ്ങളെ വേദനിപ്പിച്ച എല്ലാവരോടും ക്ഷമിയ്ക്കാനുള്ള ധൈര്യവും വ്യക്തിത്വവും ഇപ്പോൾ നിങ്ങൾക്കുണ്ടായിട്ടുണ്ട് എന്നതുകൊണ്ട് നിങ്ങൾ നിങ്ങളോടു തന്നെ ക്ഷമിയ്ക്കണം, ഒപ്പം നിങ്ങളെത്തന്നെയും ഒഴിവാക്കിക്കളയണം.

കഴിഞ്ഞ വർഷങ്ങളിൽ ചെയ്ത ഒരു തെറ്റ് കാരണമായിരിക്കാം പലരും പിന്മാറി നിൽക്കുന്നത്. ഒരുപക്ഷേ അവർ വളർന്നു വരുമ്പോൾ അധാർമ്മികമോ ബുദ്ധിശൂന്യമോ ക്രൂരമോ ആയ എന്തെങ്കിലും ചെയ്തിരുന്നിരിയ്ക്കാം. ഒരുപക്ഷേ അവർ നേരത്തേയുള്ള ബന്ധത്തിൽ ആരെയെങ്കിലും വേദനിപ്പിച്ചിരുന്നിരിയ്ക്കാം. ഒരുപക്ഷേ അവർ ജോലിയിലോ ബിസിനസ്സിലോ ഉള്ള ഒരാൾക്ക് നല്ല വേദനയും ചെലവും അസന്തുഷ്ടിയും ഉണ്ടാക്കുന്ന എന്തെങ്കിലും ചെയ്തിരുന്നിരിയ്ക്കാം.

ഇത് നിങ്ങളെ സംബന്ധിച്ച് ശരിയാണെങ്കിൽ, നിങ്ങൾക്ക് പശ്ചാത്താപവും ഖേദവും തോന്നും. അസന്തുഷ്ടിയും ഭാരവും അനുഭവപ്പെടുന്നുണ്ടാകും. നിങ്ങൾ ചെയ്തതായ കാര്യങ്ങൾ പറയുകയോ പ്രവർത്തിയ്ക്കുകയോ ചെയ്തിട്ടില്ലായിരുന്നെങ്കിൽ എന്ന് നിങ്ങൾ ആഗ്രഹിയ്ക്കും. നിങ്ങൾക്ക് കുറ്റബോധവും നിഷേധാത്മകതയും തോന്നും. ഈ വികാരങ്ങൾക്ക് ഭാരമെന്നതു പോലെ, പൂർണ്ണമായ സാധ്യതകൾ നിറവേറ്റുന്നതിനായി ഉയരുന്നതിൽ നിന്ന് നിങ്ങളെ തടഞ്ഞു നിർത്താൻ കഴിയും. ജീവിതത്തിൽ നല്ല കാര്യങ്ങൾക്ക്

അർഹനല്ലെന്ന് നിങ്ങൾക്ക് തോന്നാനും സ്വന്തം വിജയത്തെ അട്ടിമറിയ്ക്കാനും അവയ്ക്ക് കഴിയും.

നിങ്ങൾ ഒരേ വ്യക്തിയല്ല ഇന്ന് നിങ്ങൾ ആയിരിയ്ക്കുന്ന വ്യക്തിയും കഴിഞ്ഞുപോയ കാലത്ത് അത്തരം കാര്യങ്ങൾ പറയുകയോ പ്രവർത്തിയ്ക്കുകയോ ചെയ്ത വ്യക്തിയും ഒരേ ആളുകളല്ല. ഇന്നത്തെ നിങ്ങളെന്ന വ്യക്തി ബുദ്ധിമാനും കൂടുതൽ പരിചയ സമ്പന്നനുമാണ്. അന്ന് നിങ്ങൾ എന്ന വ്യക്തി ചെയ്തിരുന്ന കാര്യങ്ങൾ ഇന്നത്തെ നിങ്ങൾ ഒരിയ്ക്കലും ചെയ്യുകയില്ല. മറ്റേയാൾ വളരെക്കാലം മുൻപ് ചെയ്ത കാര്യങ്ങളിൽ തുടർച്ചയായി പശ്ചാത്തപി ച്ചുകൊണ്ട് നിങ്ങൾക്ക് ഇന്നുള്ള വ്യക്തിയെ ശിക്ഷിയ്ക്കുന്നത് തുടരാനാവില്ല.

പശ്ചാത്താപവും മനോവേദനയും ഉത്തരവാദിത്വത്തിന്റെയോ മനസ്സാക്ഷിയുടെയോ അടയാളമല്ല. അവ യഥാർത്ഥത്തിൽ നിങ്ങളെ പിന്തിരിപ്പിയ്ക്കുന്ന ബലഹീനതകളാണ്. "സ്വന്തം ജ്യൂസിൽ പാകം ചെയ്യാൻ" നിങ്ങളെ അനുവദിയ്ക്കുന്നതിന് പകരം സ്വയം പറയുക, "ഞാൻ ചെയ്തതിന് ഞാൻ എന്നോട് ക്ഷമിയ്ക്കുകയും ഞാൻ എന്നെത്തന്നെ വിട്ടയയ്ക്കുകയും ചെയ്യുന്നു. അത് അന്നായിരുന്നു, ഇത് ഇന്നാണ്."

ഭൂതകാലത്തിൽ ചെയ്ത ഒരു കാര്യത്തെക്കുറിച്ച് നിങ്ങൾ ഇപ്പോഴും അസന്തുഷ്ടനാണെന്ന് ചിന്തിയ്ക്കുമ്പോഴെല്ലാം, സ്വയം ക്ഷമിച്ച് സ്വയം വിട്ടുകളയുക.

നിങ്ങളെത്തന്നെ സ്വതന്ത്രരാക്കുക വർഷങ്ങൾക്കു മുൻപ് സംഭവിച്ചതോ നടക്കാത്തതോ ആയ ഒരു കാര്യത്തിന്റെ പേരിൽ പലരും ഇന്ന് ദയനീയരും അസന്തുഷ്ടരുമാണ്. അവർക്കത് വിട്ടുകള യാൻ കഴിയുന്നില്ല. അത് പ്രയാസകരമായ ഒരു കുട്ടിക്കാലമായിരു ന്നിരിയ്ക്കാം. മോശം ദാമ്പത്യമായിരിക്കാം. അതൊരു മോശം ജോലിയോ മോശം നിക്ഷേപമോ ആയിരിയ്ക്കാം. എന്നാൽ എന്തു തന്നെയായാലും ക്ഷമിയ്ക്കാനും വിട്ടയയ്ക്കാനുമുള്ള അവരുടെ കഴിവി ല്ലായ്മ കാരണം, ടാർ കുഴികളിലെ ദിനോസറുകളെപ്പോലെ നിരവധിയാളുകൾ വർഷാവർഷം കുടുങ്ങിക്കിടക്കുന്നു.

നിങ്ങൾ ഒരു സാധാരണജീവിതം നയിച്ചിട്ടുണ്ടെങ്കിൽ, കുട്ടിക്കാലം മുതൽ ആരംഭിച്ച് വർഷങ്ങളായി, എല്ലാവിധ തെറ്റുകളും ചെയ്തിട്ടുണ്ടാവുകയും എല്ലാത്തരം ആളുകളുമായും എല്ലാത്തരം പ്രശ്നങ്ങൾ ഉണ്ടാവുകയും ചെയ്തുകാണും. ഇത് സാധാരണവും

സ്വാഭാവികവും മനുഷ്യാനുഭവത്തിന്റെ ഭാഗവുമാണ്. ഒരേയൊരു ചോദ്യം ഇതാണ് "നിങ്ങൾ നേരത്തേയും പലപ്പോഴുമായി ക്ഷമാപണം ശീലിച്ചുകൊണ്ട് അതിനു മുകളിൽ ഉയരുന്നുണ്ടോ, അതോ നിങ്ങളെ ഭാരപ്പെടുത്താനും തടഞ്ഞു നിർത്താനും അനുവദിക്കുമോ?"

ഒരു പ്രധാന തടസ്സം

മുൻപ് വേദനിപ്പിച്ച എല്ലാവരോടും ക്ഷമിക്കണമെന്ന് പലരും സമ്മതിക്കും. എന്നാൽ അതേ സമയം ഒരു കാർഡ് പ്ലെയർ നെഞ്ചിനോട് ചേർത്ത് ഒരു കാർഡ് പിടിക്കുന്നത് പോലെ, അവർ ക്ഷമിക്കാൻ *വിസമ്മതിക്കുന്ന* ഒരു ചെറിയ പ്രദേശം കൊത്തിയെടുക്കുന്നു. തങ്ങൾക്ക് ചിന്തിക്കാൻ കഴിയുന്ന എല്ലാവരോടും ക്ഷമിക്കുമെന്ന് അവർ തീരുമാനിക്കുമെങ്കിലും അവരെ വളരെയധികം വേദനിപ്പിച്ച *ഒരു വ്യക്തിയെ*, അവനെ അല്ലെങ്കിൽ അവളെ സ്വതന്ത്രനാകാൻ അനുവദിക്കില്ല.

എന്നാൽ ഈ *ഏകമായ* നിഷേധാത്മകവികാരത്തെ മുറുകെപ്പിടിച്ചു കൊണ്ട്, ഈ ഒരു വ്യക്തിയോട് ക്ഷമിക്കാനോ ആ സാഹചര്യത്തിൽ സംഭവിച്ചതിന് മാപ്പു നൽകാനോ വിസമ്മതിക്കുന്നത്, ആരോഗ്യം, സന്തോഷം, വ്യക്തിപരമായ പൂർത്തീകരണം എന്നിവയ്ക്കായി ഉള്ള നിങ്ങളുടെ എല്ലാ പ്രതീക്ഷകളെയും സ്വപ്നങ്ങളെയും തുരങ്കം വെയ്ക്കാനും നശിപ്പിക്കാനും പര്യാപ്തമാണ്.

എല്ലാ വിശദാംശങ്ങളും കൃത്യമായി നിർമ്മിച്ച് രൂപകൽപന ചെയ്ത ഒരു പുത്തൻ ആഡംബര കാർ നിങ്ങൾ വാങ്ങിയെന്ന് സങ്കൽപ്പിക്കുക. ഒരു പ്രശ്നം മാത്രമേ ഉണ്ടായിരുന്നുള്ളൂ. എങ്ങനെയോ നിർമ്മാണപ്രക്രിയയിൽ ഒരു ഭാഗം തെറ്റായി ഘടിപ്പിച്ചത്, നിങ്ങൾ ആക്സിലറേറ്ററിൽ ചവിട്ടുമ്പോൾ ഒരു ഫ്രണ്ട് വീൽ ലോക്ക് ചെയ്യാനും കറങ്ങാതിരിക്കാനും ഇടയാക്കുകയുണ്ടായി. നിങ്ങൾ ആ പുതിയ കാറിൽ കയറി, ഇഗ്നിഷൻ ഓണാക്കി ആക്സിലറേറ്ററിൽ ചവിട്ടി എന്ന് ഇപ്പോൾ സങ്കൽപ്പിക്കുക. എന്ത് സംഭവിക്കും? കാർ ആ മുൻചക്രത്തിനു ചുറ്റും കറങ്ങും. പിന്നിലെ ചക്രങ്ങൾ അതിനെ മുന്നോട്ടു നയിക്കും. പക്ഷേ അത് പുരോഗതിയൊന്നും വരുത്താതെ സർക്കിളുകളിൽ പോകും.

ഇവിടെയാണ് കാര്യം. നിങ്ങളുടെ മനസ്സിൽ അബോധാവസ്ഥയിലുള്ള ഒരു തടസ്സം—ഒരു നിഷേധാത്മക വികാരം, അല്ലെങ്കിൽ മുമ്പത്തെ വേദനാജനകമായ അനുഭവത്തിൽ നിന്നുള്ള—നിങ്ങൾക്ക്

ക്ഷമിയ്ക്കാൻ കഴിയാത്ത ഓർമ്മ മാത്രമേ ഉള്ളൂ എങ്കിലും നിങ്ങളുടെ ജീവിതം അനിശ്ചിതമായി വൃത്താകൃതിയിൽ ആയിരിക്കും. പുറത്ത് എത്ര കഠിനാദ്ധ്വാനം ചെയ്താലും നിങ്ങളുടെ കുടുംബജീവിതം, രക്ഷാകർതൃത്വം, തൊഴിൽ, ആരോഗ്യം അല്ലെങ്കിൽ സാമ്പത്തികസ്ഥിതി എന്നിവയിൽ നിങ്ങൾ കൈവരിയ്ക്കേണ്ട തരത്തിലുള്ള പുരോഗതി കൈവരിയ്ക്കില്ല. എത്രത്തോളം കുറവ് പുരോഗതിയിൽ ഉണ്ടാകുന്നുവോ അത്രത്തോളം അസംതൃപ്തി നിങ്ങൾക്ക് അനുഭവപ്പെടും.

സൈക്കോതെറാപ്പിയിൽ കോപം, വിഷാദം, പ്രകോപനം, സ്വാർത്ഥത, അഹങ്കാരം, അരക്ഷിതാവസ്ഥ, അനർഹത തുടങ്ങിയ വികാരങ്ങളിൽ പ്രകടമാകുന്ന ഒരു പ്രധാന തടസ്സം രോഗിയ്ക്ക് മനസ്സിന്റെ ആഴങ്ങളിൽ മറഞ്ഞിരിയ്ക്കുന്നു. പുരോഗതിയെ തടയുന്ന ഒരു പ്രധാനഘടകത്തിലേയ്ക്ക് ഒടുവിൽ സൈക്കോതെറാപ്പിസ്റ്റും രോഗിയും എത്തുന്നത് വരെ ക്രമേണയായി മുറിവുകളുടെ പാളികൾ നീക്കം ചെയ്യുക എന്നതാണ് സൈക്കോതെറാപ്പിയുടെ മുഴുവൻ പ്രക്രിയയും. ആ ഘടകത്തെ തിരിച്ചറിഞ്ഞ് കൈകാര്യം ചെയ്തു കഴിഞ്ഞാൽ, വ്യക്തി പെട്ടെന്ന് സ്വതന്ത്രനാകും.

ഇപ്പോൾ ഇത് ചെയ്യുക

ഭൂതകാലത്തെക്കുറിച്ച് ചിന്തിച്ച്, നിങ്ങൾക്ക് സംഭവിച്ച, ഇപ്പോഴും കുറ്റബോധവും കോപവും അല്ലെങ്കിൽ യോഗ്യതയില്ലാത്ത വികാരങ്ങളും അനുഭവിയ്ക്കാൻ ഇടയാക്കുന്ന, ഏറ്റവും മോശമായ കാര്യത്തെ തിരിച്ചറിയുക. സ്വയം ചോദിയ്ക്കുക, "എന്തായിരുന്നു ആ സാഹചര്യങ്ങൾ?" തിരികെ പോയി, ഭൂതകാലത്തിലെ ആ വ്യക്തിയോട് സംസാരിയ്ക്കാൻ കഴിയുമെങ്കിൽ ആ സാഹചര്യത്തെക്കുറിച്ച് നിങ്ങൾ എന്ത് ഉപദേശം നൽകും? ആ അനുഭവത്തിലൂടെ നിങ്ങൾ പഠിച്ച, അല്ലായിരുന്നെങ്കിൽ ഒരിയ്ക്കലും പഠിയ്ക്കാൻ ഇടയില്ലാത്ത പാഠങ്ങൾ എന്തൊക്കെയാണ്? ആ അനുഭവത്തിൽ നിങ്ങൾക്കൊരു മൂല്യമോ വെള്ളിവരയോ കണ്ടെത്താൻ കഴിയുന്നുണ്ടോ?

മറ്റുള്ളവരോട് മാപ്പു ചോദിയ്ക്കുക

മാപ്പു കൊടുക്കലിന്റെ അവസാന ഘട്ടത്തിന്, ധാരാളമായുള്ള അഹംശക്തിയും ആത്മവിശ്വാസവും ആവശ്യമാണ്. നിങ്ങൾ വേദനിപ്പിച്ച ഒരു വ്യക്തിയോട് ക്ഷമാപണം നടത്തുകയും മാപ്പ് അപേക്ഷിയ്ക്കുകയും ചെയ്യേണ്ടത് അതിന് ആവശ്യമാണ്.

ന്യായീകരണത്തിന്റെയും സമീകരണത്തിന്റെയും വിധിവാദത്തിന്റെയും സൂക്ഷ്മവേദനത്തിന്റെയും യുക്തിവൽക്കരണത്തിന്റെയും വലിയ ശക്തി കാരണം, മറ്റൊരു വ്യക്തിയോട് ക്ഷമ ചോദിക്കുക എന്ന ആശയം അങ്ങേയറ്റം സമ്മർദ്ദം ചെലുത്തും. എന്നാൽ മുൻപ് ചെയ്ത കാര്യങ്ങളിൽ നിന്ന് മുക്തനാകാൻ നിങ്ങൾ ആത്മാർത്ഥമായി ആഗ്രഹിക്കുന്നുണ്ടെങ്കിൽ, നിങ്ങൾക്ക് ഇപ്പോഴും വിഷമം തോന്നുന്നുവെങ്കിൽ, ക്ഷമ ചോദിക്കുകയല്ലാതെ മറ്റ് മാർഗ്ഗമില്ല.

ഇത് ചെയ്യുക

ഭാഗ്യവശാൽ ഇത് ലളിതമായ ഒരു പ്രക്രിയയാണ്. നിങ്ങൾക്ക് ഇപ്പോൾ തന്നെ മറ്റേയാളിനെ ഫോണിൽ വിളിച്ച് ഇങ്ങനെ പറയാം. "ഹലോ... ഇത് ________________ ആണ്. സംഭവിച്ചുപോയതിന് നിങ്ങളെ വിളിച്ച് ക്ഷമ ചോദിക്കാൻ ഞാൻ ആഗ്രഹിച്ചിരുന്നു. നിങ്ങൾ എന്നോട് ക്ഷമിക്കുമെന്ന് ഞാൻ പ്രതീക്ഷിക്കുന്നു."

മറ്റേയാൾ എങ്ങനെ പ്രതികരിക്കുന്നു എന്നത് പ്രശ്നമേയല്ല. അയാൾ പൊട്ടിത്തെറിക്കുകയും ദേഷ്യപ്പെടുകയും ചെയ്തേക്കാം. അവൻ ഫോൺ വെച്ചേക്കാം. എന്നാൽ അതിശയകരമെന്നോണം അയാൾ ഇങ്ങനെ പറഞ്ഞേക്കാം. "നിങ്ങൾ വിളിച്ചതിൽ എനിക്ക് വളരെ സന്തോഷമുണ്ട്. ക്ഷമാപണം ഞാൻ സ്വീകരിക്കുന്നു. എന്തുകൊണ്ട് സമീപഭാവിയിൽ ഉച്ചഭക്ഷണത്തിന് നമുക്ക് ഒരുമിച്ചു കൂടിക്കൂടാ?" ഒരാൾക്ക് "ക്ഷമിക്കണം" എന്നു പറയാനുള്ള സ്വഭാവശക്തി ഉണ്ടായിരുന്നത് കൊണ്ട്, വർഷങ്ങളായി അകന്നുപോയ ആളുകൾ വീണ്ടും ഒരുമിച്ചു കൂടുകയും നല്ല സുഹൃത്തുക്കളാവുകയും ചെയ്തിട്ടുണ്ട്.

കഴിയുമെങ്കിൽ വ്യക്തിപരമായി പോയി കാണുന്നത് നിങ്ങൾക്ക് കൂടുതൽ നല്ലതായിരിക്കാം. ഏറ്റവും കുറഞ്ഞത് നിങ്ങൾക്ക് ക്ഷമാപണക്കത്ത് ഇരുന്ന് എഴുതി, മെയിൽ ചെയ്യുകയോ ഇ-മെയിൽ അയക്കുകയോ ചെയ്യാം.

പ്രലോഭനത്തെ ചെറുക്കുക

ക്ഷമാപണം നടത്തുന്നതുമായി ബന്ധപ്പെട്ട ഒരു പ്രധാന പോയിന്റ് ഇതാ : കഥയിൽ നിങ്ങളുടെ ഭാഗം പറയുന്നതിനും സ്വയം പ്രതിരോധിക്കുന്നതിനും അല്ലെങ്കിൽ നിങ്ങളുടെ മുൻകാല പെരുമാ

റ്റത്തെ ന്യായീകരിയ്ക്കുന്നതിനുമുള്ള പ്രലോഭനത്തെ ചെറുക്കുക. ഉത്തരവാദിത്വം ഏറ്റെടുത്ത്, ക്ഷമിയ്ക്കണം എന്നു പറയുകയും അത് അങ്ങനെ ഉപേക്ഷിയ്ക്കുകയും ചെയ്യുക. നിങ്ങളുടെ പെരുമാറ്റത്തെ ന്യായീകരിയ്ക്കാനും യുക്തിസഹമാക്കാനും തുടങ്ങിയാൽ നിങ്ങൾ വാക്കു പിൻവലിയ്ക്കുന്നതിന്റെയും സ്വയം സ്വതന്ത്രമാക്കുക എന്ന ക്ഷമാപണത്തിന്റെ മുഴുവൻ ഉദ്ദേശ്യത്തെ തുരങ്കം വെയ്ക്കുന്നതിന്റെയും അപകടത്തിൽ ആയിരിക്കും.

അവസാനമായി, അത് ആവശ്യവും ശരിയുമാണെന്ന് നിങ്ങൾക്ക് തോന്നുന്നുവെങ്കിൽ, നഷ്ടപരിഹാരം നൽകാനോ, ഏതെങ്കിലും തരത്തിലുള്ള തിരിച്ചടവ് നൽകാനോ വാഗ്ദാനം ചെയ്യുക. ഔദാര്യം കാണിയ്ക്കുക. ഓർക്കുക, ജീവിതത്തിൽ നിങ്ങൾ നിരവധി തെറ്റുകൾ വരുത്തും, എന്നാൽ *നിങ്ങൾക്ക് ഒരിയ്ക്കലും വളരെ അധികം ദയാലുവോ നീതിമാനോ ആകാൻ കഴിയുകയില്ല.*

സ്വയവും മറ്റുള്ളവരോടും നേരത്തേയും പലപ്പോഴും ക്ഷമിയ്ക്കുവാനുള്ള നിങ്ങളുടെ കഴിവും അവരോട് പകയോ നിഷേധാത്മകതയോ കാണിയ്ക്കാനുള്ള വിസമ്മതവും നിങ്ങളെ മാലാഖമാരുടെ പക്ഷത്ത് നിർത്തും. ക്ഷമ നിങ്ങളെ സ്വതന്ത്രരാക്കുകയും ഊർജ്ജത്തെ മോചിപ്പിയ്ക്കുകയും പൂർണ്ണമായ പോസിറ്റീവ് വ്യക്തിയാക്കുകയും ചെയ്യും. ശ്രമിച്ചു നോക്കു.

ഇപ്പോൾ ഇത് ചെയ്യുക

നിങ്ങൾ അവനെക്കുറിച്ചോ അവളെക്കുറിച്ചോ ചിന്തിയ്ക്കുമ്പോഴെല്ലാം കോപവും നിഷേധാത്മകവികാരങ്ങളും ഉണർത്തുന്ന, നിങ്ങളുടെ ഭൂതകാലത്തിൽ നിന്നുള്ള ഒരാളെ തിരഞ്ഞെടുക്കുക. നിങ്ങൾക്ക് ഇപ്പോഴുമുള്ള ഏറ്റവും മോശമായ നെഗറ്റീവ് മെമ്മറി തിരഞ്ഞെടുക്കുക.

ഈ വ്യക്തിയെയും കോപത്തെയും കുറ്റപ്പെടുത്തലിനെയും നിങ്ങളുടെ പരീക്ഷണമായി ഉപയോഗിയ്ക്കുക. ഈ നിമിഷം മുതൽ ആ വ്യക്തിയെക്കുറിച്ച് നിങ്ങൾ ചിന്തിയ്ക്കുമ്പോഴെല്ലാം ക്ഷമിയ്ക്കാൻ തുടങ്ങുക. സംഭവിച്ച കാര്യങ്ങൾക്ക് നിങ്ങൾ ഭാഗികമായി ഉത്തരവാദിയാണെന്ന് അംഗീകരിയ്ക്കുക. എല്ലാ ക്രോധവും നിഷേധാത്മകതയും അലിഞ്ഞു ചേർന്ന്, അകന്നു പോകുന്നത് വരെ ആ വ്യക്തിയെ അനുഗ്രഹിയ്ക്കുകയും അയാളോട് ക്ഷമിയ്ക്കുകയും ആശംസിയ്ക്കുകയും ചെയ്യുക.

തുടർന്ന് നിങ്ങൾ ഇപ്പോഴും ദേഷ്യം വെച്ചു പുലർത്തുന്ന നിങ്ങളുടെ ജീവിതത്തിലെ മറ്റെല്ലാ വ്യക്തികളുടെയും ഒരു ലിസ്റ്റ് ഉണ്ടാക്കുക. നിങ്ങൾ പൂർണ്ണമായും ശാന്തതയിലും വിശ്രമത്തിലും സമാധാനത്തിലുമാകുന്നത് വരെ പട്ടികയിലെ ഓരോ വ്യക്തിയോടും ക്ഷമിക്കുക.

12

പോസിറ്റീവ് വ്യക്തിത്വത്തിലേക്ക് ഏഴ് താക്കോലുകൾ

നിങ്ങളുടെ *ശാരീരിക ഭക്ഷണക്രമം* ആരോഗ്യത്തിലും ഊർജ്ജത്തിലും വലിയ സ്വാധീനം ചെലുത്തുന്നുണ്ട്. നിങ്ങൾ പുതിയതും ആരോഗ്യകരവും ഉയർന്ന ഗുണമേന്മയുള്ളതുമായ എല്ലാത്തരം ഭക്ഷണങ്ങളും കഴിക്കുകയും ദോഷകരമായവ ഒഴിവാക്കുകയും ചെയ്താൽ, നിങ്ങൾക്ക് കൂടുതൽ ഊർജ്ജം ലഭിക്കുകയും പൊതുവിൽ മിക്ക രോഗങ്ങളെയും പ്രതിരോധിക്കാൻ സാധിക്കുകയും നന്നായി ഉറങ്ങുകയും ഓജസ്സും സന്തോഷവും അനുഭവപ്പെടുകയും ചെയ്യും.

അതുപോലെ നിങ്ങളുടെ *മനസ്സിന്റെ ഭക്ഷണക്രമം*, സ്വഭാവത്തെയും വ്യക്തിത്വത്തെയും ജീവിതത്തിൽ നിങ്ങൾക്ക് സംഭവിക്കുന്ന മിക്കവാറും എല്ലാ കാര്യങ്ങളെയും നിർണ്ണയിക്കുന്നു. പോസിറ്റീവ് ആശയങ്ങൾ, വിവരങ്ങൾ, പുസ്തകങ്ങൾ, സംഭാഷണങ്ങൾ, ഓഡിയോ പ്രോഗ്രാമുകൾ, ചിന്തകൾ എന്നിവ വഴി നിങ്ങളുടെ മനസ്സിനെ പോഷിപ്പിക്കുമ്പോൾ, നിങ്ങൾ കൂടുതൽ പോസിറ്റീവും ഫലപ്രദവുമായ വ്യക്തിത്വം വികസിപ്പിക്കുന്നു. നിങ്ങൾ കൂടുതൽ സ്വാധീനവും പ്രേരണാശക്തിയുള്ളവരുമാകുന്നു. വലിയ രീതിയിലുള്ള ആത്മവിശ്വാസവും ആത്മാഭിമാനവും ആസ്വദിക്കുന്നു.

സ്വന്തം ശക്തിയുടെ ഉറവിടത്തിലേയ്ക്ക് അവരെ നയിക്കുന്നതിലൂടെ കൂടുതൽ പ്രചോദിതരാകാൻ ആളുകളെ സഹായിക്കുക.

പോൾ ജി. തോമസ്

കംപ്യൂട്ടറുകളുമായി ജോലി ചെയ്യുന്നവർ "GIGO" അല്ലെങ്കിൽ "ഗാർബേജ് ഇൻ ഗാർബേജ് ഔട്ട്" എന്ന പ്രയോഗം ഉപയോഗിയ്ക്കുന്നു. എന്നാൽ വിപരീതവും ശരിയാണ്, "ഗുഡ് ഇൻ ഗുഡ് ഔട്ട്."

നിങ്ങളുടെ മനസ്സിന്റെമേൽ പൂർണ്ണ നിയന്ത്രണം ഏറ്റെടുക്കാൻ പോവുകയാണെന്ന് വ്യക്തവും അസന്ദിഗ്ധവുമായ ഒരു തീരുമാനം എടുക്കുമ്പോൾ, മുൻകാലങ്ങളിൽ നിങ്ങളെ പിന്തിരിപ്പിച്ചു കൊണ്ടിരുന്ന, നിഷേധാത്മ വികാരങ്ങളും ചിന്തകളും ഇല്ലാതാക്കുകയും പൂർണ്ണമായും പോസിറ്റീവ് വ്യക്തി ആവുകയും ചെയ്യുകയാണെങ്കിൽ, യഥാർത്ഥത്തിൽ വ്യക്തിപരമായ പരിവർത്തനം കൊണ്ടുവരാൻ നിങ്ങൾക്ക് കഴിയും.

നിങ്ങൾക്ക് കഴിയുന്നത്ര മികച്ചവരായിരിയ്ക്കുക

ശാരീരികക്ഷമത പോലെയാണ് മനസികക്ഷമതയും. പരിശീലനത്തിലൂടെയും ശിക്ഷണത്തിലൂടെയും നിങ്ങൾ ഉയർന്ന തലത്തിലുള്ള ആത്മാഭിമാനവും പോസിറ്റീവ് മാനസിക മനോഭാവവും വികസിപ്പിയ്ക്കുന്നു. തികച്ചും പോസിറ്റീവ് ആയ വ്യക്തിയാകുന്നതിനുള്ള ഏഴ് മാർഗ്ഗങ്ങൾ ഇതാ :

1. *ഗുണപരമായ സ്വയം സംസാരം :* സ്വയം പോസിറ്റീവ് ആയി സംസാരിയ്ക്കുക. നിങ്ങളുടെ ആന്തരിക സംഭാഷണം നിയന്ത്രിയ്ക്കുക. പോസിറ്റീവ് ആയ വർത്തമാന, വ്യക്തിഗത കാലഘട്ടത്തിൽ പറഞ്ഞിരിയ്ക്കുന്ന സ്ഥിരീകരണങ്ങൾ ഉപയോഗിയ്ക്കുക : "എനിയ്ക്ക് എന്നെത്തന്നെ ഇഷ്ടമാണ്!" "എനിയ്ക്ക് ഇത് ചെയ്യാൻ കഴിയും!" "എനിയ്ക്ക് ഭയങ്കരമായി തോന്നുന്നു" "ഞാൻ ഉത്തരവാദിയാണ്."

   നിങ്ങളുടെ വികാരങ്ങളുടെ 95 ശതമാനവും നിർണ്ണയിയ്ക്കുന്നത് ദിവസം മുഴുവൻ നിങ്ങൾ സ്വയം സംസാരിയ്ക്കുന്ന രീതിയിലാണെന്ന് ഞങ്ങൾ വിശ്വസിയ്ക്കുന്നു. സങ്കടകരമായ വസ്തുത എന്തെന്നാൽ, നിങ്ങൾ മനഃപൂർവ്വവും ബോധപൂർവ്വവും പോസിറ്റീവും ക്രിയാത്മകവുമായ രീതിയിൽ നിങ്ങളോട് സംസാരിയ്ക്കുന്നില്ലായെങ്കിൽ, സ്വതവേ നിങ്ങളെ അസന്തുഷ്ടനാക്കുന്ന, അല്ലെങ്കിൽ നിങ്ങൾക്ക് ആശങ്കയും ഉത്കണ്ഠയും ഉണ്ടാക്കുന്ന കാര്യങ്ങളെക്കുറിച്ച് നിങ്ങൾ ചിന്തിച്ചു പോകും.

നമ്മൾ നേരത്തേ പറഞ്ഞതു പോലെ, നിങ്ങളുടെ മനസ്സ് ഒരു പൂന്തോട്ടം പോലെയാണ്. നിങ്ങൾ ബോധപൂർവ്വം പൂക്കൾ നട്ടു പിടിപ്പിയ്ക്കുകയും അവയെ ശ്രദ്ധയോടെ പരിപാലിയ്ക്കുകയും ചെയ്യുന്നില്ലെങ്കിൽ, യാതൊരു പ്രോത്സാഹനവുമില്ലാതെ കളകൾ വളരും.

2. *പോസിറ്റീവ് ദൃശ്യവൽക്കരണം :* ഒരുപക്ഷേ നിങ്ങൾക്കുള്ള ഏറ്റവും ശക്തമായ കഴിവ് നിങ്ങളുടെ ലക്ഷ്യങ്ങൾ ഇതിനകം പൂർത്തീകരിച്ചതായി ദൃശ്യവൽക്കരിയ്ക്കാനും കാണാനുമുള്ള കഴിവാണ്.

നിങ്ങളുടെ ലക്ഷ്യത്തെക്കുറിച്ചും അനുയോജ്യമായ ജീവിതത്തെക്കുറിച്ചും വ്യക്തവും ആവേശകരവുമായ ഒരു ചിത്രം സൃഷ്ടിയ്ക്കുക, ഈ ചിത്രം മനസ്സിൽ തുടരെ തുടരെ പ്രവർത്തിപ്പിയ്ക്കുക. ജീവിതത്തിലെ എല്ലാ പുരോഗതിയും ആരംഭിയ്ക്കുന്നത് നിങ്ങളുടെ സങ്കല്പചിത്രങ്ങളിലെ പുരോഗതിയിലാണ്. ഉള്ളിൽ നിങ്ങൾ സ്വയം കാണുന്നത് പോലെയാണ് പുറത്ത് നിങ്ങൾ ആയിത്തീരുന്നത്.

3. *പോസിറ്റീവ് ആയ ആളുകൾ :* നിങ്ങൾ താമസിയ്ക്കുകയും ജോലി ചെയ്യുകയും സഹവസിയ്ക്കുകയും ചെയ്യുന്ന ആളുകളുടെ തിരഞ്ഞെടുപ്പ് മറ്റേതൊരു ഘടകത്തേക്കാളും നിങ്ങളുടെ വികാരങ്ങളിലും വിജയത്തിലും കൂടുതൽ സ്വാധീനം ചെലുത്തും. വിജയികളുമായും പോസിറ്റീവ് ആയ ആളുകളുമായും സന്തോഷവും ശുഭാപ്തി വിശ്വാസവും ഉള്ളവരുമായും അവരവരുടെ ജീവിതവുമായി നിശ്ചിത സ്ഥലത്തേയ്ക്ക് പോകുന്നവരുമായും സഹവസിയ്ക്കാൻ ഇന്നു തന്നെ തീരുമാനിയ്ക്കുക.

നെഗറ്റീവ് ആയ ആളുകളെ എന്തു വില കൊടുത്തും ഒഴിവാക്കുക. ജീവിതത്തിലെ മിക്ക അസന്തുഷ്ടിയുടെയും പ്രാഥമികമായ ഉറവിടം നെഗറ്റീവ് ആയ ആളുകളാണ്. ഇന്നു മുതൽ, നിങ്ങളുടെ ജീവിതത്തിൽ സമ്മർദ്ദം നല്കുന്നവരോ നിഷേധാത്മകരോ ആയ ആളുകൾ ഉണ്ടാകാൻ പോകുന്നതേയില്ലെന്ന് തീരുമാനിയ്ക്കുക.

4. *പോസിറ്റീവ് ആയ മനസ്സിന്റെ ഭക്ഷണം :* എത്രത്തോളം ആരോഗ്യകരവും പോഷകപ്രദവുമായ ഭക്ഷണങ്ങൾ കഴിയ്ക്കുന്നുവോ, അത്ര ആരോഗ്യമുള്ളതായിരിക്കും നിങ്ങളുടെ

ശരീരമെന്നതു പോലെ, മനസ്സിനു വേണ്ട മിഠായിയേക്കാൾ, മനസ്സിനു വേണ്ട പ്രോട്ടീൻ എത്രത്തോളം നിങ്ങൾ അതിന് നല്കുന്നുവോ, അത്രത്തോളം ആരോഗ്യം നിങ്ങളുടെ മനസ്സിന് ഉണ്ടായിരിക്കും.

വിദ്യാഭ്യാസപരമോ പ്രചോദനാത്മകമോ പ്രോത്സാഹ കരമോ ആയ പുസ്തകങ്ങളും മാസികകളും ലേഖനങ്ങളും വായിക്കുക. നിങ്ങളെയും നിങ്ങളുടെ ലോകത്തെയും കുറിച്ച് സന്തോഷവും കൂടുതൽ ആത്മവിശ്വാസവും നൽകുന്ന വിവര ങ്ങളും ആശയങ്ങളും ഉപയോഗിച്ച് മനസ്സിനെ പോഷിപ്പിയ്ക്കുക.

നിങ്ങളുടെ കാറിലും MP3 പ്ലെയറിലും ഐ പോഡിലും പോസിറ്റീവും ക്രിയാത്മകവുമായ സി.ഡികൾ, ഓഡിയോ പ്രോഗ്രാമുകൾ എന്നിവ കേൾക്കുക. നന്നായി ചിന്തിയ്ക്കാനും പ്രവർത്തിയ്ക്കാനും നിങ്ങളെ സഹായിക്കുന്ന നല്ല സന്ദേശങ്ങൾ ഉപയോഗിച്ച് മനസ്സിനെ നിരന്തരം പോഷിപ്പിയ്ക്കുകയും ഒപ്പം നിങ്ങളെ സ്വന്തം മേഖലയിൽ കൂടുതൽ കഴിവുള്ളവരുമാക്കുക.

പോസിറ്റീവും വിദ്യാഭ്യാസപരവുമായ ഡി.വി.ഡി.കൾ, വിദ്യാഭ്യാസ സംബന്ധിയായ ടെലിവിഷൻ പ്രോഗ്രാമുകൾ, ഓൺലൈൻ കോഴ്സുകൾ, നിങ്ങളുടെ അറിവ് വർദ്ധിപ്പിയ്ക്കുകയും നിങ്ങളെയും സ്വന്തം ജീവിതത്തെയും കുറിച്ച് നല്ല അനുഭവം നൽകുകയും ചെയ്യുന്ന മറ്റ് ഉന്നമനോപാധികൾ എന്നിവ കാണുക.

5. *ഗുണപരമായ പരിശീലനവും വികസനവും :* നമ്മുടെ സമൂഹത്തിലെ മിക്കവാറും എല്ലാവരും ആരംഭിയ്ക്കുന്നത് പരിമിതമായ വിഭവങ്ങളിലാണ്, ചിലപ്പോഴൊക്കെ പണം തന്നെയില്ലാതെ. ഫലത്തിൽ എല്ലാ ഭാഗ്യങ്ങളും ഏതെങ്കിലും തരത്തിലുള്ള വ്യക്തിഗത സേവനങ്ങൾ വിൽക്കുന്നതിലൂടെ യാണ് ആരംഭിയ്ക്കുന്നത്. ഇന്ന് മുകളിൽ നിൽക്കുന്ന എല്ലാ ആളുകളും ഒരിയ്ക്കൽ താഴെയുള്ളവരായിരുന്നു. ചിലപ്പോഴൊക്കെ പല തവണയായി അവർ താഴേയ്ക്ക് വീഴുകയും ചെയ്തിട്ടുണ്ട്.

ആജീവനാന്ത പഠനത്തിന്റെയും വ്യക്തിഗതമായ മെച്ചപ്പെടലിന്റെയും അത്ഭുതമാണ് നിങ്ങളെ കീറത്തുണിയിൽ നിന്ന് സമ്പത്ത്സമൃദ്ധിയിലേക്കും ദാരിദ്ര്യത്തിൽ നിന്ന് ഐശ്വര്യത്തിലേയ്ക്കും നേട്ടങ്ങൾ കൈവരിയ്ക്കാതിരിയ്ക്കുന്നതിൽ നിന്ന് വിജയത്തിലേയ്ക്കും സാമ്പത്തിക സ്വാതന്ത്ര്യത്തിലേയ്ക്കും

നയിക്കുന്നത്. ജിം റോൺ പറഞ്ഞതു പോലെ, "ഔപചാരിക വിദ്യാഭ്യാസം നിങ്ങളെ ജീവിയ്ക്കാൻ സഹായിക്കും; സ്വയം വിദ്യാഭ്യാസം നിങ്ങളെ ഒരു ഭാഗ്യവാൻ ആക്കി മാറ്റും."

പഠിയ്ക്കുന്നതിനും വളരുന്നതിനും നിങ്ങളുടെ ചിന്തകളിലും പ്രവർത്തനങ്ങളിലും മെച്ചപ്പെടുവാനും ഫലപ്രദരാകുവാനും സ്വയം സമർപ്പിയ്ക്കുമ്പോൾ, ജീവിതത്തിന്റെ പൂർണ്ണമായ നിയന്ത്രണം നിങ്ങൾ ഏറ്റെടുക്കുകയും കൂടുതൽ ഉയരങ്ങളിലേക്ക് നീങ്ങുന്നതിന്റെ വേഗത നാടകീയമായി വർദ്ധിയ്ക്കുകയും ചെയ്യുന്നു.

6. *പോസിറ്റീവ് ആയ ആരോഗ്യശീലങ്ങൾ :* നിങ്ങളുടെ ശാരീരികമായ ആരോഗ്യം നന്നായി ശ്രദ്ധിയ്ക്കുക. നിങ്ങൾ എൺപതോ തൊണ്ണൂറോ നൂറോ വയസ്സ് വരെ ജീവിക്കുമെന്നും വൈകുന്നേരങ്ങളിൽ നൃത്തം ചെയ്യുമെന്നും ഇന്ന് തീരുമാനിയ്ക്കുക.

മികച്ചതും ആരോഗ്യകരവും പോഷകപ്രദവുമായ ഭക്ഷണങ്ങൾ, മിതമായും ശരിയായ സന്തുലിതാവസ്ഥയിലും കഴിക്കുക. മെച്ചപ്പെട്ട ഭക്ഷണക്രമം നിങ്ങളുടെ ചിന്തകളിലും വികാരങ്ങളിലും പെട്ടെന്നു തന്നെ നല്ല സ്വാധീനം ചെലുത്തും.

നടത്തം, ഓട്ടം, നീന്തൽ, സൈക്കിൾ ചവിട്ടൽ, അല്ലെങ്കിൽ ജിമ്മിലെ ഉപകരണങ്ങളിൽ ഉള്ള വർക്ക് ഔട്ട് എന്നിങ്ങനെ, ആഴ്ചയിൽ കുറഞ്ഞത് ഇരുന്നൂറ് മിനിറ്റ് ചലനം എന്ന രീതിയിൽ പതിവ് വ്യായാമം ചെയ്യുമെന്ന് തീരുമാനിക്കുക. സ്ഥിരമായി വ്യായാമം ചെയ്യുമ്പോൾ, കട്ടിലിൽ ഇരുന്ന് വൈകുന്നേരം മുഴുവൻ ടെലിവിഷൻ കാണുന്ന ഒരു വ്യക്തിയേക്കാൾ നിങ്ങൾക്ക് സന്തോഷവും ആരോഗ്യവും അനുഭവപ്പെടുകയും സമ്മർദ്ദവും ക്ഷീണവും കുറയുകയും ചെയ്യുന്നു.

പ്രത്യേകിച്ച്, മതിയായ വിശ്രമവും വിശ്രാന്തിയും നേടുക. നിങ്ങളുടെ ബാറ്ററികൾ പതിവായി റീചാർജ് ചെയ്യേണ്ടതുണ്ട്, പ്രധാനമായും നിങ്ങൾ സമ്മർദ്ദത്തിലൂടെയോ ബുദ്ധിമുട്ടുകളിലൂടെയോ കടന്നുപോകുമ്പോൾ. വിൻസ് ലൊമ്പാർഡി ഒരിയ്ക്കൽ പറഞ്ഞു, "ക്ഷീണം നമ്മെ എല്ലാവരെയും ഭീരുക്കളാക്കുന്നു." മോശമായ ആരോഗ്യശീലങ്ങൾ, ക്ഷീണം, വ്യായാമക്കുറവ്, നിർത്താതെയുള്ള ജോലി, എന്നിവയാണ് എല്ലാത്തരം നിഷേധാത്മക വികാരങ്ങൾക്കും നമ്മെ പ്രേരിപ്പിയ്ക്കുന്ന ചില

ഘടകങ്ങൾ. നിങ്ങളുടെ ജീവിതത്തിൽ സന്തുലിതാവസ്ഥ തേടുക.

7. *പോസിറ്റീവ് ആയ പ്രതീക്ഷകൾ :* പോസിറ്റീവ് ആയ പ്രതീക്ഷകൾ ഉണ്ടായിരിയ്ക്കുക എന്നത് ഒരു പോസിറ്റീവ് വ്യക്തിയാകാനും നിങ്ങളുടെ ജീവിതത്തിൽ പോസിറ്റീവ് ആയ ഫലങ്ങളും മികച്ച ഭാവിയും ഉറപ്പാക്കാനും ഉപയോഗിയ്ക്കാവുന്ന ഏറ്റവും ശക്തമായ സാങ്കേതിക വിദ്യയാണ്.

നിങ്ങളുടെ പ്രതീക്ഷകൾ നിങ്ങളുടെ തന്നെ സ്വയം നിറവേറുന്ന പ്രവചനങ്ങളായി മാറുന്നു. ആത്മവിശ്വാസത്തോടെ പ്രതീക്ഷിയ്ക്കുന്നതെന്തും നിങ്ങളുടെ ജീവിതത്തിലേയ്ക്ക് വരുന്നതായി അനുഭവപ്പെടുന്നു.

പ്രതീക്ഷകളെ നിയന്ത്രിയ്ക്കാൻ കഴിയുന്നതിനാൽ, നിങ്ങൾ എല്ലായ്പ്പോഴും മികച്ചത് തന്നെ പ്രതീക്ഷിയ്ക്കണം. വിജയിക്കുമെന്ന് പ്രതീക്ഷിയ്ക്കുക. പുതിയ ആളുകളെ കണ്ടുമുട്ടുമ്പോൾ നിങ്ങൾ ജനപ്രിയമാകുമെന്ന് പ്രതീക്ഷിയ്ക്കുക. മഹത്തായ ലക്ഷ്യങ്ങൾ നേടാനും നിങ്ങൾക്കായി ഒരു അത്ഭുതകരമായ ജീവിതം സൃഷ്ടിയ്ക്കാനും പ്രതീക്ഷിയ്ക്കുക. നല്ല കാര്യങ്ങൾ സംഭവിയ്ക്കുമെന്ന് നിരന്തരമായി പ്രതീക്ഷിയ്ക്കുമ്പോൾ, നിങ്ങൾ അപൂർവ്വമായി മാത്രമേ നിരാശപ്പെടുകയുള്ളൂ.

ഉപസംഹാരം

പ്രവൃത്തിയാണ് എല്ലാം

പ്രവൃത്തിയാണ് എല്ലാം! ഈ ആശയം പ്രാവർത്തികമാക്കുവാനും, നിങ്ങളുടെ തവളകളെ ചുംബിയ്ക്കാനും, ജീവിതത്തിലെ അസുഖകരമായ സാഹചര്യങ്ങളെ അഭിമുഖീകരിയ്ക്കുവാനും, പൂർണ്ണമായും പോസിറ്റീവും സന്തുഷ്ടനും ആരോഗ്യവുമുള്ള വ്യക്തിയാകാനും ഇന്ന് തീരുമാനിയ്ക്കുക.

- നിങ്ങളുടെ ജീവിതത്തിലെ തവളകൾ, നിഷേധാത്മകമായ ആളുകൾ, സാഹചര്യങ്ങൾ, നിഷേധാത്മക വികാരങ്ങളുടെ ചതുപ്പിൽ നിങ്ങളെ പിടിച്ച് നിർത്തുന്ന ഓർമ്മകൾ എന്നിവയെ തിരിച്ചറിയുക.

- അസാധാരണമായ ജീവിതം നയിക്കാൻ വളരെയധികം സാധ്യതയുള്ള ഒരു നല്ല വ്യക്തിയാണ് നിങ്ങൾ എന്ന് തിരിച്ചറിയുകയും അംഗീകരിയ്ക്കുകയും ചെയ്യുക.

- നിങ്ങളുടെ ജീവിതത്തിലെ ഏത് പ്രതികൂല സാഹചര്യത്തെയും അഭിമുഖീകരിയ്ക്കാനും, ഒരിയ്ക്കൽ എന്നെന്നേക്കുമായി അതിൽ നിന്നും മുക്തി നേടാനും ഇന്ന് തീരുമാനിയ്ക്കുക.

- നിഷേധാത്മക വികാരങ്ങൾ, പ്രത്യേകിച്ച് കോപം അനുഭവിയ്ക്കാൻ നിങ്ങളെ പ്രേരിപ്പിയ്ക്കുന്ന ഘടകങ്ങളെ തിരിച്ചറിയുകയും ഓരോ മേഖലയിലും നിങ്ങളുടെ ചിന്തകൾ മാറ്റാൻ തുടങ്ങുകയും ചെയ്യുക. "ഞാൻ ഉത്തരവാദിയാണ്"

എന്ന വാക്കുകൾ നിങ്ങളുടെ വ്യക്തിത്വത്തിന്റെ ഭാഗമാകുന്നത് വരെ ആവർത്തിയ്ക്കുക.

- എന്തിനും ഏതിനും മറ്റാരെയും വിമർശിയ്ക്കാനോ, അപലപിയ്ക്കാനോ, കുറ്റപ്പെടുത്താനോ വിസമ്മതിയ്ക്കുക. പകരം നിങ്ങൾ ആയിരിയ്ക്കുന്നതോ എന്നെങ്കിലും ആകാൻ പോകുന്നതോ ആയ എല്ലാറ്റിന്റെയും പൂർണ്ണമായ ഉത്തരവാദിത്വം സ്വീകരിയ്ക്കുക.

- നിരുപാധികമായി സ്വയം അംഗീകരിയ്ക്കുക. “എനിയ്ക്ക് എന്നെത്തന്നെ ഇഷ്ടമാണ്!” എന്ന് തുടർച്ചയായി ആവർത്തിച്ച് ദിവസവും നിങ്ങളുടെ ആത്മാഭിമാനം വളർത്തിയെടുക്കുക.

- ജീവിതത്തിൽ നിങ്ങൾക്ക് എന്താണ് വേണ്ടതെന്ന് കൃത്യമായി തീരുമാനിയ്ക്കുകയും തുടർന്ന് അതിനെക്കുറിച്ച് ചിന്തിയ്ക്കുകയും സംസാരിയ്ക്കുകയും ചെയ്യുക. നിങ്ങളെ തടഞ്ഞു നിർത്താൻ കഴിയുന്ന തവളകളെക്കുറിച്ച് ചിന്തിയ്ക്കാൻ സമയമില്ലാത്ത വിധം പ്രധാനപ്പെട്ട എന്തെങ്കിലും നേടാനുള്ള തിരക്കിലാവുക.

- കുറ്റബോധത്തിന്റെ തവളയുടെ കൗശലപ്പണികൾ വിസമ്മതിച്ചുകൊണ്ടും മറ്റാരുടെയും മേൽ അത് ഉപയോഗിയ്ക്കാൻ അനുവദിയ്ക്കാതെയും കുറ്റബോധത്തിൽ നിന്ന് സ്വയം മോചിതരാവുക.

- നിങ്ങൾ അഭിമുഖീകരിയ്ക്കുന്ന എല്ലാ പ്രശ്നങ്ങളിലും ബുദ്ധിമുട്ടുകളിലും അല്ലെങ്കിൽ തവളയിലും എന്തെങ്കിലും നല്ലത് അന്വേഷിയ്ക്കുക. പ്രയോജനത്തിനായി എല്ലായ്പ്പോഴും നിങ്ങൾ എന്തെങ്കിലും വഴി കണ്ടെത്തും.

- എല്ലാ തിരിച്ചടികളിലും തടസ്സങ്ങളിലും വിലപ്പെട്ട പാഠം അന്വേഷിയ്ക്കുകയും നിങ്ങൾ അഭിമുഖീകരിയ്ക്കുന്ന എല്ലാ പ്രശ്നങ്ങളിൽ നിന്നും, കൈകാര്യം ചെയ്യേണ്ട ഓരോ തവളയിൽ നിന്നും പഠിയ്ക്കാൻ ശ്രമിയ്ക്കുകയും ചെയ്യുക.

- നിങ്ങൾ കണ്ടുമുട്ടുന്ന ഓരോ വ്യക്തിയെയും അവൻ അല്ലെങ്കിൽ അവൾ ലോകത്തിലെ ഏറ്റവും പ്രധാനപ്പെട്ട വ്യക്തി,

സുന്ദരനായ രാജകുമാരൻ അല്ലെങ്കിൽ സുന്ദരിയായ രാജകുമാരി എന്ന പോലെ പെരുമാറുക.

♛ തീർത്തും പോസിറ്റീവ് ആയ വ്യക്തിയാകാനുള്ള ഈ ഏഴ് താക്കോലുകൾ പരിശീലിയ്ക്കുകയും നിങ്ങൾക്ക് ആകാൻ കഴിയുന്ന എല്ലാ കാര്യങ്ങളും ആകുന്നതിനുള്ള നിങ്ങളുടെ മുഴുവൻ കഴിവിനെയും തുറന്നു വിടുകയും ചെയ്യുക.

നിങ്ങൾ തികച്ചും ഒരു നല്ല വ്യക്തിയാണ്. നിങ്ങളെ വിജയത്തിനായും മഹത്വത്തിനായും രൂപകൽപന ചെയ്തിരിയ്ക്കുന്നു. നൂറ് ആയുസ്സിൽ ഉപയോഗിയ്ക്കാവുന്നതിലും കൂടുതൽ കഴിവും വൈദഗ്ധ്യവും നിങ്ങളുടെ ഉള്ളിലുണ്ട്. നിങ്ങൾക്ക് കൂടുതൽ കാലത്തേക്കും കൂടുതൽ ശക്തമായും വേണമെന്നുണ്ടെങ്കിൽ, അതിനായി പ്രവർത്തിയ്ക്കാൻ തയ്യാറുണ്ടെങ്കിൽ, നിങ്ങൾക്ക് പൂർത്തിയാക്കാൻ കഴിയാത്തതായി ഒന്നുമില്ല.

നിങ്ങളുടെ മനസ്സിന്റെ തടസ്സങ്ങളെ തുറന്നു വിടാൻ പഠിയ്ക്കുമ്പോൾ, ഏതെങ്കിലും വിധത്തിൽ വേദനിപ്പിച്ച എല്ലാവരോടും ക്ഷമിയ്ക്കുകയും മറ്റുള്ളവരുമായുള്ള നിങ്ങളുടെ ബന്ധത്തിലും ജോലിയിലും ഒരു മികച്ച വ്യക്തിയാകാൻ സ്വയം സമർപ്പിയ്ക്കുകയും നിങ്ങളുടെ വിധിയുടെ പൂർണ്ണനിയന്ത്രണം നിങ്ങൾ ഏറ്റെടുക്കുകയും ചെയ്യുന്നു. നിങ്ങൾ നിങ്ങളുടെ എല്ലാ കഴിവുകളും വർദ്ധിപ്പിയ്ക്കുകയും ആരോഗ്യം, സന്തോഷം, സ്നേഹബന്ധങ്ങൾ, പരമാവധി നേട്ടങ്ങൾ, പൂർണ്ണമായ പൂർത്തീകരണം എന്നിവയുടെ ഉയർന്ന പാതയിലേക്ക് നിങ്ങളെത്തന്നെ എത്തിയ്ക്കുകയും ചെയ്യുന്നു.

രചയിതാക്കളെക്കുറിച്ച്

ബ്രയാൻ ട്രേസി ഒരു പ്രൊഫഷണൽ സ്പീക്കറും പരിശീലകനും സെമിനാർ നേതാവും ഉപദേശകനും കാലിഫോർണിയയിലെ സോളാന ബീച്ച് ആസ്ഥാനമായുള്ള പരിശീലന, കൺസൾട്ടിംഗ് കമ്പനിയായ ബ്രയാൻ ട്രേസി ഇന്റർനാഷണലിന്റെ ചെയർമാനുമാണ്.

ബ്രയാൻ കഷ്ടപ്പെട്ടു പഠിച്ചയാളാണ്. ഹൈസ്കൂൾ വിട്ടതിനു ശേഷം ബിരുദം നേടാതെ വർഷങ്ങളോളം തൊഴിലാളിയായി ജോലി ചെയ്തിരുന്നു. ഇരുപതുകളുടെ മധ്യത്തിൽ അദ്ദേഹം ഒരു സെയിൽസ്മാൻ ആയിത്തീരുകയും ബിസിനസ്സിന്റെ കോണിപ്പടികൾ കയറാൻ തുടങ്ങുകയും ചെയ്തു. വർഷം തോറും, തനിക്ക് കണ്ടെത്താനാകുന്ന എല്ലാ ആശയങ്ങളും രീതികളും സാങ്കേതികതകളും പഠിക്കുകയും പ്രയോഗിക്കുകയും ചെയ്തുകൊണ്ട്, 276 മില്യൺ ഡോളർ വികസന കമ്പനിയുടെ ചീഫ് ഓപ്പറേറ്റിംഗ് ഓഫീസറായി അദ്ദേഹം പ്രവർത്തിച്ചു.

1981-ൽ അദ്ദേഹം രാജ്യത്തുടനീളമുള്ള ചർച്ചകളിലും സെമിനാറുകളിലും തന്റെ വിജയ തത്വങ്ങൾ പഠിപ്പിക്കാൻ തുടങ്ങി. ഇന്ന്, അദ്ദേഹത്തിന്റെ പുസ്തകങ്ങൾ, ഓഡിയോ പ്രോഗ്രാമുകൾ, വീഡിയോ സെമിനാറുകൾ എന്നിവ മുപ്പത്തിയെട്ട് ഭാഷകളിലേക്ക് വിവർത്തനം ചെയ്യപ്പെടുകയും അമ്പത്തെട്ട് രാജ്യങ്ങളിൽ ഉപയോഗിക്കുകയും ചെയ്യുന്നു.

ഈറ്റ് ദാറ്റ് ഫ്രോഗ്!, ഗോൾസ്!, മാക്സിമം അച്ചീവ്മെന്റ്, അഡ്വാൻസ്ഡ് സെല്ലിംഗ് സ്ട്രാറ്റജീസ്, ഫോക്കൽ പോയിന്റ്, ദി 100 അബ്സൊല്യൂറ്റ് അൺ ബ്രെയ്ക്കബിൾ ലോസ് ഓഫ് ബിസിനസ്സ് സക്സസ് എന്നിവയുൾപ്പെടെ അമ്പതിലധികം പുസ്തകങ്ങളുടെ ഏറ്റവും കൂടുതൽ വിറ്റഴിക്കപ്പെടുന്ന രചയിതാവാണ് അദ്ദേഹം. ലോകമെമ്പാടും ഉപയോഗിക്കുന്ന അഞ്ഞൂറിലധികം ഓഡിയോ വീഡിയോ ലേണിംഗ് പ്രോഗ്രാമുകൾ അദ്ദേഹം എഴുതുകയും നിർമ്മിക്കുകയും ചെയ്തിട്ടുണ്ട്.

ബ്രയാൻ സന്തുഷ്ട വിവാഹിതനും, നാല് കുട്ടികളുടെ പിതാവുമാണ്. കമ്മ്യൂണിറ്റി കാര്യങ്ങളിൽ സജീവമായ അദ്ദേഹം കാലിഫോർണിയയിലെ സോളാന ബീച്ചിൽ താമസിക്കുന്നു.

ക്രിസ്റ്റീന ട്രേസി സ്റ്റെയിൻ സതേൺ കാലിഫോർണിയ സർവകലാശാലയിൽ നിന്ന് മനഃശാസ്ത്രത്തിൽ ബിരുദവും അന്ത്യോക്ക് സർവ്വകലാശാലയിൽ നിന്ന് ക്ലിനിക്കൽ സൈക്കോളജിയിൽ ബിരുദാനന്തര ബിരുദവും നേടിയിട്ടുണ്ട്. കാലിഫോർണിയ ബോർഡ് ഓഫ് ബിഹേവിയറൽ സയൻസസിൽ നിന്നുള്ള വിവാഹ, ഫാമിലി തെറാപ്പിസ്റ്റ് ലൈസൻസും, അമേരിക്കൻ അസോസിയേഷൻ ഫോർ മാര്യേജ് ആൻഡ് ഫാമിലിയിലെയും കാലിഫോർണിയ അസോസിയേഷൻ ഓഫ് മാര്യേജ് ആൻഡ് ഫാമിലി തെറാപ്പിയിലെയും അംഗത്വവും ഉള്ളയാളാണ്. ഒരു സർട്ടിഫൈഡ് ന്യൂട്രീഷൻ ആൻഡ് ലൈഫ് സ്റ്റൈൽ കോച്ചുമാണ് ക്രിസ്റ്റീന ട്രേസി.

തന്റെ സ്വകാര്യ പ്രാക്ടീസ് ആരംഭിക്കുന്നതിന് മുമ്പ്, ക്രിസ്റ്റീന കാലിഫോർണിയയിലെ ബെവർലി ഹിൽസിലെ മേപ്പിൾ കൗൺസിലിംഗ് സെന്ററിൽ ജോലി ചെയ്യുകയും അവിടെ ഇൻടേക്ക് ആൻഡ് അസ്സെസ്സ്മെന്റ്, മുതിർന്നവർക്കുള്ള കൗൺസിലിംഗ്, ഗ്രൂപ്പ് പ്രോഗ്രാമുകൾ എന്നിവയിൽ പങ്കെടുക്കുകയും ചെയ്തു. വ്യക്തികൾ, ദമ്പതികൾ, ഗ്രൂപ്പുകൾ എന്നിവയ്ക്കൊപ്പം വിലയിരുത്തലുകൾ, സൈക്കോതെറാപ്പി, വ്യക്തിഗത കൗൺസിലിംഗ് എന്നിവയ്ക്കായി അവർ അയ്യായിരത്തിലധികം മണിക്കൂറുകൾ ചെലവഴിച്ചിട്ടുണ്ട്.

വ്യക്തിഗത വളർച്ചയും അവബോധവും സുഗമമാക്കാനുള്ള അവളുടെ അഭിനിവേശത്തോടെ, ക്രിസ്റ്റീന വ്യക്തികളെ അവരുടെ ശക്തി കണ്ടെത്താനും അവരുടെ ലക്ഷ്യങ്ങൾ നിറവേറ്റാനും, കൂടുതൽ പ്രചോദനാത്മകമായ ജീവിതം നയിക്കാൻ സഹായിക്കുന്നതിലും ശ്രദ്ധ കേന്ദ്രീകരിക്കുന്നു.

ഒരു വ്യക്തിഗത വികസന പരിശീലകനെന്ന നിലയിൽ, ക്രിസ്റ്റീന വ്യക്തികളുമായി അവരുടെ ജീവിതത്തിന്റെ എല്ലാ വശങ്ങളും പരിശോധിക്കുകയും കൂടുതൽ ഫലപ്രദവും വിജയകരവുമാക്കാൻ അവരെ പ്രാപ്തരാക്കുന്ന വ്യക്തമായ ലക്ഷ്യങ്ങൾ സ്ഥാപിക്കുകയും ചെയ്യുന്നു. സ്ഥിതിവിവരക്കണക്കുകളും പ്രായോഗിക വിവരങ്ങളും ഓരോ വ്യക്തിക്കും പ്രയോജനപ്പെടുന്ന ഉറവിടങ്ങളിലേക്കുള്ള പ്രവേശനവും നൽകിക്കൊണ്ട് അവൾ വളർച്ചയെ നയിക്കുകയും സുഗമമാക്കുകയും ചെയ്യുന്നു.

വ്യക്തികൾക്ക് അവരുടെ സത്യം കണ്ടെത്താൻ കഴിയുമെന്നും ആ സത്യവുമായി യോജിച്ചുകൊണ്ട് അവർ തങ്ങളുടെ കഴിവുകൾ നിറവേറ്റുമെന്നും ക്രിസ്റ്റീന കരുതുന്നു. ഒരു തെറാപ്പിസ്റ്റ്, കോച്ച്, സഹായക എന്നീ നിലകളിൽ അവൾ ക്ലയന്റുകളുമായി സഹകരിച്ച് പ്രവർത്തിക്കുന്നു.

കാലിഫോർണിയയിലെ സാന്റാ മോണിക്കയിൽ ക്രിസ്റ്റീനയ്ക്ക് ഒരു സ്വകാര്യ പ്രാക്ടീസ് ഉണ്ട്. വിവാഹിതയും മൂന്ന് കുട്ടികളുടെ അമ്മയുമാണ്.

അനീഷ പി.

പാലക്കാട് ജില്ലയിലെ ആനക്കരയിൽ ജനനം. GHSS ആനക്കര, GHSS കുമരനെല്ലൂർ, രാജീവ് ഗാന്ധി ഇൻസ്റ്റിറ്റ്യൂട്ട് ഓഫ് ഫാർമസി കാസർഗോഡ്, ശ്രീദേവി ഇൻസ്റ്റിറ്റ്യൂട്ട് ഓഫ് ടെക്നോളജി ആൻഡ് സയൻസ് എന്നിവിടങ്ങളിൽ വിദ്യാഭ്യാസം. കൃതികൾ (കവിതാ സമാഹാരങ്ങൾ), *അന്വേഷ, ദൈവം വന്നിട്ട് പോയപ്പോൾ.* മറ്റു പരിഭാഷകൾ : ബ്രയാൻ ട്രേസിയുടെ *ഫ്ലൈറ്റ് പ്ലാൻ.* പുരസ്കാരങ്ങൾ : പാം അക്ഷര ഗുലികാ കവിതാ പുരസ്കാരം, അസ്മോ പുത്തൻചിറ കവിതാ പുരസ്കാരം.